மருக்கை

மருக்கை

எஸ். செந்தில்குமார்

எழுத்து
பிரசுரம்

Title : Marukkai
Author's Name : S. Senthilkumar

Published by Ezutthu Prachuram

Ezutthu Prachuram
(An imprint of Zero Degree Publishing)
No.55(7), RBlock,
6th Avenue, Anna Nagar
Chennai - 600040

Website: www.zerodegreepublishing.com
E Mail id: zerodegreepublishing@gmail.com
Phone : 98400 65000

Ezutthu Prachuram First Edition: June2021
ISBN : 978 81 951259 2 0
TITLE NO EP : 209

Cover Design : Humshini
Layout : Vijayan, Creative Studio
Printed at Manipal Technologies, India.

முன்குறிப்பு

எனது கிராமத்தைப் பற்றி எழுதுவதற்கு நிறைய இருக்கிறது. கிராமத்தை விட்டு வந்ததும் முதலில் இழந்தது கதை கேட்கும் விளையாட்டைத்தான். முப்பது வருடங்களுக்கு முன்பாக இருந்த எனது கிராமம் இப்போது அழிந்துவிட்டது. ஆலமரத்து பஸ் ஸ்டாப்பில் பேருந்து வரும் நேரத்தைத் தெரிந்து வைத்திருக்கிறவர்கள், நல்ல தண்ணீருக்காக அருகிலிருக்கிற டவுனுக்குப் போய் வருகிற பெண்கள், சினிமா படம் பார்க்க காலையிலிருந்து தயாராகிற சிறுவர்களும் இளந்தாரிகளுமாக நிறைந்திருந்த கிராமத்தின் தோற்றம் இப்போது மாறிவிட்டது. எனது கிராமம் மட்டுமல்ல, உலகிலுள்ள கிராமங்களின் அனைத்தின் நிலைமையும் இதுவே. கிராமம் என்கிற ஊர் இப்போது செல்போன் டவர்களுக்கிடையேயும் பெரிய கட்டிடங்களுக்கு ஊடேயும் மறைந்திருக்கிறது. புரோட்டாக் கடை பேருந்து நிலையமாகிவிட்டது. பேருந்து நிறுத்தத்தில் புரோட்டாக் கடைகள் வந்துவிட்டன. கேபிள் டி.வி. வீட்டையும் ஊரையும் மாற்றிவிட்டது. மாடுகளையும் ஆடுகளையும் கட்டிப்போட்டிருந்த கொட்டடி மூத்திரத்தடம் மறைந்துவிட்டது. மார்பிள்ஸ் கற்கள் பதிக்கப்பட்ட கழிப்பறைகள் நகரத்திலிருந்து கிராமத்திற்குள் வந்து உட்கார்ந்துவிட்டது. வீட்டில் கோழி வளர்ப்பதற்கு ஆளில்லை. கோயில் பூசாரிகள் குடும்பத்தோடு பெரிய நகரங்களுக்குச்

சென்றுவிட்டனர். கல்வி கிராமத்தை விட்டுக் குடிபெயர்த்தி விட்டது. வியாபாரம் கிராமத்து மனுஷனை அழித்துவிட்டது. கிராமத்தை மறக்கச் செய்துவிட்டது. கிராமத்துச் சொத்தை விலை பேசச் செய்துவிட்டது. வயலை பருத்திக்காட்டை சோளக்காட்டை தென்னம்தோப்பை பிளாட் போட்டு விற்கச்செய்துவிட்டது. கிராமம் இப்போது பெயருக்கு இருக்கிறது. கிராமமும் மற்றொரு நகரமே.

கிராமம் இன்றளவும் எனது ஞாபகத்திற்குள் இருப்பதற்குக் காரணம் நான் கேட்ட கதைகளே. ரத்த உறவுகளும் கதைகளும் சம்பவங்களும் கிராமத்தை மனதிற்குள் தக்கவைத்துக் கொள்ள காரணமாக இருக்கிறது. நான் பிறந்து வளர்ந்த கிராமத்தில் சொல்லப்பட்ட பேய்க் கதையை, சாமி கதையை இப்போது சொல்வதற்கு யாருமில்லை. பிள்ளைகள் டிவி. பெட்டியின் முன்பாக அமர்ந்திருக்கிறார்கள். அவர்களும் டவுன் பிள்ளைகளைப்போல டியூசனுக்குப் போகிறார்கள். டவுனில் இருக்கிற அத்தனை கள்ளத்தனம் கிராமத்திற்கும் வந்துவிட்டது. இன்டெர்நெட்டில் பெண் தேடுகிற, மாப்பிள்ளை தேடுகிற குடும்பம் வாழ்கிற இடமாகிவிட்டது. ஆனால் எனது சிறுவயதில் நாற்பது வயதைக் கடந்துவிட்ட எனது சித்திகளும் அத்தைமார்களும் வயிற்று வலி என்று சொல்லி திருமணமாகாத அவமானத்திற்காகத் தற்கொலை செய்து கொண்டார்கள். இப்போது யாருக்காவது வயிற்று வலி என்று சொன்னால் எனது நெஞ்சு பதறுகிறது. வயிற்று வலியால் தற்கொலை செய்து கொண்ட கிராமத்து முதிர் பெண்கள் தெய்வமாக மாறிவிட்டார்கள்.

மனிதர்களை உயிரோடு புதைத்து தெய்வமாகத் தோண்டி எடுப்பதுதான் உலகத்தின் மாபெரும் அரசியல். அந்த அரசியலின் பிறப்பிடமே கிராமந்தான். எனது கிராமம் மட்டுமல்ல, நான் படித்த வங்கமொழி நாவல்கள், கன்னட நாவல்கள், தெலுங்கு சிறுகதைகள், மலையாளச் சிறுகதைகள் யாவிலும் இச்சம்பவம் இடம்பெற்றிருப்பதை வாசித்து அறிந்துகொள்ளமுடிகிறது. ஆரோக்கிய நிகேதனன் நாவலில் வருகிற ஜவன் மஷாயும், ஒரு குடும்பம் சிதைகிறது நாவலில் வருகிற கஞ்சம்மாவும் இறந்த பிறகு ஏதோ காரணங்களுக்காக அம்மண்ணின் தெய்வங்களாகக் கருதப்படுவார்கள் என்று தோன்றுகிறது.

இந்த நாவலில் இறப்பு, தொடர்ச்சியான நிகழ்வாகவுள்ளது. மரணத்தில் தொடங்கி மரணத்தில் முடிகிற வடிவம் எதேச்சையாக

அமைந்ததுதான். உண்மையில் மரணத்தை எழுத வேண்டுமென்ற எண்ணம் என்னிடமில்லை. எளிமையான வாழ்வை, காதலை, அன்றாடப் பாடுகளைச் சந்திக்கும் எனது கிராமத்து மனிதர்களைப் பதிவு செய்யவேண்டுமென்று விரும்பினேன். முதலில் செல்வி – வைரமணி காதலிலிருந்து தொடங்கவேண்டுமென ஒரு அத்தியாயத்தையும் எழுதி முடித்தேன். அந்த அத்தியாயம் நாவலின் முதலில் வரவேண்டுமென நினைத்தேன். நாவலில் வரும் கதாபாத்திரங்கள் நாவலாசிரியன் நினைப்பதைச் செய்யவிடாமல் தடுத்துவிடுவார்கள் என்பதைத் திரும்பவும் இரண்டாவது தடவையாக எழுதும்போது உணர்ந்துகொள்ள முடிந்தது.

அம்சராஜ் தனது பள்ளிக்கூடத்து நண்பர்களிடம் அன்னம்மா பாட்டி சொல்லிய பேய்க் கதைகளைச் சொல்வதாக ஒரு அத்தியாயம் எழுதினேன். அதுவும் இப்போதைய வடிவத்திலிருந்து வெளியேற்ற வேண்டியதாகிவிட்டது. உண்மையில் இந்த நாவலில் வரும் கதாபாத்திரங்கள் யாவரும் இயல்பாகப் பேசவேண்டுமென்றும் அவர்கள் வார்த்தைக்கு வார்த்தை பழமொழிகளை அள்ளித் தெளிக்கக் கூடாது என்றும் நினைத்தேன். எனது கதாபாத்திரங்கள் எனக்கு ஒத்துழைப்புத் தந்தார்கள் என்றுதான் சொல்லவேண்டும். ஏனெனில் இன்றைய கிராமத்தினர் யாவரின் கையிலும் செல்போன் இருக்கிறது. வார்த்தைகளை சுருக்கிப் பேசக் கற்றுக்கொண்டவர்களாக மாறிவிட்டார்கள். ஒரு நிமிடத்திற்குள் விஷயத்தைப் பேசி ஒரு ரூபாயில் தங்களது பிரச்சினையை முடித்துக் கொள்கிறார்கள். டவர் இருக்கிற இடத்தில் பேசவேண்டுமென்று இடந்தேடி அலைகிறார்கள். நெட்வொர்க் பிரச்சினையைப் பற்றித் தெரிந்து வைத்திருக்கிறார்கள். இப்படிப்பட்ட அவர்களுக்கு எப்படி பழமொழியின் மேல் ஈடுபாடு இருக்க முடியும்? மணிக்கணக்கில் பேசவேண்டுமென்ற ஆர்வமும் ஆசையும் இருக்க முடியும்?

இந்த நாவலில் காலத்தை மறைத்து வைக்கவில்லை. நாவலின் காலம் நேரிடையாகப் பதிவுசெய்யப்பட்டுள்ளது. கவுன்சிலரிடம் ரூபாய் வாங்கிக்கொண்டு ஓட்டுப் போடுகிற சம்பவம் வருகிறது. பணம் வாங்கிக்கொண்டு ஓட்டுப் போடுகிற கலாச்சாரம் கிட்டத்தட்ட 2010க்குப் பிறகுதான் முழுமையாக அரங்கேறியது என்று சொல்லவேண்டும். ஆகவே நாவல் இயங்குகிற காலமும் 2010க்குப் பிறகுதான்.

ஆடு மேய்ப்பதைத் தொழிலாகவும் தங்களுடைய அடையாளமாகவும்

கொண்டு இயங்கும் ஒரு குடும்பத்தின் கதை இது. இன்றும் இத்தொழிலை நம்பி வாழும் பல குடும்பங்கள் இருக்கின்றன. தங்களது குடும்பத்தில் ஒரு பிள்ளையாகக் கருதி தாங்கள் வளர்க்கும் ஆடுகளை அவர்கள் பேணிக்காப்பதும் அதற்கு வைத்தியம் செய்வதும் அதோடு தங்களது சந்தோஷங்களையும் துக்கங்களையும் பகிர்ந்து கொள்வது என்று இப்போதும் அவர்கள் வாழ்ந்துகொண்டிருக்கிறார்கள். அவர்களுக்கிடையே இப்போது தொழில்நுட்பம் வந்துவிட்டது. ஆடு மேய்க்கும்போது செல்போன் கொண்டு செல்கிறார்கள். நகரத்து வியாபாரிகளுடன் உடனுக்குடன் பேசுகிறார்கள். அவர்களது உலகமும் செல்போனுக்குள் வந்துவிட்டது.

கிராமத்திற்குள் நுழைந்த நகரத்தனமான பல விஷயங்களுள் ஒன்று ஜெபவீடு. கிராமத்தின் இடைவெளிகளுக்குள் சிதைந்து கிடக்கும் நம்பிக்கையற்ற மனுஷர்களையும் தனிமைப்படுத்தப்பட்டவர்களையும் அவர்கள் தேடிக் கண்டுபிடித்து விடுகின்றனர். கிராமத்தினர் மதம் கடவுள் என்கிற விஷயத்தை விட, அடையாளம் என்கிற வாதைக்கென தங்களை மாற்றிக் கொள்ளத் தயாராகிவிட்டார்கள். குடும்பம் குடும்பமாக தங்களது பூர்வாங்க அடையாளத்தைத் தொலைத்துக்கொண்டும் மறைத்துக்கொண்டும் கிறித்துவர்களாக மாறுகிறார்கள். ஏன் எதற்கு என்று அவர்களால் திட்டமாகச் சொல்ல முடியாது. வாதாடவும் தெரியாது. இதுவரை வாழ்ந்த அடையாளம் போதுமென்கிற சலிப்பும் போதாமையும் அவர்களை உடனடியாக கிறித்துவம் ஈர்த்துக்கொள்ளத் தொடங்குகிறது.

மருக்கை என்றால் தலையீத்து காணாத பெண் ஆடு என்று பொருள். ஒரு மருக்கை தலையீத்தாக குட்டிக் போட்டுவிட்டதென்றால் அதுவும் ஆடு என்று பொருளில்தான் அழைக்கப்படும். கிடாவையும் சிலநேரம் ஆடு என்றுதான் அழைக்கிறார்கள். மருக்கை என்ற சொல்லுக்குத் தமிழ் அகராதியில் பொருள் இல்லை. மருக்கை ஒரு மாவட்டத்தின் ஒரு பகுதியின் ஒரு வாழ்நிலைச் சூழலின் வழக்குச் சொல்லாக இருக்கிறது. மதுரை, மேலூர், நத்தம், வாடிப்பட்டி, அலங்காநல்லூர், நிலக்கோட்டை வரை பிருவு அல்லது பிருவை என்று அழைக்கின்றனர். தேனிமாவட்டத்தில் மருக்கை என்றும் ‘மருக்கே’ என்றும் அழைக்கின்றனர். தஞ்சாவூர் பகுதியிலும் பிருவுக்குட்டி என்று அழைக்கிறார்கள்.

ஜெயலெட்சுமி என்கிற ஜெயமேரி, செல்வி, ஞானம் இம்மூவரும் திருமணம் முடிந்து மூன்று மாதங்களுக்குள்ளாகத் தங்களது

கணவனை இழந்து விதவையானவர்கள். இதில் ஜெயலெட்சுமி மட்டுமே கருவுற்று அக்கருவைக் கலைத்துக்கொள்கிறாள். மற்ற இருவரும் கருவுறாமல் கணவனை இழந்தவர்கள். மருக்கை என்ற சொல் உயர்திணையான பெண் இனத்திற்குப் பயன்படாது. மூன்றாம் திணையான ஆடுகளுக்கு மட்டுந்தான் மருக்கை என்ற சொல் பொருள் தரும்.

எஸ். செந்தில்குமார்

ssenthilkumar.writter@gmail.com

மறுக்கை = வீதி, தடுத்தல்.

மருட்கை = மயக்கம், வியப்பு

முதற்பதிப்பிற்கான முன்னுரை

எஸ். செந்தில்குமார் அவர்களுக்கு,

தங்களின் மருக்கை நாவல் படித்தேன். என்னுடைய வாசிப்பு அனுபவத்தை இங்கு தொகுக்கிறேன். நாவல் ஒரு குடும்பக் கதையாக ஆரம்பித்து கொஞ்சமாக விரிந்து, ஆடு மேய்க்கும் மக்களின் பொதுவான வாழ்வுமாகத் தன்னைத் தீட்டிக்கொள்கிறது. ஆனால் நாவலின் மையம் என்ன? மறுமணம் செய்துகொள்ளாத மூன்று பெண்களின் கதை என்று கூறலாம். அவர்கள் யாரைத் திருமணம் செய்துகொண்டார்கள்? அவர்களின் கணவர்கள் ஏன் இறந்தார்கள்? இவர்கள் ஏன் தங்களுடைய சமூகத்திலே புறக்கணிக்கப்பட்டவர்களாக உணர்ந்தார்கள்? அந்தப் புறக்கணிப்பை அவர்கள் எப்படி எதிர்கொண்டார்கள்? ஏன் மறுமணம் செய்துகொள்ளவில்லை? அந்தளவுக்கா கணவனை நேசித்தார்கள்? இவர்கள் ஏன் தன்னுடைய ரத்த உறவுகளால் ஒதுக்கப்பட்டார்கள் என்னும் கேள்விகளுக்குப் பதில் கூறுகிறது. அந்தப் பதிலே இதன் விவாதத்தன்மை. இந்த பதிலைத் தனது கிராமிய யதார்த்தத்தின் மூலம் கட்டமைக்கிறது. இந்த நாவலின் யதார்த்தம் என்பது கிராமத்தின் உறைந்த *(freeze)* தன்மை, பெரிதாக மாற்றங்கள் அற்றுக்கிடப்பது. பெண்களை தெய்வமாகக் கும்பிடும் சமூகம் எப்படி மிக இயல்பாக வாழும் பெண்களை புறக்கணிக்கிறது என்பதனைச் சித்தரிக்கிறது.

அன்னம்மாவும் அழகுமுத்துவும் கல்யாணம் முடித்து

கோணார்பட்டியில் இருந்து எளசை வந்து தங்கி பட்டி பெருக்கி ஆறு பிள்ளைகளைப் பெற்று, குடும்பம் வளர்ந்து விருத்தியாக்கி, அன்னம்மா இறந்து, அவளது பேத்தி செல்வியின் வாழ்வு வரை கதை வளர்ந்து வந்தாலும், கதை ஓட்டத்தில் இந்தக் காலப்பெருக்கை உணரமுடியவில்லை. வரலாற்றுப் பிரக்ஞை அற்று இருக்கிறது. மொத்தக் கதையுமே ஒருவகையான உறைந்த (*freeze*) தன்மை கொண்டுள்ளது. இத்தனைக்கும் நாவலின் காலம் 2010க்குப் பிறகு என வெளிப்படையாகவே வருகிறது. கதையில் அனைத்து கதைமாந்தர்களும் பரிணாமங்களின்றி, வளர்ந்து, தேய்ந்து மறையும் தன்மை இன்றி அனைவரும் உறைந்த தன்மையில் இருக்கிறார்கள். நாவல் ஆரம்பத்தில் இருந்து முடியும் வரையிலும் ஒரே தன்மையில் இருக்கிறார்கள். அகமாற்றம் இன்றி அமைந்துள்ளது.

இந்த நாவலின் பிரதான பார்வை அல்லது வடிவமே வாழ்வின் இந்த உறைந்த தன்மையைத்தான் பேச முனைகிறதோ எனத் தோன்றுகிறது. இந்தக் குழுக்களின் வாழ்க்கை, அதன் உட்பகுதியான இந்தக் குடும்பத்தின் வாழ்க்கை இந்தக் காலத்திலும் எந்தப் பெரிய மாறுதல்களின்றி அப்படியே உறைந்துள்ளது எனக் காட்ட முனைந்துள்ளதோ? (கிராம மக்கள் ஊர் கெடுதல் என நினைத்து, பாஸ்டரின் தந்தையின் பிணத்தைத் தோண்டி எடுத்து சுடுகாட்டில் புதைப்பது) ஜெயலெட்சுமி செல்வி மற்றும் ஞானத்தின் வாழ்க்கை ஒரே மாதிரி அழுகையில் ஒரே மாதிரியான தன்னை ஒடுக்கி உருக்கிக்கொள்ளுதல் என உறைந்த தன்மையில் நிலவுகிறது.

இவர்களின் வாழ்வு பொதுவாக கதைகளாகவே சொல்லப்பட்டிருக்கிறது. காட்சிகளாக விவரிக்கப்படவில்லை. மொத்த நாவலைப் படித்தாலும் அந்த வாழ்வின் சிறு கீற்றே நமக்குக் கிடைக்கிறது. அவர்களுடைய சமூக, குடும்ப வாழ்வின் முக்கியமாக நிகழ்வுகள் அனைத்தும் நுட்பமாகச் சொல்லிய பின்பும் நமக்கு கிட்டியிருப்பது சிறு துணுக்கைப்போலத் தோன்றுகிறது. ஏனோ நுட்பத்தின் எல்லைகளா அவை. விரிவாகச் சொல்ல முனைந்திருக்க வேண்டும். வாசகனாக நான் சென்று அடையும் இடங்கள் மிகமிகக் குறைந்த அளவே இடம் பெற்றுள்ளது.

ஆடுகள் மேய்ப்பது, கொடப்பு போடுவது, கீதாரி, ஆடு களவு, ஆட்டு களவுக்கு காவல், கிடா சண்டை, ஆடி பதினெட்டாம் திருவிழாவின் போது ஆடுகளுக்கு லெட்சணம் இடுவது, பெரியதனம் சாமி வந்து ஆடுவது என அவர்களின் வாழ்க்கை நுட்பமாக

பதிவாகியுள்ளது. ஆனால் இது அனைத்தும் புனைவுக்கான வெளிகளாக (*world building*) மட்டுமே அமைந்திருப்பதாகப்படுகிறது. ஏனோ அது கதை மாந்தர்களின் மேல் நெய்யப்படவில்லை. இந்தத் தகவல்கள் அனைத்தும் எனக்கு தெரியாது, ஆதலால் முதன்முறையாகப் படிக்கும்போது எனக்கு சுவாரஸ்யமாக இருந்தது. ஆனால் இரண்டாவது முறை படிக்கும்போது இது அனைத்தும் எனக்குத் தெரிந்த தகவல்களாக இருக்கும். தகவலுக்கு மேல் என்ன? அவ்வளவுதானா என்றும் தோன்றும். உதாரணமாக காளிமுத்து ஆடுகளுக்கு லெட்சணக்குறி இட்டபின்பு தெம்மண்ணாவின் வீட்டில் சென்று குடிப்பது, பிள்ளை இல்லாத அவனுடைய ஆற்றாமையை வெளிப்படுத்துகிறது. இப்படி எல்லாத் தகவல்களும் கதாபாத்திரங்களின் மீது அமைந்திருக்கலாம்.

இவர்களின் வாழுவும் சாவும் ஆடுகளுடனே பிணைந்திருக்கிறது. ஆடு வளர்த்து வாழ்கிறார்கள். அதே சமயம் கிடா முட்டுச் சண்டையில் சாகிறார்கள். ஒரு இனம் எதனால் வாழ்கிறதோ அதனாலே சாகவும் செய்யும் போல. ஏனோ ஆண்கள் மிகுந்த கோபக்காரர்களாகவும் பெண்களின் பேச்சை சிறிதும் மதியாமலும் இருக்கிறார்கள். இந்தக் குணாதிசயம் ஏன் வந்தது? ஆடுகளை கொடாப்புப் போட ஊர் ஊராக அழைத்துச் செல்வதாலும், வேற ஊர், களவு பயம், இரவுக் காவல், கட்டற்ற வாழ்க்கை என இருப்பதனால் வரும் மனித குணமா எனத் தெரியவில்லை. நாவல் இன்னும் கொஞ்சம் ஆழமாக சென்றிருக்க வேண்டிய பாதை இது. இந்த ஆழமின்மையால் அவதானிப்பதற்கும் கற்பனையால் விரித்துக்கொள்வதற்கும் தடையாக உள்ளது.

அன்னம்மா எளசைக்காரியாக, கிராமத்தின் மரபாக வாழ்கிறாள். சுணங்காத உடல், தயங்காத உழைப்பு. அவள் இறந்தபிறகு, குடும்பத்தில் சண்டை மூள்கிறது. அதுவும் அவளுடைய சுருக்குப்பையில் தொடங்குவது அற்புதம். அவள் காப்பித் தண்ணியின் (நவீனத்தின் ஒரு கூறு) ருசிக்குப் பழகியிருப்பது, ஜெயலெட்சுமியின் வீட்டு வாசலில் சென்று அமைதியாக அழுதுவிட்டு வருவது என அழுத்தமாகப் பதிவாகிறாள். அவள் பெண்களிடம் பாசமாகவும் வீரியமாகவும் இருந்தாலும் அவள் சொல் ஆண்களிடம் எடுபடவில்லை. நாவலில் எந்த ஆணும் பெண்ணின் பேச்சைக் கேட்பதில்லை. அன்னம்மா உயிருடன் இருந்திருந்தால், ஜெயலெட்சுமி மதம் மாறியதற்கு என்ன சொல்லியிருப்பாள்?

பரமசிவம் உழைப்பாளி, தனது ஆடுகள் சாகும்போது ஊர் சாட்டும் உள்ளம் கொண்டவர். ஆனால் துரையிடம் சென்று ஒருமுற கூட மன்றாடவில்லை. ஏன்? பரமசிவமும் ஒரு ஆண் தானே. அதனால் தான் ஜெயலெட்சுமியின் சொத்து அழகுமுத்துவுக்கு வரப்போவதை அறிந்தவுடன் மகிழ்ச்சியடைந்தார். அந்தத் தருணம் முக்கியமான தருணம்.

ஒட்டுமொத்தமாக இந்நாவலின் மையமாக அன்னம்மாவும் ஜெயலெட்சுமியும் இருக்கிறார்கள். எண்ணிப்பார்க்கையில் ஜெயலெட்சுமி தன்னை சிறுதெய்வமாக ஆக்கப்படாமல் கப்பாற்றிக்கொள்கிறாள். ஜெயலெட்சுமி தனது வாழ்க்கை முழுவதும் ஒருவகையில் அன்னம்மாவிற்கு எதிராக வாழ்கிறாள். அன்னம்மா என்பது மரபின், கிராமத்தின் குறியீடாக அமைகிறது. அவள் தனது வாழ்வில் எத்தனை கிடா சண்டை பார்த்திருப்பாள், அதனால் எத்தனை குடும்பம் அழிவதைப் பார்த்திருப்பாள், ஆனாலும் தனது பேரன் அழகுமுத்துவைத் தடுக்க முடியவில்லை. தடுக்க முடியாவிட்டாலும் அவள் அந்த பக்கமே இருக்கக்கூடியவள். ஜெயலெட்சுமி இதைத்தான் வெறுக்கிறாள். தன்னைப் புறக்கணித்த சொந்தத்தை, ஊரை அவள் முழுதாக வெறுக்கிறாள். ஆனால் அந்த வெறுப்பில் தானும் வெந்து சாகிறாள். கடும் உழைப்பளியாக, கன்னியாக, ஒழுக்கமாக, ஊருக்கு ஒத்து வாழ்ந்து, ஊருக்காக இறந்திருந்தால் அவள் அவ்வூரின் சிறுதெய்வமாகப் பரிணமித்திருப்பாள். ஸ்ரீஜெயலஷ்மி அம்மனாக. கன்னிமார் சாமிகளாக. செல்லாயீ அம்மனாக. மங்கம்மாவாக. எர்ரட்டி முத்தம்மாவாக. ஆனால் அவள் அதைத்தான் வெறுத்தாள். ஊரை எதிர்த்து கிருத்துவமதத்தில் சேர்ந்தாள். செல்வி வாழ வேண்டும் என்பதற்காக சாகிறாள். செல்வியின் வாழ்விற்கு தான் கடமைப்பட்டிருப்பதாக நம்புகிறாள் (அவள் அந்தக் குடும்பத்தை நினைத்து சாபக்கண்ணீர் விட்டதனாலா?) கிருத்துவ மதச் சடங்கின்படி தன்னை அடக்கம் செய்யச் சொல்கிறாள். நிரந்தரமாக ஊரின் வழிபாட்டு புனிதத்தன்மையில் இருந்து தன்னை விடுவித்துக்கொள்கிறாள்.

ஜெயலெட்சுமியின் வாழ்க்கை அப்படியே அதே வடிவில் செல்விக்கு அமைகிறது. காலம் மாறவேயில்லை, அப்படியே தான் இருக்கிறது என பறைசாற்றுகிறது. பரமசிவம் தொலைபேசியை உபயோகப்படுத்துகிறார், ஜெபவீட்டிற்கு வருவது, பெரியதனத்தைக்

கிண்டல் செய்வது, முதியோர் பென்ஷன் வாங்குவது என புறவுலக நவீன அசைவுகள் தெரிந்தாலும், கிராமத்தின் அகம் அப்படியே உறைந்திருப்பதாக கூறுகிறது (ஜெயலெட்சுமியை வீட்டில் சேர்க்காதது, பாஸ்டரைத் துரத்துவது). கிராமம் எந்த மாறுதலும் இன்றி நிகழ்ந்து கொண்டிருப்பதாகப்படுகிறது. செல்வி துரைக்காக பல மாதங்கள் காத்திருந்து, துரை இறந்த செய்தி அந்தக் காத்திருப்புக்கு மேலும் எடைகூட்டி விடுகிறது. அந்த நிர்கதியற்ற காத்திருப்பே, அவள் வாழ்வை கசந்து போகச் செய்துவிட்டது. அந்த நிர்கதியற்ற காத்திருப்பே அவள் வைரமணியை வெறுக்க, வாழ்க்கையை முடித்துக்கொள்ள சதா தூண்டுகிறது. சிறுதெய்வங்களின் பிரதான குணமான முடிவற்ற காத்திருப்பின் துயரத்தை பேசுகிறது. ஞானமும் கிறிஸ்துவ தொண்டிலும் முழு மனநிம்மதி அடையாமல் எதற்காகவோ காத்திருப்பவளாக வந்துபோகிறாள்.

பாஸ்டர் ஜெயராஜின் வருகை ஊரை எந்த அசைவும் செய்யாதபோதிலும் ஜெயலெட்சுமி மதம் மாறுகிறாள். பாஸ்டர் கிராமத்தின் அறியாமையைத் தனிமையைப் பயன்படுத்திக்கொள்ள முனைய, எதிர்முனையில் இருந்து ஜெயலெட்சுமி தனது பிறப்பின் கசப்பை உமிழ கிறிஸ்துவத்திற்கு மதம் மாறுகிறாள். அவளையறியாமல் கிறிஸ்துவத்தைப் பயன்படுத்திக்கொள்கிறாள். ஜெயராஜ், ஞானமும் கூட புறக்கணிக்கப்பட்டவர்களே. ஊழியம் செய்ய வந்தாலும் நிம்மதியற்ற வாழ்க்கையை வாழ்கிறார்கள்.

நாவலின் பிரதான குறை சுவாரஸ்யமற்ற கதைகள். அன்னம்மாவின் கணவனான அழகுமுத்து கொடாப்பில் இருப்பது, அங்கு களவு போவது, அதற்கு சுடலைப்பாண்டியைக் காவலுக்குப் பேசுவது பிறகு களவு போனவுடன் போலீஸ் கேஸ் கொடுத்து கண்டுபிடிப்பது என சுவாரஸ்யமற்ற கதையாக வருகிறது. இதில் என்ன இருக்கிறது. அவர்களாகவே கண்டுபிடித்துக்கொள்ளும் கதையாவது இருந்திருக்கலாம். கோஸ்முக்கு பண்டாரம் கதையும் முழுமையற்று சப்பென முடிந்துவிட்டது. கண்ணிமார் சாமியின் கதையும் சரி, தாயம்மா, சின்னம்மாவின் கதையும் சரி ரொம்ப சாதாரணமாக, ஸ்பெஷல் தன்மையற்று இருந்தது. உதாரணமாக புதைத்த ஆட்டின் சடலத்திற்காக ஊர் சனம் வாடகை கொடுப்பது; அதை அறிந்த பாஸ்ட்ர் மக்களின் அறியாமையைப் பயன்படுத்திகொள்வது என விரியும் கதை சுவாரஸ்யமாக இருந்தது.

அவர்கள் ஏன் மறுமணம் செய்துகொள்ளவில்லை. இந்தக்

கேள்விக்குப் பதில் அளிக்கும் விதமாக அந்தக் கிராமத்தின் சித்தரிப்பு அமைந்துள்ளது. இப்படி சொத்து சண்டை போட்டுக்கொண்டு, சொந்த மகளின் வாழ்க்கைக்கு வழி செய்யாமல், தங்கையை வெளியே துரத்துவது என வாழும் இந்த மனிதர்களின் இடையில் எப்படி மறுமணம் செய்துகொள்வது.

நாவல் கிராமத்தின் உறைந்த தன்மையை முன்வைத்து, அதனை எதிர்த்து கிராமியத்தனமாக (முடிவிலா காத்திருப்பு, தன்னை ஒடுக்கிக்கொள்வது) மட்டுமின்றி, கிராமியப் புனிதத்தன்மையையும் புறக்கணிக்கும் பெண்ணை சித்தரிக்கிறது. சிறுதெய்வங்கள் நமது மரபின் பொக்கிஷமாக இருந்தாலும் அதன் கசப்பைச் சொல்கிறது. அதுவே இந்த நாவலின் சிறப்பு. இந்தக் காலத்திலும் இப்படியேதான் இருக்கிறார்கள் என நம்பகத்தன்மையாகச் சொல்லப்பட்டிருக்கிறது. அதற்கான நிலவியல் சூழல் துல்லியமாகக் கட்டமைக்கப்பட்டிருக்கிறது. ஆனால், அந்தத் துல்லிய கட்டமைப்பிற்கு மேல் செல்லாதது குறை. சுவாரஸ்யங்கள் அற்ற கிளைக்கதைகள். வளர்ந்து வராத முத்துமீனா, அம்சராஜ், பாண்டி, வைரமணி போன்ற கதாபாத்திரங்கள் குறை. மேலும் என்னுடைய சந்தேகம் இவைகள். நாவல் சமகாலத்தன்மை இல்லாததைப் போன்ற ஒரு தோற்றம் அளிக்கிறது. நான் என் அளவில் சமகாலத்தன்மை என நினைப்பது *unsentimentality, objectivity*, சுய பகடி, காலப்பெருக்கு. பாஸ்டரின் தந்தை, ஜெயலெட்சுமி இருவரும் இறப்பது. செல்வி, ஞானம் நிம்மதி அற்றுக் கிடப்பது. பாஸ்டர் அந்தமான் செல்வது. ஜெயலெட்சுமி தன்னை சாவு நோக்கி உந்திக்கொள்வது என ஒரே கட்டித்தனமான துயரமான சமகாலத்தன்மை அற்றுக் காணப்படுகிறது. ஜெயலெட்சுமி, செல்விக்காக சாவதைத் தவிர எதையும் செய்ய முடியாது என நம்பகத்தன்மையாகப் புனைந்திருந்தாலும், சாவதைத் தவிர வேறேதுவும் என்ற கேள்வியும் எழுகிறது. பதின்மூன்றாவது மையவாடி (சோ. தர்மன்) மற்றும் தீம்புனல் (ஜீ. கார்ல் மார்க்ஸ்) நாவலில் சமகாலத்தன்மை இருந்ததாகப்பட்டது. என்வரையிலும் சமகாலத்தன்மை எனச் சரியாக வரையருக்க முடியாத குழப்பமான நிலையில்தான் உள்ளேன். ஆகவே, இதைச் சந்தேகமாகக் கேட்கிறேன். நன்றி!

வெ. ஆனந்த்ராஜ்

anandrraaj@gmail.com

நன்றி

நண்பர் தமிழ்பாண்டியன் மூலமாக அறிமுகமான சுந்தரராஜபுரம் மணிகண்டன் சொல்லிய தரவுகள் இந்நாவலுக்கு ஆதாரமாக அமைந்தது. சிறிய கதையாக சுருக்கம் கொண்டு எனக்குள் கிடந்ததை விஸ்தாரப்படுத்த உதவியது மணிகண்டனும் சுந்தரராஜபுரம் நண்பர்களும்தான். அவர்களுக்கு எனது நன்றி.

சா.தேவதாஸ் இந்நாவலின் திருத்தம் செய்யாத பிரதியை வாசித்து தனது அபிப்ராயத்தைப் பகிர்ந்துகொண்டார். போடிநாயக்கனூர் தமிழ்பாண்டியன் சிறந்த எடிட்டருக்குரிய பார்வையோடு இந்நாவலின் இரண்டு வெவ்வேறு படிகளை வாசித்து தனது கருத்துகளைப் பகிர்ந்துகொண்டார். இவர்கள் இருவருக்கும் எனது நன்றியும் அன்பும்.

இந்த நாவல் எழுதத்தொடங்கிய நாளிலிருந்து தனது அலுவலகத்தையும் வீட்டையும் விட்டுவிட்டு என்னுடன் அலைந்த கே.எஸ். சுரேஷ்குமாருக்கும், நாவலின் முதல் வடிவத்தை வாசித்து தனது கருத்தைப் பகிர்ந்து கொண்ட J.P. நோபிள் செல்லத்துரைக்கும் எனது நன்றி.

இந்த நாவல் எழுதிய சமயத்தில் வாசிப்பதற்கு எனக்குத் தேவைப்பட்ட புத்தகங்களைக் கொடுத்து உதவிய மதுரை நண்பர்கள் வெங்கடேசனுக்கும் சுரேந்திரனுக்கும் எனது நன்றி. நாவல் சிறப்பாக வரவேண்டுமென்று தங்களது உரையாடல் மூலம் பல்வேறு கருத்துக்களைப் பகிர்ந்துகொண்ட திருச்சி துளசிதாஸ் ஸாருக்கும் நண்பர்கள் கே.என். செந்திலுக்கும் என்.ஸ்ரீராமுக்கும் எனது நன்றி.

இந்த நாவலை எனது விருப்பத்துக்குரிய எழுத்தாளர் பாவண்ணன் அவர்களுக்கு அன்புடன் சமர்ப்பணம் செய்கிறேன். அதில் எனக்குப் பெருமையும்கூட. நான் எழுத வந்த நாளிலிருந்து எனது எழுத்துக்களை வாசித்து பொறுமையுடனும் பொறுப்புடனும் தனது அபிப்ராயங்களை எந்தவிதப் பிரதிபலனுமின்றி பகிர்ந்துகொண்டது அவர் ஒருவர் மட்டுமே என்று சொல்லவேண்டும். அவருக்கு என்னுடைய நன்றியும் வணக்கமும்.

– எஸ்.செந்தில்குமார்

அன்புடன் பாவண்ணன் அவர்களுக்கு...

(1)

தர்மத்துப்பட்டி விலக்கில் முத்துமீனா நின்றிருந்தாள். தேவாரம் பேருந்து இன்னமும் வரவில்லை. சிறிது நேரத்திற்கு முன்பு தேவாரத்திலிருந்து போடிக்குப் போகிற பேருந்து கிளப்பி விட்ட புழுதி அடங்கியிருக்கவில்லை. முத்துமீனா சேலை முந்தியை எடுத்து தனது மகன் அம்சராஜின் முகத்தைப் பொத்தி விட்டாள். அம்சு பிடிவாதமாக முகத்தைத் திருப்பிக் கொண்டான். முத்துமீனாவுக்கு காலை சாப்பாட்டிற்குப் பிறகுதான் தாக்கல் வந்தது. தெம்மண்ணா குடித்துவிட்டு வந்திருந்தான். பழைய சோறு வேண்டுமென்று வாசலில் அமர்ந்தான். முத்துமீனா இரவு எடுத்து வைத்திருந்த சோற்றைப் போட்டுக் குழம்பை ஊற்றினாள். தெம்மண்ணா வயிற்றுக்கு சாப்பிட்டுவிட்டு மற்றவர்களுக்குத் தாக்கல் சொல்லக் கிளம்பினான்.

“அஜ்ஜிக்கு எந்நேரமுன்னு சொல்ல முடியாது தாயீ. திடுதிப்புன்னு கீழ விழுந்து படுத்துக்கிடுச்சு. எந்திரிக்க முடியல. மூச்சுவாங்குது தாயீ. பிறந்த வீட்டுப்பிள்ளைகள் வெரசா வந்து சேருங்க.”

பைக்கட்டில் ஒருவாரத்திற்கு வேண்டிய துணிகளை எடுத்து வைத்துக்கொண்டாள். வீட்டில் காசு பணம் எதுவுமில்லை. பக்கத்து வீட்டுக்காரம்மாவிடம் பஸ் செலவுக்கு வாங்கிக் கொண்டு புறப்பட்டாள். முத்துமீனாவுக்கு வருத்தமாக இருந்தது. தனது கணவன் முருகேசனுக்குச் செலவுக்கு மேல் செலவாக வருகிறது. வேலை இல்லாத நேரத்தில் என்ன செய்யப்போகிறார் என்று யோசித்தாள். அடுத்த வாரம் பெரியகுளத்தில் முருகேசனின் தங்கை மகளுக்குச் சடங்கு. தாய்மாமன் செய்முறை. பெரிய அண்டாவும்

தாம்பாளத்தட்டும் எடுத்துக் கொண்டு போகவேண்டும். தட்டு நிறைய பழங்களும் அண்டா நிறைய அரிசியும் தேங்காயும் வாங்கவேண்டுமென்று முருகேசனின் அம்மா 'வரிசை' வைத்துச் சொல்லிக் கொண்டிருந்தாள்.

அம்சராஜ் ஊருக்குப் புறப்படுகிறோம் என்று தெரிந்ததும் சேமியா ஐஸ் வேண்டுமென்று தொணதொணக்க ஆரம்பித்துவிட்டான். விலக்கு பஸ்ஸ்டாப்பில் இரண்டு மூன்று ஐஸ் வண்டியாவது நின்றிருக்கும். ஐஸ்வண்டிக்காரன் யாரையும் காணவில்லை. பள்ளிக்கூடத்துப் பிள்ளைகள் சிலர் பஸ் ஸ்டாப் பெஞ்சில் உட்கார்ந்து பாடங்களை மனப்பாடம் செய்து கொண்டிருந்தார்கள். தேவாரத்திற்குப் போகிற பேருந்து ஒன்றைக்கூட கண்ணில் பார்க்க முடியவில்லை. முத்துமீனா வீட்டிலிருந்து வரும்போது நேரத்தைப் பார்த்துவிட்டு வந்திருந்தாள். எளசை ஊருக்குள் போய்த் திரும்புகிற எட்டுமணி தேவாரம் பஸ் இந்நேரம் ஊருக்குள் போய்த் திரும்பி இருக்கும். எட்டு மணி பஸ்ஸை விட்டால் அதற்குப் பிறகு பத்துமணிக்குத்தான். அதுவரை காத்திருக்க முடியாது. சீக்கிரமாக ஊருக்குப் போகவேண்டும். இந்நேரத்திற்குத் தனியார் பஸ்காரனும் கவர்மென்ட் பஸ்காரனும் வரிசையாக வந்து நிற்பார்கள். ஒன்றன்பின் ஒன்றாக வந்து நின்று ஹாரன் அடித்து ஜனங்களை ஏற்றிக் கொண்டு போவார்கள். இந்நேரத்திற்கு எந்த பஸ்சும் வரவில்லை. முத்துமீனாவினால் பொறுமையாக இருக்க முடியவில்லை.

சற்றுத் தொலைவில் ஐஸ்வண்டிக்காரன் சைக்கிளில் வந்து கொண்டிருந்தான். வண்டிக்குப் பின்பாக இரண்டு மாடுகளை ஓட்டிக் கொண்டு வயதானவர் வந்து கொண்டிருந்தார். ஐஸ்வண்டிக்காரனைப் பார்த்ததும் அம்சுவுக்குக் கொண்டாட்டம். முத்துமீனா அவனுக்கு ஐஸ் வாங்கிக் கொடுத்தாள். ஐஸ்வண்டிக்காரன் அவர்களைக் கடந்து சென்றதும் தேவாரத்திற்குப் போகும் பஸ் ஒன்று மெதுவாக வந்தது. பஸ்ஸைப் பார்த்த பிறகுதான் அவளுக்கு நிம்மதியானது. பஸ் புழுதியை எழுப்பிக் கொண்டு அவர்களுக்கு முன்பாக வந்து நின்றது. பள்ளிக்கூடத்துப் பிள்ளைகள் ஓடிவந்து ஏறிக்கொண்டார்கள். பேருந்து முழுக்க பள்ளிக்கூடத்துப் பிள்ளைகள். முத்துமீனாவும் அம்சராஜும் பேருந்தில் ஏறிக்கொண்டார்கள்.

தர்மத்துப்பட்டியைத் தாண்டி ரோட்டின் இருபக்கமும் வரிசையாக வேப்பமரமும் தென்னை மரமும் நின்றிருந்தன. மாணவியொருத்தி ஜன்னல் வழியாக யாருக்கோ கையசைத்தாள். தர்மத்துப்பட்டியிலிருந்து

சில்லமரத்துப்பட்டிக்குப் பள்ளிக்கூடத்திற்குப் போகிறவர்கள் நடந்தும் சைக்கிளிலும் சென்று கொண்டிருந்தனர். முத்துமீனாவுக்கு அவர்களைப் பார்க்கப் பார்க்க ஆசையாக இருந்தது. எளசையில் பள்ளிக்கூடம் இல்லை. எளசையிலிருந்து சிந்தலைச்சேரிக்குப் போகவேண்டும். இல்லையென்றால் தேவாரத்திற்குப் போகவேண்டும். தேவாரம் தொலைவு. அதற்கு சிந்தலைச்சேரி பரவாயில்லை. முத்துமீனா பள்ளிக்கூடம் போகும்போது அன்னம்மா கிழவிதான் விலக்கு முடிய கூடவே நடந்து வருவாள். பஸ் வரும்வரை பிள்ளைகளுடன் பிள்ளைகளாகக் காத்திருப்பாள். விலக்குரோட்டு பஸ்ஸ்டாப்பில் இருக்கிற பெட்டிக் கடையில் பிள்ளைகள் வரிசையாக உட்கார்ந்திருப்பார்கள். கிழவி இரண்டு தடவை வெற்றிலை போட்டுத் துப்புவாள்.

“அஜ்ஜி நீயும் பேத்தியோட பள்ளிக்கூடத்திற்குப் பாடம் படிக்க போறீயா” என்று மாடு மேய்க்கப் போகிறவர்கள் கேட்பார்கள். அவள் சிரித்துக் கொள்வாள். ஒரு கட்டு வெற்றிலையும் இரண்டு ரூபாயிக்கு சுருள்பாக்கும் வாங்கி மடியில் கட்டிக்கொண்டு வீடு திரும்புவாள். பள்ளிக்கூடம் விடுகிற நேரம் அவளுக்கு கரெக்ட்டாகத் தெரியும். பஸ் வந்து நிற்பதற்கு முன்பாக அவள் பெட்டிக் கடையில் வந்து நின்றுவிடுவாள். பள்ளிக்கூடத்திலிருந்து வரும் பிள்ளை பசியுடன் இருக்குமென்று எளசையில் வாங்கிய வடையை மடியில் கட்டி வைத்திருப்பாள். முத்துமீனா வடையைத் தின்று கொண்டு பாட்டியுடன் நடந்து சென்றதை நினைத்துக் கொண்டாள். அவளுக்கு அழுகையாக வந்தது.

அன்னம்மா கிழவி இரண்டு வாரத்திற்கு முன்பு தேவாரம் சந்தைக்கு ஒத்தை ஆளாகப் போய் கடலை வாங்கிக் கொண்டு வந்தாள். தோட்டத்தில் கிடந்த பலாப்பழத்தை உரித்து பேத்திகளுக்கும் பிள்ளைகளுக்குமாக பங்கு போட்டுக் கொடுத்தாள். முத்துமீனாவின் வீட்டிற்கு வந்து கடலையையும் பலாச்சுளையையும் கொடுத்து விட்டுப் போனாள். பாட்டி வீட்டிற்கு வந்து சென்றால் வீடு முழுக்க தின்பண்டம் நிறைந்திருக்கும். இரண்டு மூன்று நாளாவது தின்பண்டங்களை வைத்திருந்து சாப்பிடலாம். ‘சந்தையில வாங்கிட்டு வந்தேன்’ என்று தலையிலும் இடுப்பிலும் சுமந்து கொண்டு வருவாள்.

முத்துமீனா கிழவியின் மேல் பிரியமாக இருந்தாள். அவளறியாது கண்களில் நீர் வடிந்தது. பேருந்து ஜன்னல்களின் வழியாக ஊர் ஜனங்களைப் பார்த்தாள். பேருந்திலிருந்த பிள்ளைகளை வேடிக்கை

பார்த்தாள். கிழவியின் நினைப்பை அவளால் மாற்றிக் கொள்ள முடியவில்லை. அன்னம்மா கிழவியின் ஞாபகம் அவளது மனதில் வைக்கப்படப்பில் கசியும் நெருப்பைப்போல புகைந்து கொண்டிருந்தது. வைக்கப்படப்பில் பற்றி எரியும் நெருப்பு எங்கெங்கோ புகையாகக் கசிவதுபோல கிழவியின் நினைவு அவளது மனதில் கசிந்து கொண்டிருந்தது. “அஜ்ஜி செத்துப்போச்சாம்மா. இனிமேல் அஜ்ஜி நம்ம வீட்டுக்கு வராதாம்மா” என்று அம்சராஜ் கேட்டான். முத்துமீனா ஹோவென அழுதுவிட்டாள். அவனுக்கு என்ன பதில் சொல்வது?

சில்மரத்துப்பட்டியில் இரண்டு பேர் ஏறிக்கொண்டார்கள். பள்ளிக்கூடத்துப் பிள்ளைகள் இறங்கியதும் பேருந்து கிளம்பியது. பேருந்தில் சத்தம் இல்லை. பிரயாணம் செய்கிறவர்கள் இழவு வீட்டிற்குப் போவதைப்போல உட்கார்ந்திருந்தார்கள். முத்துமீனா அவர்கள் ‘உம்மென்று’ உட்கார்ந்திருப்பதைப் பார்த்தபோது கிழவி உண்மையில் இறந்துதான் போனாள் என்று நினைக்கத் தோன்றியது. பேருந்தில் தனக்குத் தெரிந்தவர்கள் யாராவது வருகிறார்களா என திரும்பிப் பார்த்துக் கொண்டாள்.

அன்னம்மா கிழவியும் முத்துவும் ஒரு தடவை பேருந்தில் கம்பத்திற்கு போய் வந்திருக்கிறார்கள். கம்பத்தில் உறவுக்கார வீட்டில் இழவு விழுந்து விட்டது. முதல் நாள் போக முடியவில்லை. அன்னம்மா கிழவி துணைக்குப் பேத்தியை அழைத்துக் கொண்டு கிளம்பிவிட்டாள். முத்துமீனா அன்றுதான் கிழவியின் சுருக்குப்பையைப் பார்த்தாள். பைநிறைய பணமும் காசும் வெற்றிலையும் பாக்குமாக இருந்தது. காக்கி டவுசர் தைக்கும் துணியில் தையற்காரன் தைத்துக் கொடுத்தது. ஒவ்வொரு உறைக்குள்ளும் கையை விட்டு அவள் காசை எடுத்து மாறிமாறி வைத்துக் கொண்டாள். சுருக்குப்பை தாத்தாவினுடையது. அந்தச் சுருக்குப்பை ராசியானது. அழகுமுத்து தாத்தா சாகும்போது கொடுத்ததாக அவள் சொல்வாள். தாத்தா வைத்திருந்த சுருக்குப்பையில் எடுக்க எடுக்கப் பணம் குறையாது என்று பாட்டி சொல்வாள். அவளிடமும் நிறைய காசு இருந்தது.

அம்சுவுக்கு மொட்டையெடுத்து காது குத்தும்போது கிழவி தனது சுருக்குப்பையிலிருந்து பணத்தை எடுத்துக் கொடுத்தாள். சுருக்குப்பையை அம்சுவின் கையில் வைத்து “கைநிறைய சம்பாதிக்கணும் சாமி” என்று கையெடுத்துக் கும்பிட்டாள். முத்துமீனா அந்தப் பையைத் தனது இடுப்பில் சொருகிக் கொள்ளக்

கேட்டதற்கு கிழவி தரவில்லை "நான் செத்துப் போன பின்னாடி நீயே இதை வெச்சிக்கோ" என்று சொன்னாள்.

"எங்கம்மாக்கிட்டே இருந்து அவ்வளவு சீக்கிரத்தில யாரும் சுருக்குப்பைய வாங்கமுடியாது. என் பேரன் வாங்கிட்டான்" என்று பரமசிவம் தனது மருமகன் முருகேசனிடம் பெருமை பேசிக்கொண்டார். அம்சுவின் காதுகுத்திற்கு வந்திருந்த முத்துமீனாவின் அத்தைமார்கள் நால்வரும் இதுதான் சந்தர்ப்பம் என்று பிடித்துக் கொண்டார்கள். அன்னம்மாவின் மூத்த மகள் சுப்பக்கா கோபக்காரி. அவளுக்கு மூக்கு மேல் கோபம் பொத்துக்கொண்டு வந்துவிடும்.

சுப்பக்கா, "பொம்பளைப் பிள்ளைகளுக்குத்தான் சுருக்குப்பையைத் தரணும். எங்களுக்கு ஒருத்திக்கு நீ உன்னோட சுருக்குப்பையைக் கொடுத்துரு. இல்லைன்னா நாங்க சண்டைக்கு வந்துருவோம்" என்று சொன்னாள். மூத்தவள் கேலிக்குப் பேசுகிறாள் என்று பரமசிவமும் விட்டுவிட்டார். ஆனால் கிழவியின் சுருக்குப் பையினால் காதுகுத்து விசேஷத்தில் சண்டை வந்துவிட்டது. பிறந்த வீட்டுப்பிள்ளைகளான சுப்பக்காவும் செளடம்மாவும் காமாட்சியும் சுருக்குப்பையை விட்டுக் கொடுக்கவில்லை. சுருக்குப்பையை வைத்து சொத்து சண்டையைத் தொடங்கிவிட்டார்கள்.

பரமசிவத்தின் தம்பி காளிமுத்துவின் மனைவி செல்லம், "அதெப்படி, ஆம்பிளைகளுக்குத்தான் கொடுக்கணும். சேலை வேணுமின்னா, நீங்க வாங்கிட்டுப்போங்க" என்று ஆரம்பித்தாள். சுப்பக்காவும் காமாட்சியும் அவளுடன் சண்டை போட ஆரம்பித்துவிட்டார்கள்.

"சேலை வெச்சுக்கிட்டு நாங்க என்ன செய்ய?"

"ஒங்க ஆத்தா சேலை ஒங்களுக்கு வேணாமின்னா தூக்கி குப்பையிலே போடுங்கடீ . எங்களுக்கு எதுக்கு அது." செல்லம் சேலை முந்தியை விசிறிக்கொண்டு பேசினாள். சண்டை கிளை விட்டுக் கிளையோடி எங்கெங்கோ போவதற்கு முன்பாக பரமசிவம் விலக்கிவிட்டார். பிறந்த வீட்டுப்பெண்கள் சுருக்குப்பையை விட்டுக்கொடுக்கவில்லை. பரமசிவத்தின் மனைவி பொன்னம்மா வாயைத் திறக்கவில்லை. சண்டை பெரிதாக வந்துவிட்டால் சொத்துப் பிரச்சினையில் போய் நிற்கும் என்று அவளுக்குத் தெரியும். அண்ணன்களுக்கும் தங்கைகளுக்கும் வருகிற சில்லறைச் சண்டை முடிகிறபோது சொத்துப் பிரச்சினையில் வந்து நிற்கிறது. கிழவி இறந்த பிறகுதான்

சொத்து யார்யாருக்கு எவ்வளவு பங்கு என்று முடிவாகும். அதுவரை அமைதியாக இருக்கவேண்டுமென்று நினைத்தாள். அன்னம்மா கூட்டத்திற்குள் வந்து நின்று ஒரு அதட்டுப்போட்டு சண்டையை முடித்துவைத்தாள்.

“அடியே, நான் இன்னமும் உசிரோட இருக்கேன்டீ. செத்துப்போறதுக்குள்ளே யார்யாருக்கு என்னென்னு குறிச்சி வைச்சிருவேன். வாயைப் பொத்திட்டு இருங்க” என்றாள். சுப்பக்காவும் சௌடம்மாவும் காமாட்சியும் சோறு திங்காமல் கூட ஊருக்குக் கிளம்பிவிட்டார்கள். அவர்களை முத்துமீனாவினால் சமாதானப்படுத்த முடியவில்லை. அவர்கள் மூவரும் ஒரு முடிவோடுதான் இருக்கிறார்கள். கிழவி இறந்த பிறகு சொத்துத் தகராறு வந்து குடும்பத்தில் நிம்மதியில்லாமல் போகப்போகிறது என்று பரமசிவம் புலம்பினார்.

முத்துமீனா அந்தச் சண்டைக்குப் பிறகு இப்போதுதான் அத்தைமார்களைப் பார்க்கப் போகிறாள். தெம்மண்ணா அவளுக்குத் தாக்கல் சொல்வதற்கு முன்பு பிறந்த வீட்டுப்பிள்ளைகளுக்குத் தாக்கல் சொல்லிவிட்டுத்தான் வந்திருக்கிறான். அவர்களும் ‘எப்போ எப்போ’ என்று காத்திருக்கிறார்கள். இந்நேரம் ஊருக்கு வந்திருப்பார்கள் என்று முத்துமீனா நினைத்துக் கொண்டாள். அவளுக்கு ஜெயலெட்சுமி அத்தையைப் பார்க்கவேண்டுமென்று ஆசை. அன்னம்மாவின் கடைசி மகள் ஜெயலெட்சுமி. அவள் எளசையில் இருக்கிறாள். எளசையில் இருந்தாலும் பிறந்த வீட்டிற்கு வந்து போவதில்லை. அன்னம்மா கிழவி செத்துப்போனாலும் வாசப்படியை மிதிக்கமாட்டேன் என்று சொல்லிவிட்டாள். முத்துமீனா ஆறாம்வகுப்பு படித்துக்கொண்டிருந்த போது ஜெயலெட்சுமிக்குத் திருமணம் நடந்தது. ஜெயலெட்சுமியை புலிகுத்தியில் கொண்டலுவுக்குத் திருமணம் செய்து கொடுத்தார்கள். முட்டுக்கிடா சண்டையில் கொண்டலுவை வெளியூர்க்காரன் குத்தி சரித்துவிட்டான். ஜெயலெட்சுமி தாலியறுத்து எளசைக்குத் திரும்பி வந்துவிட்டாள். திருமணம் முடிந்து மூன்று மாதங்கள் கூட முடிந்திருக்கவில்லை. பிறந்த வீட்டில் அவளை இருக்கவிடாமல் வேறு வீடு பார்த்துப் போகச் சொல்லிவிட்டார்கள். ஜெயலெட்சுமி அதன் பிறகு அன்னம்மா கிழவியைக் கூடப் பார்க்க பிறந்த வீட்டுக்குப் போவதில்லை.

அம்சராஜ் காதுகுத்து விசேஷத்திற்கு ஜெயலெட்சுமியை அழைக்க முத்துமீனா சென்றிருந்தாள். ஜெயலெட்சுமிக்கு பத்திரிகை கொடுத்து

அழைத்தாள். ‘உங்கப்பனுங்க மூஞ்சியில முழிக்கமாட்டேன். உங்க வீட்டுப் பொம்பளைங்க முகத்தில முழிக்கமாட்டேன்’ என்று சொல்லிவிட்டாள். ‘அத்தியே அத்தியே’ என்று முத்து மீனா கெஞ்சினாள். அவள் வரமாட்டேன் என்று முடிவாகச் சொல்லிவிட்டாள். ஆனால் வீட்டிற்கு வந்தவர்களுக்கு கோழி அடித்துக் குழம்பு வைத்து சோறு போட்டாள். முருகேசனும் முத்து மீனாவும் பகலெல்லாம் அங்குதான் இருந்தார்கள். அத்தைக்குக் கோபம் இன்னமும் தீரவில்லையென்று முத்துமீனா நினைத்துக் கொண்டாள். பத்து வருஷத்திற்கும் மேலாக அண்ணன்மார்களுடனும் மதினிமார்களுடனும் பேசாமல் இருக்கிறாள். ஊருக்குள் உறவுக்காரர்களுடன் பேசாமல் இருக்கிறாள். அவளைத் தவிர வேறு யாரால் இப்படி இருக்கமுடியும்? அன்னம்மா கிழவியைப் போலத்தான் அவளுக்கு வைராக்கியம் உடம்பிலும் மனசிலும் கூடியிருக்கிறது.

சிலமலையில் பஸ் நின்றது. அடுத்த நிறுத்தத்தில் இறங்கவேண்டும். எளசை விலக்கில் இறங்கி நின்றால் குதிரை வண்டி வரும். காலை வெயில் அவளது முகத்தில் சுள்ளென்று விழுந்தது. அம்சராஜின் முகத்தில் விழக்கூடாது என்பதற்காக சேலை முந்தியை அவனது முகத்தில் போட்டு மறைத்தாள். அன்னம்மா கிழவி இறந்து போனால் ஒரு வாரத்திற்கும் மேலாக எளசையில் தங்கவேண்டும். செல்வியோடு தினமும் தாமரைக்குளத்திற்குப் போகலாம். மந்தைக்குப் போகலாம் என்று முத்துமீனா நினைத்துக்கொண்டாள்.

அவளுக்குத் தனது தங்கை செல்வியை நினைக்கும்போது கண்கள் கசிந்தன. செல்விக்குத் திருமணம் செம்மையாக மூன்று மாதங்கூட முடியவில்லை. அவளுக்கும் அத்தைக்கும் தலையில் என்ன எழுதியிருக்கிறது என்று தெரியவில்லை. செல்விக்கும் துரைக்கும் நல்ல பொருத்தம் என்று ஜோசியக்காரன் சொன்னான். முத்துக்குறி போட்டுப் பார்த்தார்கள். இருந்தும் அவளுக்கு இப்படியாகிவிட்டது. கோயில் திருவிழாவிற்குக் கிடா முட்டுச்சண்டைதான் அவளுக்கு வினையாகிப்போனது. அழகுமுத்துப்பயல் ஆட்டைத் துரையின் பச்சைக் கிடாவுக்கு எதிராக விட்டதால் சண்டை வந்துவிட்டது. அந்தச் சண்டை பெரிதாகி அவள் வீட்டில் இருக்கிறாள். இந்த வருஷம் நடக்கும் ஊர் திருவிழாவில் முட்டுக்கிடா சண்டையில் துரை ஜெயிக்கவேண்டும். துரை ஜெயித்துவிட்டால் செல்வியை உப்புக்கோட்டைக்கு அழைத்துக் கொண்டு சென்றுவிடுவான்.

செல்வி அவனுக்காகக் காத்துக்கொண்டிருக்கிறாள்.

சிலமலைக்கு அடுத்து விலக்குரோட்டில் பஸ் நின்றது. விலக்கு ரோட்டு ஸ்டாப்பில் அம்மாவும் மகனும் இறங்கிக் கொண்டார்கள். வரிசையாக நின்றிருந்த மரத்தை ஹைவேஸ்காரர்களும் டெலிபோன் காரர்களும் போட்டி போட்டுக் கொண்டு வெட்டிவிட்டார்கள். ரோட்டிற்கு எதிரே இருந்த வைரமணி கடையில் வரிசையாக சைக்கிள் நின்றிருந்தன. வைரமணி சைக்கிளை ரிப்பேர் செய்து கொண்டிருந்தான். வைரமணியைப் பார்க்கும் போது அவளுக்கு வெட்கம் வந்துவிடும். வைரமணி அவளுக்கு முறை. வைரமணிக்கு செல்வியைப் பெண் கேட்டுவந்தார்கள். செல்வி அப்போது பத்தாம் வகுப்பு முடித்து வீட்டிலிருந்தாள். ஜாதகம் பார்த்தார்கள். இருவருக்கும் பொருத்தமில்லை என்று அவளது அம்மாக்காரி ஈஸ்வரி வந்து ஜாதகத்தைத் திருப்பிக் கொடுத்துவிட்டாள். அவளது அம்மாக்காரி முத்து மீனாவின் ஜாதகத்தைக் கேட்டாள். பரமசிவம், “தர்மத்துப்பட்டியிலே இருந்து பொண்ணு பார்த்துட்டுப் போயிருக்காங்க ஈஸ்வரி. எனக்கு இடம் பிடிச்சிருக்கு. அங்கேயே முடிச்சிரலாமுன்னு பிரியப்படுறேன்” என்று தட்டிக் கழித்துவிட்டார். உண்மையில் ஈஸ்வரியின் வீட்டில் சம்பந்தம் செய்ய அவருக்கு விருப்பமில்லை.

விலக்குரோட்டு அரசமரத்து நிழலில் இரண்டு ஆட்டுக்குட்டிகளைக் கட்டிவைத்திருந்தனர். அதன் முன்பாக அகத்திக்கீரையைத் தொங்கவிட்டிருந்தனர். குதிரைவண்டி ஒன்று ஊருக்குள்ளிருந்து வந்து சைக்கிள் கடையின் முன்பாக நின்றது. வண்டிக்காரன் அவளைப் பார்த்ததும், ரோட்டைக் கடந்து வந்து வண்டியை அவள் முன்பாக நிறுத்தினான். வைரமணி எழுந்து வந்தான். “அஜ்ஜினே நோடாக்கவா தாயீ” என்று அவளிடம் கேட்டான். அவள் ஆமாம் என்று சொல்லி புளித்த சிரிப்பு சிரித்துக் கொண்டாள்.

“எளசைக்கா தாயீ” என்று குதிரை வண்டிக்காரன் கேட்டான். அவள் ஆமாம் என்று தலையாட்டிக் கொண்டாள். முத்துமீனாவும் அம்சுவும் வண்டிக்குள் ஏறி உட்கார்ந்து கொண்டார்கள். வண்டிக்காரன் சவாரிக்கு வேறு ஆட்கள் யாருமில்லையென்று தெரிந்ததும் தனது பெருவிரலில் குதிரையின் தொடை நிமிட்டினான். குதிரைவண்டி எளசைக்குப் போகும் பாதையில் நகர்ந்தது. வைரமணியின் கடைக்குள்ளிருந்த கண்ணாடிப் பெட்டி கடிகாரத்தில் நேரத்தைப் பார்த்தாள். பெரியமுள்ளும் சின்னமுள்ளும் நகரமுடியாமல் நகர்ந்து

கொண்டிருந்தது. நேரங்காலத்திற்கும் வேதனை. கொடுமை. வலி. நோக்காடு. குற்றம். குறை எல்லாம் இருக்கிறது என்று முத்துமீனா நினைத்துக் கொண்டாள்.

வண்டிக்காரனை இதற்கு முன்பாக அவள் பார்த்ததில்லை. தெரிந்தவன் என்றால் எங்கே போகவேண்டுமென்று கேட்கமாட்டான். ஊருக்குப்போய் தெருவின் முன்பாக நிறுத்தி விடுவான். இந்த வண்டிக்காரன் புதிதாக இருக்கிறான். வண்டி வேகங்கொண்டது. ஓடை பாதையைக் கடந்து மேடேறியது. ஓடையின் மையத்தில் தண்ணீர் ஓடிக்கொண்டிருந்தது. ஒரு வாரமாக மழை. ஊர் சாட்டுத் தொடங்கிவிட்டால் மழை வந்துவிடும். வெள்ளம் ஓடிய பாதையில் மணல் மினுமினுவெனத் தெரிந்தது. அவளுக்குக் கண்கள் கூசின.

தூரத்தில் எளசையிலிருந்த வீடுகள் தெரியத் தொடங்கின. ஊருக்கு வெளியே இருந்து பார்க்கும் போது ரைஸ்மில்லின் பெரிய செங்கல் சுவரும் அதற்குப் பிறகு செட்டியார் வீட்டின் சமையலறைப் புகைக்கூண்டும் தெரிந்தது. இது இரண்டும்தான் ஊரில் உயரமானது. தென்னை மரத்தை விட உயரம். ஊருக்கு வெளியே கரட்டுக்குப் போகும் பாதையில் சரளைக்கல் பொட்டல் இருக்கிறது. பொட்டலில் நிற்கும் ஐந்தாறு பனைமரங்கள் தெரிந்தன. ரோட்டுப் பக்கமாக புதிதாக அடிபம்புக் குழாய் போட்டிருக்கிறார்கள் என்று சொன்னார்கள். எங்கே என்று முத்துமீனா தேடினாள்.

வீட்டிற்குப் போகும் பாதையைக் கடந்து வண்டிக்காரன் வண்டியை ஓட்டிச் சென்றான். அவள் வண்டியை நிறுத்தச் சொன்னாள். வண்டி நின்றதும் அவள் இறங்கிக் கொண்டாள். வண்டி கரட்டுப் பக்கமாக நகர்ந்தது. மற்றொரு வண்டி கரட்டுப் பக்கத்திலிருந்து ரோட்டுப் பாதையை நோக்கிக் கீழிறங்கி வந்து கொண்டிருந்தது. அந்த வண்டி முழுக்க மாம்பலகைகள் கிடத்தி வைத்திருந்தார்கள். சுமை கூடுதலில் குதிரையின் முகம் மாறியிருந்தது. வண்டி திணறிக்கொண்டு நகர்ந்தது. அது வழக்கமாக முத்துமீனா வரும் குதிரைவண்டி. அவளைப் பார்த்த வண்டிக்காரன் சிரித்துக் கொண்டான். “கிழவிக்கு ஆயுசு கெட்டி. மழை விட்டதும் எந்திரிச்சி உட்கார்ந்திரும்” என்று சொல்லியபடி குதிரையைப் பத்திக்கொண்டு சென்றான்.

முத்துமீனா வீட்டிற்குப்போகும் பாதையைப் பிடித்து நடந்தபோது எதிரே பரமசிவம் வந்து கொண்டிருந்தார். அவர்கள் ஒருவரையொருவர் பார்த்துக் கொண்டார்கள். பரமசிவம் அவளிடமிருந்த பையை

வாங்கிக்கொண்டார். அவள் தனது அப்பாவின் முகத்தைப் பார்த்தார். மூன்று நாட்கள் உறங்காமலிருந்தது தெரிந்தது. தலை முடி கலைந்து கண்கள் இரண்டும் குழிவிழுந்திருந்தன.

"அஜ்ஜிக்கு எப்படியிருக்குப்பா? போனவாரம் சந்தைக்கெல்லாம் போயிட்டு வந்துச்சு."

"கீழே விழுந்திருச்சு தாயீ. இல்லைன்னா நூறு வருஷத்திற்கு கல்கெனக்கட்டா ஒக்காந்திருக்கும்" என்று பரமசிவம் கவலையுடன் சொன்னார்.

"அத்தைங்க வந்துட்டாங்களா அப்பா" என்று கேட்டாள். அவர், "எல்லாரும் ராத்திரியே வந்துட்டாங்க தாயீ. செட்டியாரு வீட்டுக் கொட்டத்திலே சமையல் வேலை நடக்குது" என்று கவலையோடு சொன்னார்.

பரமசிவம் அவளுக்கு முன்பாக நடந்தார். அப்பாவின் வேகத்திற்குத் தன்னால் நடக்கமுடியாது என்று அவளுக்குத் தெரியும். முத்துமீனா, "கிழவி எந்திருச்சுருமாப்பா" என்று சத்தமாகக் கேட்டாள். பரமசிவம் திரும்பிப் பார்த்து "சொல்லமுடியாது தாயீ. மழை நின்னு வெயிலடிச்சாலாச்சும் உடம்பு சூடேறும். ஆகாரமில்லாமல் போச்சு. ரெண்டு நாளா காப்பியா குடிச்சுச்சு. நேத்து ராத்திரியிலிருந்து அதுவுமில்லை. காப்பிக்கு இரண்டு நாளு. தண்ணிக்கு ரெண்டு நாளுன்னு சொல்லுறாங்க தாயீ" என்றார்.

பிறகு தனது மகளைப் பார்த்து, "நீ எதுவும் உங்க அத்தைமார்களோட பேசாதே. சண்டாளிக்கழுதைகள் சொத்தை லவட்டிக்கிட்டுப் போகுறதுக்கு வந்திருக்காங்க. கூட்டத்தோட கூட்டமா வந்து நின்னுட்டு போயிரு" என்று அமைதியாகச் சொன்னார். முத்துமீனா நேற்று இரவு வந்தவர்கள் எதையோ பேசிக்கொண்டு வம்பிழுத்து சண்டையை ஆரம்பித்திருக்கிறார்கள் என்று புரிந்துகொண்டாள். மேற்கொண்டு எதையும் அவள் பேசவில்லை.

தெருவில் பாதி தூரம் கடந்திருக்கும்போது வீட்டிற்குள் ஒப்பாரி சத்தம் திடீரெனத் தூக்கலாகக் கேட்டது. பரமசிவம் ஓட்டமும் நடையுமாக வீட்டிற்கு நடந்தார். பையைத் திண்ணையில் வைத்துவிட்டு வீட்டிற்குள் நுழைந்தார். அக்கா தங்கைகள் மூவரும் கட்டிப்பிடித்து அழுதுகொண்டிருந்ததைப் பார்த்தார். கிழவியைச் சுற்றி ஜனங்கள் அமர்ந்திருந்தனர். அவர் தனது

மனைவி பொன்னம்மாவின் முகத்தைப் பார்த்தார். அவள் தனக்கு ஒன்றும் தெரியாது என்பதுபோல உட்கார்ந்திருந்தாள். கிழவிக்கு மூச்சு இருந்தது. நெஞ்சு மேட்டில் கரட்டு கரட்டு சத்தம் கேட்டுக் கொண்டிருந்தது.

கூட்டத்திலிருந்த பெண்களில் ஒருத்தி, "அஜ்ஜி, ஓம் பேத்தி முத்துமீனா வந்திக்கா. கண்ணைத்தொறந்து பாரு. அவளோட மகனப் பாரு" என்று சொன்னாள். அன்னம்மா கிழவியின் கண் முழி இமைகளுக்குள்ளாக அசைந்தன. ஆனால் இமையை அவளால் திறக்கமுடியவில்லை. அவள் முனகலுடன் தனது உடலை நெளித்துக் கொண்டாள்.

முத்துமீனா கிழவியின் தலைமாட்டில் அமர்ந்து கொண்டாள். கிழவியின் தலைமாட்டில் செல்வி அமர்ந்திருந்தாள். அக்காவும் தங்கையும் கட்டிப்பிடித்து அழ ஆரம்பித்தார்கள். அம்சு பொன்னம்மாளிடம் போய் நின்று கொண்டான். அவனுக்கு வெள்ளாட்டம் குட்டியைப் பார்க்கவேண்டுமென்று ஆசையாக இருந்தது. அவன் பாட்டியின் பக்கத்தில் உட்கார்ந்திருந்த செல்வியின் மடியில் காலை வைத்துக்கொண்டான்.

பொன்னம்மா, "காலையில ஏதாச்சும் கொடுத்தியா. இல்லை வெறும் வயித்தோட கூட்டிட்டு வந்திருக்கியா. நீ சாப்பிட்டியா" என்று தனது மகளைப் பார்த்துக் கேட்டாள். முத்துமீனா எதுவும் பேசாமல் இருந்தாள். அவளுக்கு அழுகை வந்தது. கண்களில் கண்ணீர் வடிய தனது பாட்டியைப் பார்த்தாள். அன்னம்மா கிழவி பழைய துணி போல சுருண்டு படுத்துக் கிடந்தாள். முத்துமீனாவால் அழுகையை அடக்கிக் கொள்ள முடியவில்லை. வாய்விட்டு அழுதாள்.

அன்னம்மா கிழவி வெற்றிலைச் சாறு படிந்த உதடுகளும் நெற்றி நிறைய குங்குமமும் வரித்துக்கட்டிய சேலையுமாக திண்ணையில் அமர்ந்து வருகிறவர்களுடன் போகிறவர்களுடன் பேசிக்கொண்டிருப்பதை அவள் நினைத்துக் கொண்டாள். அன்னம்மா பாட்டி மதிய நேரத்தில் தலைக்குக் குளித்துவிட்டு துவைத்த சேலையைக் கட்டிக்கொண்டு நினைத்த மாத்திரத்தில் முத்துமீனாவைப் பார்ப்பதற்காக தர்மத்துப்பட்டிக்கு வருவாள். வரும்போது கைநிறைய கருப்பட்டி மிட்டாயும் எளசை தோட்டத்துக் காய்களும் இரண்டு படி நிலக்கடலையைக் கட்டிக்கொண்டு வந்துவிடுவாள். நேற்று போலிருந்தது. முத்துமீனாவின் கண்களுக்கு

இப்போதும் கிழவி தன் வீட்டின் முன்பாக நின்றிருப்பதுபோலத் தெரிந்தது. முத்துமீனா வாயைப் பொத்திக்கொண்டு அழுதாள். அவள் அழுவதைக்கண்டு பொன்னம்மாவும் அழத்தொடங்கினாள்.

அம்மாவும் மகளும் கட்டிக்கொண்டு அழ ஆரம்பித்தனர். அம்சுவுக்கு ஏன் திடீரென அம்மாவும் பொன்னம்மா பாட்டியும் அழுகிறார்கள் என்று தெரியாமல் கூட்டத்தில் அழுது கொண்டிருப்பவர்களின் முகத்தைப் பார்த்தான். ஒவ்வொரு முகமும் ஒவ்வொரு தினுசாக இருந்தது. வாயைத் திறந்து கொண்டு அழுகிறவர்கள். வாயை மூடிக்கொண்டு அழுகிறவர்கள். வாயைக் கோணலாக வைத்துக் கொண்டு அழுகிறவர்கள் என்று ஒவ்வொருவருடைய முகமும் ஒவ்வொரு மாதிரியாக இருந்தது. கூட்டத்தில் அழுகிறவர்களை வேடிக்கை பார்த்துக் கொண்டிருந்த அம்சு உறங்கினான்.

***

அன்னம்மா கிழவிக்கு ஆறு ஏழு வருஷத்திற்கு முன்பாக இதே போல நடந்தது. முத்துமீனா அந்தச் சமயத்தில் நிறைமாதப் பொழுதாக இருந்தாள். அவள் பிரசவத்திற்கு எளசைக்கு வந்திருந்தாள். மழை விடாது பெய்தபடி இருந்தது. மழையில் நனைந்த அன்னம்மா காய்ச்சல் கண்டு படுத்த படுக்கையாகிவிட்டாள். இரண்டு மூன்று நாளில் சரியாகிவிடுமென்று நினைத்தார்கள். ஆனால் அவள் படுக்கையிலிருந்து எழுந்திருக்கவில்லை. முத்துமீனாவுக்குப் பிரசவம் பார்க்க சிந்தலைச்சேரி தாயம்மாவையும் அவளுக்குத் துணையாக சின்னம்மாவையும் அழைத்துக்கொண்டு வர ஆட்கள் சென்றிருந்தனர். அவள் வந்து தங்குவதற்கு ஊரில் வீடு ஒன்றைப் பிடித்திருந்தார் பரமசிவம். தாயம்மா வந்தால் ஏழுநாட்கள் தங்கவேண்டும். அவளுக்குத் தனியாக ஒரு வீடும் சமையல் செய்து சாப்பிடுவதற்குப் பாத்திரங்களும் வேண்டுமென முன்கூட்டியே சொல்லிவிட்டாள். தாயம்மாவுக்குத் துடியான பதினெட்டாம் கருப்பணசாமி வந்திறங்கும். அதனால்தான் அவள் சுத்தமாக இருக்கிறாள். மற்றபடி அன்னந்தண்ணியில் எதையும் கழிக்கமாட்டாள். கருவாட்டுக்குழம்பும் சுடுசோறும் செய்து சாப்பிடுவதற்காகத் தன்னுடன் சின்னம்மாவை அழைத்துக் கொண்டு வந்து விடுவாள். சின்னம்மாதான் அவளுக்கு சமையற்காரி. கைப்பக்குவம் தெரிந்தவள். மருந்து அரைத்துத் தருவாள். சுடுதண்ணி காயவைத்து முதுகு தேய்த்து விடுவாள். முத்துமீனாவின் பிரசவத்திற்காக தாயம்மாவும் சின்னம்மாவும் எளசைக்கு வந்து சேர்ந்தார்கள். அவர்கள் வரும்போது பைநிறைய

குச்சிக்கருவாட்டைக் கொண்டு வந்திருந்தனர். அவர்கள் ஊருக்குள் நுழைவதற்கு முன்பாகவே குச்சிக்கருவாடு வாடை நுழைந்து விட்டது.

“தாயம்மா வந்துட்டா, தாயம்மா வந்துட்டா.”

“சொதிக்குழம்பை வைச்சு களியைக் கிண்டிக்கிண்டி திங்கிறதைப் பார்க்க வேடிக்கையா இருக்கும்” என்று ஊர் பெண்கள் பேசிக்கொண்டார்கள்.

ஒத்தைமாட்டு வண்டி பரமசிவம் வீட்டிற்கு முன்பாக வந்து நின்றது. அன்றிரவு அவர்கள் இருவரும் குச்சிக்கருவாட்டுக்குழம்பும் கேப்பைக்கழியும் செய்து சாப்பிட்டார்கள். அந்த வாசத்திற்கு அன்னம்மா கிழவியின் மூடியிருந்த இமைக்குள்ளாக கண்கள் அசைந்தன. ஒருநாள் ராத்திரி தாக்குப் பிடிக்காது என்று நாடி பிடித்துப் பார்த்தவர்கள் சொன்னார்கள். ஆனால் நடந்தது வேறு. சொன்னால் யாரும் நம்பமாட்டார்கள்.

செல்லாயி அம்மன் புண்ணியத்தில் முத்துமீனாவுக்கு இடுப்பு வலியெடுக்க ஆரம்பித்தது. தாயம்மாவும் சின்னம்மாவும் பரபரவென வேலை செய்தார்கள். குடிசை வீட்டில் பிரசவம் நடந்தது. முத்துமீனா தைரியமாக இருந்தாள். எத்தனை தடவை முக்கச்சொன்னாலும் முக்கினாள். அவள் முக்குகிற முக்கில் குடல்குந்தானியே வெளியே வந்துவிடுமென்று சின்னம்மா கேலி பேசினாள். விடிகிற நேரத்தில் முத்துமீனா அரவந்தெரியாமல் ஆண்குழந்தையைப் பெற்றுப் போட்டாள். தாயம்மா குழந்தையைத் தூக்கி முதுகில் தட்டிவிட்டதும் வீறிட்டு அழுதது. சத்தம் கேட்டு இழவுக்கு வந்த பலரும் போர்க்கால வீட்டின் முன்பாகக் கூடினார்கள். பரமசிவத்திற்கு சந்தோஷம். ஒரு பக்கம் தனது அம்மா சாகக்கிடக்கிறாள் என்ற கவலை இருந்தாலும் தனக்குப் பேரன் பிறந்துவிட்டான் என்று அங்கிருந்தவர்களுக்கு கடுங்காப்பி வைத்துத் தர ஏற்பாடு செய்தார். கடுங்காப்பி தடபுடலாக இருந்தது. காப்பியின் ருசிக்கும் வாடைக்கும் பலரும் இரண்டாவது தடவையாக வாங்கிக் கொண்டார்கள். அன்னம்மா கிழவி முனங்க ஆரம்பித்தாள். அவளைச்சுற்றிக் கூடியிருந்த பெண்கள் உடம்பு வலிக்குத்தான் முனகுகிறாள் என்று பேசினார்கள். கிழவியின் நாக்கு கடுங்காப்பி ருசிக்குப் பழகியது. உதட்டிலிருந்து நீர் வடிந்தது. பரமசிவத்தின் மனைவி பொன்னம்மா எட்டிப் பார்த்துக் கொண்டாள். பிறகு கிழவியின் காதுக்குப் பக்கத்தில் குனிந்து “காப்பிக் குடிக்கிறயா” என்று பலமாகக் கேட்டாள். கிழவியின்

தலை சிறிது ஆடியது. பொன்னம்மா ஈய தம்ளரில் காப்பியை ஊற்றி ஊதி ஊதி பொசுக்காமல் வாயில் ஊற்றிவிட்டாள்.

கூட்டத்திலிருந்த ஒரு பெண் "கிழவி, ஓம் பேத்திக்குப் பிள்ளை பெறந்திருக்கு. ஆம்பளைப்பிள்ளை" என்று சத்தமாகச் சொன்னாள். கிழவி மேலும் முனங்கிக் கொண்டாள். ஒரு தம்ளர் காப்பி முழுக்க வயிற்றுக்குள் போனதும் அவளுக்குத் தெம்பாக இருந்தது. இப்போது அவளது முனகல் சத்தம் பெரிதாகவும் அதே நேரம் விடாமலும் கேட்கத்தொடங்கியது. புரண்டு படுக்கவேண்டுமென்று ஜாடையில் சொன்னாள். அதன் பிறகு இரண்டு நாட்களில் எழுந்து உட்கார்ந்து கொண்டாள். பேரன் பிறந்த யோகத்தில் கிழவிக்கு ஆயுசு கெட்டியாகிவிட்டது என்று பரமசிவம் நினைத்தார்.

***

அன்னம்மா கிழவி முத்துமீனாவின் பிள்ளைக்கு அம்சராஜ் என்று பெயர் வைத்தாள். தனக்கு மூன்றாவதாக ஆம்பளைப்பிள்ளை பிறந்தால் அம்சராஜ் என்கிற பெயரை வைக்க நினைத்திருந்ததாகவும் ஆனால் காளிமுத்துவுக்குப் பிறகு வரிசையாகப் பிறந்தது எல்லாம் பொம்பளைப் பிள்ளையாகப் போய்விட்டதாக அவள் சொன்னாள். அன்னம்மா கிழவிக்கு ஆறு பிள்ளைகள். முதல் இரண்டு பேர் ஆண் பிள்ளைகள். அதற்கு அடுத்து நால்வரும் பெண்கள். மூத்தவள் சுப்பம்மா. அவளுக்கு ஆசாரிப்பட்டியில் சின்னச்சாமிக்கு கல்யாணம் செய்து தந்திருந்தார்கள். அவளுக்கு அடுத்து சௌடம்மா, மூன்றாவது காமாட்சி, கடைசிப்பிள்ளை ஜெயலெட்சுமி

அம்சராஜிற்கு ஆறுமாதத்தில் வயிற்றோட்டம் கண்டு சொணங்கினான். வாய் வழியாகப் போவது எதுவும் தங்கவில்லை. குடித்த பால் திரள் திரளாக வெளியேறுகிறது. தர்மத்துப்பட்டியிலிருந்து பிள்ளையைத் தூக்கிக்கொண்டு புருஷனும் பொண்டாட்டியும் எளசைக்கு வந்துவிட்டார்கள். மந்திரித்து விபூதி பூசிவிட்டார்கள். கைவைத்தியம் செய்தார்கள். ஊர் சாவடி நர்ஸம்மாவிடம் காட்டினார்கள். அவள் வயிற்றைத் தட்டிப்பார்த்துவிட்டு "தொக்கம் விழுந்திருக்கும். உறிஞ்சி எடுங்க" என்றாள். சாயங்காலம் விளக்கு பொருத்துகிற நேரத்தில் எங்கே தூக்கிக் கொண்டு போய் யாரிடம் உறிஞ்சி தொக்கம் எடுப்பது?

அன்னம்மாவுக்குத் தெரிந்த வைத்தியம் வெற்றிலையைச் சூடாக்கி தொப்புள் மேல் வைத்து வயிற்றுப் பொருமலைப் போக்குவதுதான்.

“தாய்ப் பால் கொடுக்கிற பொம்பளைங்க வாயைக் கட்டி வயிற்றைக் கட்டி கட்டுப்பாடா இருக்கணும். அதை விட்டுட்டு கண்டதையும் தின்னா இப்படித்தான் அவஸ்தைப் படணும்” என்று முத்துமீனாவைத் திட்டினாள். “உங்கப்பனுக்கு இதே மாதிரிதான் இருந்துச்சு. உங்கப்பா பெறந்து ஒருமாசம் செம்மையா முடியல. குடிக்கிற பாலெல்லாம் கக்கிக்கிட்டு வருது. கண்ணும் இரண்டும் உள்ளே போய் உதடு காய்ஞ்சு கால் கையும் சொரணை இல்லாமல் கிடக்கான். முப்பது நாள் பிள்ளை போனா போகுதுன்னு விட்டுற வேண்டியதுதான்னு உங்க தாத்தாரு சொல்லிட்டாரு. பெத்த வயிறு கேட்கல. மாரு நிறைய பால வச்சிக்கிட்டு அவனோட முகத்திலே பீய்ச்சி அடிக்கிறேன். குடிறா மகனே குடிறா மகனேன்னு கத்துறேன் தாயீ. எந்தச் செவிட்டுச் சாமிக்கும் நா அழுகுறது காதில கேட்கல. நடுராத்திரியில சாமக்கோடங்கி ஒருத்தன் வந்து சுந்தரமகாலிங்கத்துக்கு நேந்துக்கோ சாமின்னுட்டு போயிட்டான். நானும் சுந்தரமகாலிங்கம் இருக்கிற திசையைப் பார்த்துக் கையெடுத்துக் கும்பிட்டு கிடா வெட்டி பொங்க வைக்கிறேன்னு வேண்டிக்கிட்டேன். சொன்னா யாரும் நம்பமாட்டீங்க தாயீ. மறுநா விடிஞ்சதும் இரண்டு வண்டி வீட்டு வாசல் முன்னாடி வந்து நின்னுச்சு. யாரு எவருன்னு தெரியல. சுந்தரமகாலிங்கம் கோயிலுக்குப் போறோம். கெடா வெட்டு இருக்கு. ஆட்டை உரிச்சுக் கறி போடணும் ஐயா வருவரான்னு கேட்டாங்க. உங்க தாத்தாவை அனுப்பி வைச்சேன். அவரும் காலையில போயிட்டு பொழுதுசாயுறப்போ வந்தாரு. கைநிறைய விபூதியைக் கொண்டு வந்து உங்கப்பன் முகத்திலயும் வயித்திலயும் கை காலுன்னு உடம்பு முழுக்கப் பூசிவிட்டாரு. கண் மூடித் திறக்கிறது நேரந்தான்டி ஆத்தா ஆகியிருக்கும். பிள்ளை கை காலை உதறிக்கிட்டு அழ ஆரம்பிச்சிட்டான். மாரை முட்டிக்கிட்டு அழுதான். உங்கப்பன் பிழைச்சு எந்திரிச்ச கதை இப்படின்னா, மகாலிங்கத்திற்கு ஆடு வெட்டப்போன கதை பெரியகதை.”

“அந்தக் காலத்தில கறி திங்கணுமின்னா சுந்தரமகாலிங்க கோயிலுக்குப் போகணுமின்னு சொல்லுவாங்க. கறிக் குழம்புக்கும் சோத்துக்கும் அம்புட்டு ருசி இருக்கும். கறி திங்க ஆளு யாரும் வரமாட்டாங்க. மலையேறி வர்றதுக்கு யாருக்குத் துப்பு இருக்கு. இடுப்பு செத்த மனுஷப் பயலுகள். நேர்ந்துகிட்டது மாதிரி பட்டியில இருந்த ஒரு ஆட்டை மகாலிங்கத்துக்குக் கொண்டு போனோம். அதை இப்போ நினைச்சாலும் உடம்பு புல்லரிக்கிது தாயீ. யாரும் நம்பமாட்டிங்க. கொண்டு போன ஆட்டைக் காணல. காடு ஆறு ஊருன்னு தேடி

ஓய்ஞ்சு சாமி முன்னாடி அழுதோம். என்ன குத்தமிருந்தாலும் என்கிட்டே காட்டு. பிறந்த பிள்ளையை ஒன்னும் செய்யாதேன்னு மொட்டை எடுத்து காது குத்தி சாமி முன்னாடி பரமசிவமுன்னு பேரு வெச்சேன். அடுத்த வருஷம் உன் சன்னதியில வந்து கிடா வெட்டுறேன்னு சொல்லிட்டு ஊருக்கு வந்துட்டோம். வந்ததிலிருந்து ஒருத்தரு மாத்தி ஒருத்தருக்கு மேலுக்கு சொகமில்லை. இது என்னடா இப்படின்னு குறி பார்த்தோம். குறி பார்த்துச் சொல்லுறவன் சாமி குத்தமிருக்கு. நேர்ச்சி ஏதாவது மிச்சமீதி இருந்தா செய்து முடிங்கன்னு சொன்னான். சரின்னுட்டு திங்கக்கிழமை போல தலைக்குக் குளிச்சிட்டு சூடம் சாம்புராணி போட்டு சுந்தரமகாலிங்கத்தை நினைச்சிக் கையெடுத்துக் கும்பிட்டேன். தை மாத்தைக்கு வந்து கிடா வெட்டுறேன்னு வேண்டிக்கிட்டேன். கிடா வெட்டு நேர்ச்சி சும்மா இல்லை தாயீ. ஆட்டை வேறு ஒரு ஆளுக கிட்டே இருந்து விலை கொடுத்து வாங்கிட்டு வந்து அதுக்குப் பண்டுவம் பார்த்து மூணு வேளைக்கு அதுக்கு உண்டானதைப் போட்டு வளர்த்தேன். நிழலில நிறுத்துற நேரம் நிழலில நிறுத்தி வெயிலக் காட்டுற நேரத்தில வெயிலைக் காட்டி பெத்த பிள்ளையைப் போல வளர்த்து கோயிலுக்குக் கொண்டு போனோம். கோயிலுக்குப் போறதுக்கு முதல் நாளு ராத்திரி ஒரு கணா வந்துச்சு தாயீ. அதை நான் யாருகிட்டேயும் இந்நாளு வரைக்கு சொல்லலை. இப்போதான் உன்கிட்டே நா முதல் தடவைக்குச் சொல்லுறேன். ஜடாமுனி வச்சிக்கிட்டு தாடியும் கையில் கோலுமா வயசானவரு ஒருத்தர் நம்ம வீட்டு வாசல் முன்னாடி வந்து நிக்குறாரு. வந்தவரு என் பேரைச் சொல்லிக் கூப்பிடுறாரு. நானும் வாசலுக்கு வந்து என்ன விஷயமுன்னு கேட்டேன். நீ மகாலிங்கத்துக்கு நேர்ந்துவிட்டு காணாமல் போன ஆடு கோயிலுக்கு வந்துரும். இரண்டு ஆட்டையும் மகாலிங்கத்துக்கு காவு கொடுன்னு சொல்லிட்டுப் போயிட்டாரு. இந்த விசயத்தை நான் யார்கிட்டேயும் சொல்லல. எப்பவும் போல ஆளும் பேருமாக வண்டி கட்டி கோயிலுக்குப் போனோம். நான் மூச்சு விடல. சாமி முன்னாடி நின்னு கையெடுத்துக் கும்பிட்டேன். ஆடு வெட்டுற இடத்தில போய் நின்னேன். ஊருல இருந்து கொண்டு வந்த ஆட்டை வெட்டுறதுக்கு மஞ்ச தண்ணி ஊத்தினோம். தலையைக் குலுக்குறதுக்கு முன்னாடி பெரிசா ஒரு சத்தம் கேட்டுச்சு. மரத்தில இருந்து கொப்பு முறிஞ்சு விழுறது மாதிரி சத்தம். திரும்பிப் பார்த்தோம். நாங்க போன வருஷம் பிடிச்சிட்டுப் போன ஆட்டுக்குத் தாடி வளர்ந்து கொம்பு முளைச்சு ஓடி வந்துக்கிட்டு இருக்குது. ஓடிவந்து கழுத்தை அருவாக்கு

கீழே கழுத்தைக் கொடுத்து நின்னுருச்சு. எல்லாரும் கையெடுத்துக் கும்பிட்டோம். இரட்டை ஆட்டை வெட்டிப் பொங்க வைச்சி கறிச்சோறு தின்னுட்டு வந்தோம். ஒருவருஷம் அந்த ஆடு எங்க இருந்துச்சு. யாரு அதுக்கு தீவனம் போட்டு வளத்தாங்க, நரி புலின்னு எது கண்ணிலேயும் படாமல் எப்படி இத்தனை நாளும் இருந்துச்சு. நாங்க வெட்டுற நேரத்திற்கு எப்படி வந்துச்சுன்னு எங்களுக்கு ஆச்சரியம். சுந்தரமகாலிங்கம் கண் பார்த்து வளர்ந்து குடும்பம் தாயீ இது. யாருக்கு எந்தக் கெடுதலும் நடக்காது. அவனை நினைச்சிட்டு விபூதி போட்டு விடு. "எல்லாம் சரியாகப் போகும்" என்று வெற்றிலையைச் சூடாக்கித் தொப்புள் மேல் வைத்தாள். அதற்குப்பிறகுதான் பிள்ளைக்கு உடம்பு குணமானது. குடித்த பால் வயிற்றில் தங்கியது. ஆகாரம் தின்று ஆளானான்.

***

ஒரு காலத்தில் மனுஷமக்களைப்போல பேசிக்கொண்டிருந்த ஆடு மாடுகளின் வாயை எமதர்மராஜா கட்டிப்போட்டுவிட்டார். வீட்டுவாசலுக்கு வந்து நிற்கும் எமதர்மராஜாவை ஆடு மாடுகள் தான் முதலில் அடையாளம் பார்த்தன. உயிரைப் பிடித்து இழுத்துப் போவதற்கு முன்பாகத் தன்னை வளர்த்து வரும் மனுஷர்களிடம் விஷயத்தைச் சொன்னது. அவர்களும் உஷாராகித் தங்களைக் காப்பாற்றிக் கொண்டார்கள். எமதர்மராஜாவுக்கு அதனால் ஆடு மாடுகளின் மேல் கோபம் வந்தது. அதன் வாயைக் கட்டிப்போட்டுவிட்டார். இருந்தாலும் அவருக்கு இரக்கக்குணம். அம்மா என்று பசித்த வேளையில் மட்டும் குரலெடுத்துப் பேசச் செய்தார். அன்றிலிருந்து மாடுகளுக்கும் ஆடுகளுக்கும் பேச்சு நின்றது. அம்மா என்று பசித்த வேளை குரலெழுப்பியது.

பரமசிவத்திற்கு இந்தக் கதை தெரியும். அன்னம்மா கிழவி அவரிடம் சொல்லியிருக்கிறாள். அன்னம்மா கிழவியின் காலடியில் அமர்ந்து வாசலைப் பார்த்துக் கொண்டார். அவருக்கு எமதர்மராஜா தன் வீட்டுவாசலில் இப்போது அம்மாவுக்காகக் காத்திருப்பதுபோலத் தோன்றியது. பரமசிவம் வாசலைப் பார்த்துக் கையெடுத்துக் கும்பிட்டுக் கொண்டார். அம்மாவின் வேதனையை அவரால் பார்க்க முடியவில்லை. மூத்திரமிருப்பது அவளுக்குத் தெரியவில்லை . அன்ன ஆகாரம் எதுவுமில்லை. எப்போதாவது தண்ணீர் கேட்கிறாள். உதடு நனைந்ததும் போதுமென்கிறாள். கண்கள் அசையாது கிடக்கின்றன. மூன்று நான்கு நாட்களுக்கு முன்பாக அக்கண்கள் எதையோ

பார்த்துத் தேடின. அன்னம்மா பார்த்த திசையைப் பார்த்தார். வீட்டின் மூலையில் பழைய பொருட்களைப் போட்டு அடைத்து வைத்திருக்கிற அறை அது. அதில் அவளுக்கான பொருட்கள் எதுவுமில்லை. அதில் அவளுக்கு என்ன இருக்கப்போகிறது என்று தவறுதலாக அம்மாவின் கண்களைத் தனது உள்ளங்கையினால் மூடிவிட்டார். அன்றிலிருந்து கண்களும் மூடிவிட்டன. மூச்சு மட்டும் இழுத்து இழுத்து வேகவேகமாக வந்து கொண்டிருக்கிறது. உடல் கல் போல இறுகிக்கொண்டது. உடம்பின் நிறமும் கருங்கல்லைப்போல மாறிவிட்டதை அவர் தினமும் பார்த்துக் கொண்டுதானிருந்தார்.

பரமசிவத்திற்கு நம்பிக்கை இல்லை. அன்னம்மா படுக்கையில் விழுந்து இன்றோடு பத்து நாட்கள் ஆகின்றன. இன்றைக்கு நாளைக்கு என்று இழுத்துக் கொண்டு போகிறது. பரமசிவம் தன் அம்மாவைக் கடைசியாக வெள்ளிக்கிழமை காலையில் தலைக்கு ஊற்றிக்கொண்டு சிக்கெடுத்ததைப் பார்த்தது. மழையில் நனைந்து கொண்டு ஜலதாரியில் ஏதோ சிக்கியிருக்கிறது என்று வேப்பங்குச்சியை வைத்து தெரு முக்குவரை இழுத்துக் கொண்டு போனவள் தவறி விழுந்துவிட்டாள். முகத்திலும் நெஞ்சிலும் அடிவிழுந்துவிட்டது. சாவடிக்கு வரும் நர்ஸம்மாவிடம் தூக்கிக்கொண்டு போய் காட்டினார்கள். நர்ஸம்மா ஊசி போட்டு மாத்திரை கொடுத்தாள். இரண்டு நாட்களில் சரியாகிவிடுமென்று நர்ஸம்மா சொன்னாள். அவள் வழக்கமாகச் சொல்லும் வார்த்தைதான்.

அன்னம்மாவுக்கு மூச்சுவிடமுடியவில்லை. 'கரட் கரட்' என்கிற சத்தம் வீடு முழுக்கக் கேட்டது. நெஞ்செலும்பு துருத்திக் கொண்டு தெரிந்தது. அது மேலெழும்பி அடங்கியது. உடம்பில் அசைவில்லை. கால்கள் வீங்கிவிட்டன. இரண்டு கைகளிலும் மணிக்கட்டிலிருந்து முழங்கைவரை நீர் கோர்த்துக் கொண்டது போலிருந்தது. வயிறு நேற்றிலிருந்து புடைத்துக்கொண்டு மேலெழும்பி நிற்கிறது. நீர் பிரியவில்லை. தொண்டைக்குள் எதுவும் செல்லவில்லை. சாவடிக்குப் போய் நர்ஸம்மாவை அழைத்துக் கொண்டு வந்தார்கள்.

நர்ஸம்மா வீட்டிற்கு வந்து பார்த்தாள். டவுன் டாக்டரிடம் காட்டுங்கள் என்று சொன்னாள். நர்ஸம்மா கடைசி நேரத்தில் இப்படித்தான் சொல்லுவாள். அவள் இப்படிச் சொல்லிவிட்டால் ஊர்க்காரர்களுக்குச் சொல்லிவிடவேண்டியதுதான். அப்படியிருந்தும் டவுன் ஆஸ்பத்திரிக்கு அன்னம்மாவைத் தூக்கிக்கொண்டு போவதற்கு எல்லா ஏற்பாடுகளும் பரமசிவமும் காளிமுத்துவும்

செய்து வைத்திருந்தார்கள். அன்னம்மா கிழவி மறுத்துவிட்டாள். கிழவிக்கு இறந்துவிடுவோம் என்று தெரிந்திருந்ததா? அவளது கண்களுக்கு எமதர்மராஜா தெரிந்தாரா? ஒன்றும் புரியவில்லை. அவள் படுக்கையில் கிடக்கச் சம்மதித்துவிட்டாள். முதலில் ஆகாரத்தை உண்ண மறுத்தாள். பீ மூத்திரம் அள்ளிப்போட ஆள் இல்லையென்பது அவளுக்குத் தெரியும். பசியை அடக்கினாள். காப்பியும் தண்ணியுமாகக் குடித்தாள். அவளைப் பார்க்க வருகிறவர்கள் டவுனிலிருந்து கலர் பாட்டில் வாங்கிக் கொண்டு வந்தார்கள். அதை ஒருமடக்கு குடித்துக்கொண்டாள்.

செல்வி வீட்டிலிருந்தது அவளுக்கு நல்லதாகப்போனது. அவள்தான் மண்சட்டி வைத்து மூத்திரம் பிடித்தாள். நடுராத்திரியில் கரட் கரட் சத்தம் பெரியதாகி இருமல் கூடி கட்டியாகயும் ஊளையாகவும் சளியைத் துப்புவாள். மண் டப்பாவில் வாங்கி மந்தைக்குப் போகும்போது கொட்டுவாள். அவளும் இல்லையென்றால் அன்னம்மாவுக்கு செய்வதற்கு யார் இருக்கிறார்கள்?

“நான்கு பொம்பளப் பிள்ளைகளப் பெத்துப்போட்ட மகராசிக்குத் துணைக்கு யாருமில்லை” என்று ஊர்க்காரர்கள் பேசிக்கொண்டார்கள். கூடவே “ஏன் ஜெயலெட்சுமி அங்கே தனியா இருக்காளே வந்து ஒத்தாசைக்கு இருக்க வேண்டியதுதானே. பெத்த தாய்க்குச் செய்யுறதுக்கு அம்புட்டு யோசனையா?” கிழவியைப் பார்க்க வந்த பெண்கள் கூடிக்கூடிப் பேசினார்கள்.

"ஜெயலெட்சுமி எதுக்கு இந்த வீட்டுக்கு வரப்போறா. வாசப்படியை மிதிப்பாளா?. நீ வேணா பார்த்துட்டு இரு. கிழவி செத்தன்னைக்கு கூட வந்து எட்டிப் பார்க்கமாட்டா” என்று பேசினார்கள்.

"அம்புட்டு ஆங்காராமா அவளுக்கு!”

“அப்புறம் சும்மாவா அண்ணனும் தம்பியும் விரட்டிவிட்டவனுங்க. மூஞ்சியில எப்படி முழிப்பா.”

பரமசிவம் ஊர்க்காரர்கள் பேசுவதைக் கேட்டுக்கொண்டிருந்தார். அன்னம்மா கிழவி கீழே விழுந்து படுத்தவுடன் உள்ளூர்க்காரியான அவளுக்குத் தாக்கல் சொல்லிவிட்டார்கள். தாக்கல் சொல்ல அவரது மகன் அழகுமுத்து சென்றான். அவனிடம் அவள் வரமாட்டேன் என்று சொல்லியனுப்பிவிட்டாள். பிறகு அவளது மந்தையைப் பார்த்துக்கொண்டிருந்த சென்னப்பனிடம் சமாதானமாக

சொல்லிவிட்டார்கள். அதற்கும் அவள் பதில் தரவில்லை. காளிமுத்து நேராகப் போய் அவளது மனதில் என்ன இருக்கிறது என்று அறிந்துவரச் சென்றார். வீட்டுக்கதவைத் திறக்கவில்லை. திரும்பிவிட்டார். ஊர்க்காரர்கள் நாட்டாமைக்காரர் தலையாரி பெரியதனம் என்று எல்லாரும் எடுத்துச் சொல்லியும் அவள் வரவில்லை. அவள் பேசுவதில் நியாயமிருக்கத்தான் செய்தது. “நாந்செத்தன்னைக்கு யாரும் வரவேண்டாம் சாமிங்களா. உங்க புண்ணியத்திலே நானு அநாதைப் பிணமா போய்ச் சேர்றேன்” என்றாள்.

பரமசிவமும் காளிமுத்துவும் மேற்கொண்டு எதுவும் பேசவில்லை. வீடு வந்து சேர்ந்தார்கள். பரமசிவத்திற்கு மனம் குடைந்தது. ஜெயலெட்சுமியை வீட்டிற்குள் நுழையக்கூடாது என்று சொல்லிய போது அவளது மனம் என்ன பாடுபட்டிருக்கும்?. அநாதையாக இந்த ஊருக்குள் வந்தாள். புருஷனைப் பறிகொடுத்து நகை துணிகளை பண்டபாத்திரங்களை விட்டுக்கொடுத்து வந்தாள். அவளுக்கு என்ன செய்தோம்? தோல் மயிர்களுக்குள் நுழைந்து ஊரும் பூச்சிகளை விரட்ட உடம்பை உலுக்கும் ஆட்டுக்குட்டிகளைப்போல அவளது நினைவு அவரை உலுக்கியது. மனசுக்குள் சம்பவங்கள் பூச்சிகளாக ஊர்கிறது. இருபது வயதில் தாலியறுத்து ஊருக்கு வந்தவள். சகலத்தையும் விலக்கி மனசுக்குள் அடக்கிக்கொண்டு வீட்டோடு கிடக்கிறாளே, அவளுக்கு என்ன செய்வது? அவள் சொல்வது நியாயந்தானே?. அவள் வராமல் இருப்பது நல்லதுதான் என்று பரமசிவம் நினைத்துக் கொண்டார். அவர் கண்களை மூடிக் கையெடுத்துக் கும்பிட்டுக் கொண்டார். எதற்கென்று தெரியவில்லை.

அன்னம்மா “வாசலில் காத்திருக்கும் எமதர்மராசா மனுஷங்க கண்ணுக்குத் தெரியமாட்டாருடா. வீட்டிலே இருக்கிற ஆடு மாடுகளோட கண்ணுக்குத்தான் அவரு தெரிவாரு. ஜீவன்ங்க எமதர்மராசாவைத் தெரிஞ்சதும் நம்மக்கிட்டே வந்து சொல்லி உசிருக்கும் ஆபத்து வராமல் காப்பாத்திரும். அந்தக் காலத்தில மனுஷனை மாதிரி ஆடுகளும் மாடுகளும் பேசியிருக்குன்னு ஒரு கதை இருக்கு பரமசிவம்” என்று தன் காதருகில் சொல்வதுபோல கேட்டது. கண்களைத் திறந்து பார்த்துக் கொண்டார். அன்னம்மா கிழவி கரட் கரட் என்று மூச்சுவிட முடியாது படுத்துக் கிடந்தாள்.

***

செல்வி சிறிது நேரத்திற்கு முன்பாக கண்ணயர்ந்திருந்தாள். கிழவியிடமிருந்து வரும் மூச்சு சத்தம் பலமாகக் கேட்டதும் கண் முழித்துக்கொண்டாள். செல்வி கிழவியின் முகத்தைப் பார்த்தாள். அவளைச்சுற்றி அமர்ந்திருந்தவர்களைப் பார்த்துக்கொண்டாள். பலரும் கண்ணயர்ந்திருந்தனர். பிறந்த வீட்டுப்பிள்ளைகள் மூவரும் வெளியே சென்றிருந்தனர். பெண்கள் என்று வேறு யாருமில்லை. முத்துமீனா கொட்டத்திற்குச் சென்றுவிட்டாள். பசியோடு எவ்வளவு நேரம் உட்கார்ந்திருப்பார்கள். அவளுக்குத் துரையின் ஞாபகம் வந்தது. துரைக்கு யாரும் தாக்கல் சொல்லி விடவில்லை. பொன்னம்மாவின் முகத்தைப் பொழுதெல்லாம் பார்த்தபடி இருந்தாள். செல்வியை யாரும் ஏறெடுத்துப் பார்க்கவில்லை. செல்வியை யாரும் கேட்பாரில்லை. செல்வி நாதியற்றுக் கிடந்தாள்.

“இன்னைக்கு இல்லைன்னாலும் ஒருநாளு ஒன்புருஷன் துரைச்சாமி வந்து ஒன்னையைக் கூட்டிட்டுப் போவான். நீயும் ஊருக்குப் போய் அவங்கூட இருந்து பிள்ளையைப் பெத்துக்கிட்டு வரத்தான் போறே. நானும் உன் பிள்ளை தூக்கி மடியிலே போட்டுக்கிட்டு கொஞ்சத்தான் போறேன்” என்று அன்னம்மா கிழவி ஆசை ஆசையாகச் செல்வியிடம் சொன்னாள்.

செல்விக்குப் போன திருவிழாவில் நடந்ததை நினைக்கும்போது ஆங்காரம் ஆங்காரமாக வரும். கண் மூடிக் கண் திறப்பதற்குள்ளாக எல்லாம் நடந்து முடிந்துவிட்டது. கிடா முட்டுச்சண்டையில் துரையின் பச்சையும் அழகுமுத்துப்பயலின் ஆடும் முட்டிக்கொண்டது. பச்சை குத்துப்பட்டு தோற்றதும் துரைக்குக் கோபம் வந்தது. ‘அழகு ஆட்டை ஜெயித்து உன்னைக் கூட்டிட்டுப்போறேன்’ என்று தோற்றுப்போன வேகாளத்தில் பேசிவிட்டுப் போய்விட்டான். ஆள் மாற்றி ஆள் பஞ்சாயத்து. போலீஸ் ஸ்டேஷன் புகார். தாசில்தார் மனு. கலெக்டர் ஆபீசில் தாவா என்று எதற்கும் துரை கட்டுப்படவில்லை. “ஒரு வருஷம் உங்க பொண்ணு உங்க வீட்டிலே இருக்கட்டும். ஆட்டை ஜெயிச்சுட்டு கூட்டிட்டுப்போறேன்” என்று பிடிவாதம் பிடித்தான். ஆபீசர்களும் அசந்து போனார்கள். பஞ்சாயத்துக்காரர்கள் விட்டுக் கொடுத்துவிட்டார்கள். துரையின் நினைவாக வீட்டின் மூளையில் மண்சட்டிப் பானைகளுடன் பானைகளாகக் குமிந்து கிடந்தாள் செல்வி. அழகுமுத்துவைப் பார்க்கும் போது கத்தி கூப்பாடு போடுவாள். வெட்டருவாளைத் தூக்கிக்கொண்டு விரட்டுவாள். அவன் தப்பித்துக்கொண்டான்.

அவனுடன் ஜென்மப் பகையாகிவிட்டது. பேச்சுவார்த்தை நின்றது. அவனது ஆட்டை விரட்டிவிட்டாள். அழகு ஆடு திரிவதற்கு இடமில்லாமல் வீட்டின் முன்பாகக் கிடந்தது. சோறு தண்ணீர் எதுவுமில்லாமல் குலை பட்டினியில் கிடந்ததைப் பார்த்தாள். தன் விதிக்கு ஆடு என்ன செய்யுமென்று பரிதாபப்பட்டு வீட்டில் கட்டிப்போட்டாள். தீவனம் தந்தாள். தினமும் தீவனம் தரும் போது ஆடு தலையைத் திருப்பிக்கொள்ளும்.

ஒருநாள் அழகு ஆடு நடுராத்திரியில் கழுத்துக் கயிறை அறுத்துக்கொண்டு ஓடியது. எங்கு போனது என்று தெரியவில்லை. அரிக்கேன் விளக்கை ஏந்திக்கொண்டு அழகுமுத்துவும் கருத்தய்யனும் துணைக்கு தெம்மண்ணாவை அழைத்துக்கொண்டு தேடினார்கள். காலையில் விடிந்ததும் வீடு வந்து சேர்ந்துவிடுமென்று தெம்மண்ணா அவர்களை அழைத்து வந்தான். காலையிலும் வரவில்லை. மறுநாளும் வந்து சேரவில்லை. அன்னம்மா கரட்டுப் பக்கம் மேய்ச்சலுக்குப் போகிறவர்களிடம் தேடிப்பார்க்கச் சொன்னாள். அழகு ஆடு எங்கேயும் தட்டுப்படவில்லை. அவள் செல்வியிடம் “மனுஷங்களை மாதிரிதான் இந்த மாடுகளும் ஆடுகளும். அதுகளோட கண்ணுக்கு மட்டும் நல்லதும் கெட்டதும் தெரிஞ்சுருக்கு. அந்தக் காலத்திலே நம்ம குலதெய்வத்தை ஆடு பார்த்திருக்கு. கோணார் வீட்டு மாடு தெக்கே கரட்டுப்பக்கமா மேயப்போயிருக்கும்போது காய்ஞ்சு போன தென்னம்பிள்ளைகளுக்கு தினமும் மடியிலிருந்த பாலைக் கொடுத்துட்டு வர்றதை ஊர்க்காரங்க பார்த்திருக்காங்க. நம்மூர் தென்னம்பிள்ளைகள் பாலைக் குடிச்சு வளர்ந்திருக்கு தாயீ. அப்படி இருந்த ஜீவன்களைப் படுபாவி எமதர்மராஜா வாயைக்கட்டிப் போட்டுட்டான். ஆனால் எல்லா பிரயாணிகளுக்கு மனுஷம் மாதிரிதான் அறிவு கொடுத்திருக்காரு சாமி. நீ நம்புன்னா நம்பு. நம்பாட்டிப்போ. உன் அழுகையைப் பார்த்துட்டுத்தான் அழகு ஆடு கழுத்துக் கயிறை அறுத்துட்டு போயிருக்கு. இத்தனை நாளும் அவுக்கமுடியாத கயித்தை இப்ப எப்படி அவுத்துட்டுப் போகமுடியும்? அதுக்கு மனசிலே ஏதோ தோணியிருக்கு” என்று சொன்னாள்.

வெள்ளிக்கிழமை நாளில் அழகு ஆடு வீடு திரும்பியது. தானாக வீட்டு வாசலில் நின்று கத்தியது. செல்வி அதை இழுத்துக்கொண்டு போய் தண்ணி காட்டினாள். கஞ்சி வைத்தாள். கத்திரி அறுத்துப் போட்டு தின்னக்கொடுத்தாள். எதையும் ஆடு மோந்து கூடப் பார்க்கவில்லை. செல்வி இழுத்து இழுத்துப் பார்த்தாள். வாயைத்

திறக்கவில்லை. அன்னம்மா “இது என்னாடீ கூத்து. தள்ளு நான் கொடுக்கிறேன்” என்று ஆட்டை இழுத்துக் கொண்டாள்.

“சாமி உனக்கு என்னா குறை? யாரு எதுவும் செஞ்சாங்களா? என்னா சாமி” என்று தலையைத் தடவிக் கொடுத்து தண்ணி சட்டியைக் காட்டினாள். அதன் பிறகு அழகு ஆடு குடித்தது. செல்வி சட்டியை வைத்தால் முகர்ந்து கூட பார்க்காது. அன்னம்மா வைக்கவேண்டும். இல்லையென்றால் அழகுமுத்து வைக்கவேண்டும். “ஆடு மனுஷங்க மாதிரிதான் செல்வி. அதுக்கு வெட்கம் மானம் ரோஷம் கோபமுன்னு இருக்கத்தான் செய்யும். நாமதான் அதை தெரிஞ்சு வைச்சிக்கிடணும்” என்று அன்னம்மா கிழவி சொன்னாள். உண்மைதான். எத்தனை தடவை ஆட்டுக்குத் தண்ணி வைக்கும் போதும் கஞ்சி காட்டும் போதும் திட்டியிருக்கிறோம். அடித்திருக்கிறோம். முருங்கைக் குச்சியைக் கொண்டு விளாசியிருக்கிறோம். பொறுத்துக்கொண்டுதானிருந்தது. அத்தனை அடியையும் வசவையும் வாங்கிக்கொண்டு பொறுத்துக்கொண்டிருந்தது. மனுஷங்களை மாதிரிதான் அதுக்கும் ரோஷம் வந்துவிட்டது. உன் கையாலே இனிமேற்பட்டு சாப்பிடமாட்டேன் என்று சொல்லாமல் சொல்லிக்கொள்வது போல கழுத்துக் கயிறை அறுத்துக்கொண்டு ஓடியிருக்கிறது. ஆடு செல்வியைப் பார்த்து தன் முகத்தைத் திருப்பிக்கொள்ளும். வெட்கமா ரோஷமா கோபமா வருத்தமா எதுவென்று தெரியவில்லை. முகத்தைப் பார்க்காது. அவள் கொட்டாரத்திற்கு வரும்போது ஒதுங்கி நின்று கொள்ளும்.

அழகுமுத்து வீட்டிற்குள் நுழைந்து அதனிடம் சென்றதும் ஓரே தாவலாகத் தாவிப்போய் வயிற்றை முட்டும். கால்களுக்கு ஊடே புகுந்து கொள்ளும். தலையைச் சிலுப்பிக்கொண்டு கழுத்து மணி குலுங்கச் சுற்றி வரும். செல்விக்கு அதைப் பார்க்கும்போது ஆசையாக இருக்கும். குட்டியாக இருக்கும்போது சரளைக்கல் கரட்டு மேட்டிலிருந்து தூக்கிக்கொண்டு வந்தது. புட்டியில் பால் ஊற்றி அவள்தான் ஊட்டிவிடுவாள். மந்தைக்குப் போகும் போதும் தாமரைக்குளத்திற்குப் போகும்போதும் கூடவே வரும். "ஆம்பளைத் துணைக்கு ஆட்டைப் பிடிச்சிட்டு வந்துட்டீயா செல்வி” என்று அவளுடன் படித்த பிள்ளைகள் கேட்பார்கள். அவளுக்கு சிரிப்பாக வரும்.

போடிக்கு சினிமா படம் பார்க்கப் போனபோது அவர்களுக்கு

பின்பாக வந்துவிட்டது. எளசை விலக்கில் வைத்து யாரோ சொன்னார்கள். "பின்னாலே ஆட்டுக்குட்டி வர்றது கூட தெரியாமல் நடந்து வர்றீங்கே" என்றார்கள். திரும்பிப் பார்த்தால் அழகு குட்டி லொங்கு லொங்கு என்று ஓடிவந்து கொண்டிருக்கிறது. வைரமணி சைக்கிள் கடையில் கட்டிப் போட்டுவிட்டு தீவனத்திற்கு அகத்திக் குலையையும் இனுங்கிப் போட்டுவிட்டு சினிமா படம் பார்க்கச் சென்றார்கள்.

செல்வி நடந்து முடிந்த ஒவ்வொன்றையும் நினைத்துக் கொண்டாள். அவளுக்கு நெஞ்சுக்குழி கிடந்து அடித்துக்கொண்டது. அவளறியாமல் அழுதாள். அத்தையும் இப்படியாகத்தான் அழுதிருப்பாள். மாமா இறந்ததிலிருந்து அவள் அழுததெல்லாம் இதற்காகத்தானே. தன் துயரத்தை அவளும் அனுபவித்திருக்கிறாளே என்று செல்வி பெரும் சத்தம் எழுப்பி அழுதாள். அவளை யாரும் கண்டுகொள்ளவில்லை.

அஜ்ஜி= கிழவி.

(2)

எளசை ஊருக்குள் எட்டு மணி பஸ் வந்து நின்றது. ஜெயராஜ் ஆரோக்கியம் பஸ்ஸை விட்டு இறங்கி ரோட்டிற்கு எதிரே இருந்த தேநீர்க்கடைக்குச் சென்று அமர்ந்து கொண்டார். அவருடைய தலைமுடி நரைத்துப் போயிருந்தது. வயது ஐம்பது இருக்கும். சவரம் செய்து மீசை இல்லாத முகம் கிராமத்து மனிதனைப் போலில்லாமல் நகரத்தில் பிறந்து வளர்ந்தவரைப்போல தோற்றம் தந்தது. முழுக்கைச் சட்டையின் நுனியில் அழுக்குப் படிந்திருந்தது. மண் புழுதி அப்பிக்கிடந்த செருப்பைக் கழற்றி வைத்தார். வேப்பமரத்திலான மரப்பலகை பெஞ்சில் அமர்ந்து கொண்டது அவருடைய ஆசனத்திற்குச் சற்றுக் குளிர்ச்சியாக இருந்தது. அவருடைய கடுகடுத்த முகம் இப்போது சற்று நிம்மதியானது. டீக்கடையிலிருந்தவர்களுக்கு அவர் யாரென்று அடையாளம் தெரியவில்லை. எளசை ஊருக்கு முதன்முதலாக வருகிறார். ஊருக்குப் புதிது என்பது அவரைப் பார்த்ததும் தெரிந்தது.

டீக்கடை பாண்டி கடையிலிருந்தவர்களுக்கு டீயும் காப்பியும் கொடுத்துவிட்டு அவரின் அருகில் வந்தான். அவர் டீ என்று சொன்னதும், “சூடா வடை இருக்கு. சாப்பிடுங்க” என்றான். அவர் அதைக் கேட்டுக்கொண்டதாகத் தெரியவில்லை. அங்கிருந்த தினசரியை எடுத்துக் கொண்டார். கசங்கியும் எண்ணெய்ப் பிசுபிசுப்புமான தினசரியை அவர் முகம் சுளித்தபடி எடுத்த இடத்தில் வைத்து விட்டார். டீக்கடை பாண்டி டீயைத் தந்தான்.

“ஸார் யாரைப் பார்க்க ஊருக்கு வந்திருக்கீங்கன்னு தெரியலயே” என்று பாண்டி தயக்கத்துடன் கேட்டான்.

"நான் ஜெபக்கூட்டம் நடத்துற பாஸ்டர். என்னோட பேரு ஜெயராஜ்ஆரோக்கியம். இங்க ஜெபக்கூட்டம் கட்டப்போறோம். அதுக்கு இடம் பார்க்க வந்திருக்கேன். டவுனிலிருந்து என்னை அனுப்பியிருக்காங்க" என்று தன்னை அறிமுகம் செய்து கொண்டார்.

"பாஸ்டருன்னா எனக்குப் புரியலயே ஸார்."

"போதகருன்னு சொல்லுவாங்க. நாந்தான் ஜெபக்கூட்டம் நடத்தப் போறேன். கூட்டம் நடத்துறதுக்கு ஏதாவது இடமிருந்தா சொல்லுங்களேன். வாடகைக்கு இருந்தாலும் சரி, இல்லை இங்கவுள்ள வழக்கப்படி எப்படின்னாலும் சரி பணம் தந்துடலாம்" என்றார்.

"இடமுன்னா காலிமனையாவா வேணும் பாஸ்டர்?"

"காலிமனையா இருந்தாலும் பரவாயில்லை. கட்டிடமா ஏதாவது ஒரு வீடு போல இருந்தா நல்லது."

"இந்த ஊரிலே அப்படியெல்லாம் இல்லை பாஸ்டர். காலிமனைகள் தான் இருக்கு. ஆனா அதுவும் விவசாயம் செய்யாம கிடக்கிற பூமி. காலத்திற்கு ஒருமழை ராத்திரியெல்லாம் அம்புவிட்டது கணக்கா நிலத்திற்குள்ளாற நுழைஞ்சுச்சுன்னா போதும், விவசாயத்திற்குத் தயாராகிடும். நேரங்காலத்துப் பெய்யாம நேரங்கெட்ட நேரத்துக்குப் பேயுது" என்று பாண்டி வருத்தத்துடன் சொன்னான்.

"கவலைப்படாதீங்க. நீங்க ஜெபக்கூட்டத்திற்கு வாங்க. வந்து ஜெபம் செய்யுங்க. நான் மழையை ஒரு ராத்திரி என்ன ஒரு நாள் முழுக்க ஊருக்குக் கொண்டு வந்துதர்றேன். ஜெபத்தையும் கர்த்தரையும் நம்புங்க" என்று அவர் உணர்ச்சிவசப்பட்டு சத்தமாகப் பேசினார்.

"ஜெபக்கூட்டத்தில ஜெபம் செஞ்சா மழை வந்துருமா பாஸ்டர். உங்களாலே முடியுமா பாஸ்டர்?" என்று ஆர்வத்துடன் பாண்டி கேட்டான்.

"ஏன் முடியாது. கர்த்தர் நமக்குச் செய்யுறதுக்குத்தான் பிறந்திருக்காரு. நாம் கேட்டால் உடனே கொடுத்துருவாரு" என்று டீ டம்ளரை மேஜையின் மேல் வைத்துவிட்டுப் பணத்தை எடுத்துக் கொடுக்கப் போனார்.

டீக்கடைப் பாண்டி வாங்கிக் கொள்ளவில்லை. "ஜெபம் செய்து மழையெல்லாம் பெய்யவைக்கப் போறீங்கன்னு சொல்லுறீங்க. உங்ககிட்டே டீக்கு காசு கேட்கலாமா. இருக்கட்டும் பாஸ்டர்"

என்று காசு வாங்க மறுத்துவிட்டான்.

பாண்டி டீக்கடையிலிருந்தவர்களுக்கு முன்பாக பாஸ்டரிடம் நல்லவிதமாக நடந்து கொண்டது சந்தோசத்தைக் கொடுத்தது. உள்ளுக்குள்ளே தன்னைப் பெருமையாக நினைத்துக் கொண்டான். அவனுக்கு எப்படியாவது மழை பெய்ய வேண்டுமென்கிற ஆவல். தரிசாகப் போட்டிருக்கிற நிலத்தில் பருத்தியும் மக்காச்சோளமும் போட்டுப் பணம் காசு பார்க்க வேண்டுமென்று நீண்ட நாட்களாகக் கனவு கண்டு கொண்டிருந்தான்.

“எட்டுமணி பஸ் தேவாரத்திற்குப் போய்த் திரும்பியிருந்துச்சா பாண்டி. டவுனுக்குப் போகணும்” என்று குரல் கேட்டதும் அவன் திரும்பிப் பார்த்தான். டீக்கடை வாசலில் பொன்னு நின்றிருந்தான்.

டீக்கடைப் பாண்டி “பொன்னு டவுனுக்கா போறே. ஐந்து கிலோ ஜீனி வாங்கிட்டு வர்றீயா. இன்னைக்கு ராத்திரி ஸ்வீட்பன்னு போடணும். பலசரக்குக் கடைக்காரரு ஜீனி வர்றதுக்கு இன்னும் இரண்டு நாளாகுமின்னு சொல்லுறாரு” என்றான். பொன்னு சரி என்பது போல தலையாட்டியபடி கடைக்குள் அமர்ந்து கொண்டான். டீக்கடை பாண்டி டவுனில் ஏதாவது வேலை சொன்னால் ஒரு டீ காசில்லாமல் குடிக்கத் தருவான். பாண்டியும் யாராவது டவுனுக்குப் போகிறவர்கள் வரமாட்டார்களா என்று காத்துக் கொண்டிருந்த சமயம்.

பொன்னு டீயை உறிஞ்சிக் குடித்தபடி “இன்னும் ரேஷன் கடையில ஜீனி போடலையா? போனவாரம் முழுசும் சீமெண்ணெய்க்கு அடிதடியா இருந்துச்சு” என்று சொன்னான்.

பாஸ்டர், “இங்கே கேஸ் சிலிண்டர் கிடைக்குமா தம்பி” என்று பொன்னுவிடம் கேட்டார். பொன்னு அப்போதுதான் அவரைப் பார்த்தான். புதிதான ஆள் என்று தெரிந்ததும் யாரென்ற குழப்பத்துடன் அவரது முகத்தைப் பார்த்தான்.

டீக்கடைப் பாண்டி, “இவருதான் நம்மூருக்கு வந்திருக்கிற பாஸ்டர். பாஸ்டருன்னா ஜெபக்கூட்டம் நடத்துறவருன்னு அர்த்தம். நம்மூரிலே ஒரு ஜெபக்கூட்டம் நடத்தப்போறாராம். ஜெபம் நடத்தி மழையைக் கொண்டு வர்றேன்னு சொல்லுறாரு பொன்னு” என்றான். பொன்னு அப்படியா என்பதுபோல அவரைப் பார்த்தான். பாஸ்டரும் தலையை ஆட்டியபடி சிரித்துக் கொண்டார். பாஸ்டருக்கு

சந்தோஷமாக இருந்தது. ஊருக்குள் வந்ததும் தனக்கு ஆட்கள் அறிமுகமாகிவிட்டார்கள் என்று நினைத்தார்.

பாண்டி, “பாஸ்டருக்கு ஜெபக்கூட்டம் நடத்துறதுக்கு ஒரு இடம் வேணுமாம். வீடாக இருந்தாலும் பரவாயில்லையாம். உனக்குத் தெரிஞ்ச இடம் இருந்தா சொல்லு பொன்னு” என்று கேட்டான். பாண்டி தனக்காகப் பேசியதைக் கேட்டதும் பாஸ்டருக்கு சந்தோஷமாக இருந்தது. தனது வாயைத் திறந்து “கர்த்தரே, இயேசுவே” என்று சொல்லியபடி மார்பின் குறுக்கே சிலுவை இட்டுக்கொண்டார். பிறகு உணர்ச்சிவசப்பட்டவராக, “இந்த டீக்கடை பிரகாசமடையட்டும். கர்த்தர் உங்களை இரட்சிப்பார்” என்று சொன்னார். பாண்டிக்கு உடம்பு புல்லரித்தது. உடனே அவரது காலில் விழுந்துவிட்டான்.

பாஸ்டர் பாண்டியைத் தூக்கி நிறுத்தி “நீங்க என்னோட காலில் எல்லாம் விழக்கூடாது. கர்த்தருக்கு முன்னாலே எல்லாரும் சமம். உங்களுக்கு நான் சொன்னது சரின்னுபட்டதுன்னா ஜெபக்கூட்டத்திற்கு வாங்க. ஜெபம் செய்யுங்க. அதுபோதும்” என்று சொல்லி அவரைக் கட்டி அணைத்துக் கொண்டார். பாண்டி அவருடைய சட்டையைத் தொட்டுப் பார்த்துக் கொண்டான். உடம்பை முகர்ந்து கொண்டான். நல்ல பவுடர் வாசனையாக இருந்தது. அவரது கழுத்தின் வியர்வையின் வாடை இறந்து போன எலியின் வாசத்தைப் போலவும் பூனையின் வீச்சத்தைப் போலவும் இருந்தது. பாண்டிக்குக் குடலைப் புரட்டியெடுத்தது. பாண்டி அவரிடமிருந்து விலகிக் கொண்டான்.

“ஸார் கேஸ் சிலிண்டர் டவுனிலே பதிஞ்சு வைச்சிட்டீங்கன்னா இங்கே வந்து போட்டுருவாங்க. சாமி கும்புடுறதுக்கு எதுக்கு ஸார் கேஸ் சிலிண்டர் எல்லாம்” என்று பொன்னு சகஜமாக அவரிடம் கேட்டான்.

“நான் தினமும் காலையிலும் சாயங்காலமும் டவுனுலேயிருந்து வந்துட்டுப் போயிட்டு இருக்கமுடியுமா? இங்கேயே வீட்டைப் பார்த்துக் குடியிருந்துக்குவேன். இங்கே நான் வந்து குடியிருந்தா நீங்களெல்லாம் எனக்கு உதவி செய்யமாட்டீங்களா?” என்று கேட்டார். பாஸ்டர் தங்களிடம் இப்படிக் கேட்டதும் பாண்டிக்கும் பொன்னுவுக்கும் கஷ்டமாகப் போய்விட்டது. பாஸ்டரின் முகத்தைப் பார்த்துக் கொண்டார்கள். பாஸ்டருக்கு உடனே தாங்கள் ஏதாவது

உதவி செய்ய வேண்டுமென்று அவர்களது மனம் பதறியது.

பேருந்து ஊருக்குள் நுழைகிற சத்தம் கேட்டது. பாண்டி ரோட்டைப் பார்த்துக் கொண்டான். எட்டுமணி பஸ் திரும்பி தேவாரத்திற்குப் போய்த் திரும்பி வருகிறது. போடிக்குப் போவதற்குக் காத்திருந்தவர்கள் பஸ்ஸ்டாப்பிற்கு வந்து நின்றார்கள். பாண்டி கடைக்குள் சென்று பெரிய பைக்கட்டை எடுத்துக் கொண்டு வந்தான். பொன்னு பைக்கட்டையும் பணத்தையும் வாங்கிக்கொண்டான். பேருந்திலிருந்து ஊர்க்காரர்கள் யாரும் இறங்கிக் கொள்ளவில்லை. பொன்னு பேருந்தில் ஏறியதும் பேருந்து நகரத்தொடங்கியது. பாண்டி "மறந்துடாமல் வாங்கிட்டு வாடா. மறந்திடாதே" என்று பேருந்தைப் பார்த்துச் சொன்னான். பொன்னு ஜன்னலின் வழியாகத் தலையை நீட்டி "சரி சரி" என்று சொல்லிக் கொண்டான்.

பேருந்து ஊரைக் கடந்து போகும்வரை டீக்கடை பாண்டி ரோட்டைப் பார்த்துக் கொண்டிருந்தான். அவனுக்கு ரூபாயை பொன்னுவிடம் கொடுத்துவிடுவதற்கு மனமில்லை. முகம் வாட்டமாக இருந்தது.

பாஸ்டர், "ஏன் ஒருமாதிரியாக இருக்கீங்க. கொஞ்ச நேரத்திற்கு முன்னாடி நல்லா பேசிட்டுத்தானே இருந்தீங்க. இப்போ திடீருன்னு அமைதியாக இருக்கீங்க" என்று அவனிடம் வலுக்கட்டாயமாகப் பேச்சுக் கொடுத்தார்.

"பொன்னுச்சாமியை நம்பி ஜீனி வாங்கப் பணத்தைக் கொடுத்து விட்டிருக்கேன். ஜீனியோட வர்றானா இல்லை டாஸ்மாக்கு போய் சரக்கைப் போட்டு புரோட்டா தின்னுட்டு வாந்தியெடுத்துட்டு வருவான்னான்னு தெரியல. டீக்கடையை மூடிட்டுப்போகவும் மனசுவரமாட்டேங்குது" என்று கவலையுடன் பேசினான்.

"நீங்க கவலையை விடுங்க பாண்டி. அடுத்த தடவை என்கிட்டே ஜீனி வாங்கணுமின்னா சொல்லுங்க. நான் டவுனில் வாங்கிட்டு வந்து தர்றேன். ஜீனி உங்க கைக்கு வந்த பிறகு பணம் கொடுத்தாப் போதும். நான் உங்களுக்கு எத்தனை கிலோ ஜீனி வேணுமின்னாலும் வாங்கிட்டுவந்து தர்றேன்."

"நீங்க சொன்னதே ஜீனி வாங்கிக் கொடுத்தது மாதிரி இருக்கு. ரொம்ப சந்தோஷம். அடுத்த வாரம் ஜீனி வாங்கணும். நான் உங்ககிட்ட அப்போ சொல்றேன்."

“நீங்க எனக்கு ஒரு இடம் இல்லைன்னா வீடு மாதிரி ஒண்ணு பார்த்துக் கொடுத்தா போதும். கர்த்தர் எல்லாரையும் சந்தோஷமா வைச்சிக்கிருவாரு.”

டீக்கடைப் பாண்டிக்குக் குழப்பமாக இருந்தது. யாரிடம் போய் வீடு கேட்பது? ஏசுசாமி கும்பிடுபவர் என்று தெரிந்தால் யாராவது வீடு தருவார்களா?. பக்கத்து ஊரில் யாரிடமாவது கேட்கலாமா என்று யோசித்தான். அவனுக்குத் திடீரென யோசனை தோன்றியது. தன் கடைக்குப் பின்பாக இருக்கும் சரளைக்கல் பொட்டலில் வீடு மாதிரி ஒன்றை பாஸ்டர் ஏன் கட்டிக்கொள்ளக்கூடாது? சரளைக்கல் பொட்டல் ஊர் மந்தையாகத்தானே இருக்கிறது. ஊர் குப்பைகளைப் போடவும் பசுஞ்சாணத்தைக் கொட்டவுமாக முட்டுத்துணிகளைக் கழற்றி எறியவுமாக ஊர்க்காரர்கள் இடத்தை ஒன்றுமில்லாமல் செய்து விட்டார்கள். பாஸ்டர் வீடு கட்டிக்கொண்டால் இடம் சுத்தமாகிவிடும். தனது கடைக்கும் வாடை வீச்சம் எதுவும் வராது என்று யோசித்தான். முக்கியமாக ராத்திரி நேரத்தில் யாரும் குத்தவைக்க ஒதுங்கிக் கொள்ளமாட்டார்கள் என்று நினைத்தான். தனது டீக்கடையின் பின்பாக இருந்த படலைத் திறந்தான்.

டீக்கடைப் பாண்டி தன் கடைக்குள்ளிருந்தபடி பாஸ்டரிடம் சரளைக்கல் பொட்டலைக் காட்டினான். பாஸ்டர் பொட்டலைப் பார்த்தார். சரளைக்கல்லும் பாறைகளுமாகக் கிடந்த நிலம் மேடும் பள்ளமுமாக இருந்தது. அந்த இடத்தைப் பார்த்ததும், அவருக்கு இயேசு காட்சி தந்தது போலிருந்தது. அவரது முகம் பூரித்துப்போய் சந்தோஷமானது. அவராகவே “கர்த்தர் என்னைக் கைவிடமாட்டார்” என்று சொல்லிக் கொண்டார். அவர் பாண்டியின் முகத்தை ஏறிட்டபடி, “இந்த இடம் யாருடையது பாண்டி” என்று கேட்டார். தான் சொல்லாமலேயே புரிந்துகொண்டதை நினைத்து ஆச்சரியப்பட்டுக்கொண்ட பாண்டி “மிலிட்டரிக்காரர் இடம். அவர் சம்சாரத்தோட பேரிலே இடமிருக்குது. உங்களுக்கு இஷ்டமின்னா சொல்லுங்க பேசி முடிச்சிரலாம். சிந்தலைச்சேரியிலதான் அவங்க குடியிருக்காங்க” என்று பாண்டி சொன்னான்.

பாஸ்டருக்கு அந்த இடம் பிடித்துவிட்டது. வீடு ஒன்றும் கட்டி அதன் முன்பாக தோட்டம் ஒன்றை ஏற்பாடு செய்துவிட்டால் தன் காலம் முழுக்க இங்கேயே இருந்து கொள்ளலாமென கனவு காணத்தொடங்கினார். பாஸ்டர் அக்கனவில் நடக்கத் தொடங்கினார். இயேசுவின் நாமம் இயேசுவின் காரியம் என்ற பாடல் அவரது

காதிற்குக் கேட்டது. தனது காதிற்கு மட்டும் ஒலித்துக்கொண்டிருந்த பாட்டைக் கேட்டபடி கர்த்தர் தமக்குக் காட்சி தந்த சந்தோஷத்தில் இரண்டு கைகளை நீட்டியபடி பொட்டலைப் பார்த்து நடந்தார். பொட்டலில் சரளைக்கற்களுக்கு ஊடே ஆவாரஞ்செடியும் நாய் துளசியும் புதர் போல மண்டிக்கிடந்தன. அதன் ஊடே பிளாஸ்டிக் பையும் காகிதங்களும் சிக்கிக் கொண்டிருந்தன. பாஸ்டரின் காலடி ஓசை கேட்டு பூனை ஒன்று பயந்து ஓடியது. கருப்புப் பூனையை பாஸ்டர் பார்த்ததும் தனது காதில் ஒலித்துக் கொண்டிருந்த பாடலிலிருந்து விடுபட்டு நின்றார். பூனையைப் பார்த்துப் பயந்து போனார்.

தூரத்தில் வேப்பமரம் ஒன்று தெரிந்தது. அடர்ந்த கிளைகள் கொண்ட மரத்தைப் பார்ப்பதற்கு அழகாகயிருந்தது. பாஸ்டருக்கு அந்த மரத்தின் நிழலில் சிறிது நேரம் நின்றிருக்க வேண்டுமென்ற விருப்பம். அவர் வேப்பமரத்தை நோக்கி நடந்தார். சிறிது தூரம் தான் நடந்திருப்பார். அவரால் அதற்கு மேல் நடக்கமுடியவில்லை. பாஸ்டர் நடக்க நடக்க அவரறியாமல் அவரது உள்ளங்கை மூக்கைப் பொத்திக்கொண்டன. அழுகிய மாமிசத்தின் நாற்றமும் கவுச்சியும் கலந்து அவரை மேற்கொண்டு நடக்கவிடாமல் செய்தது. சாணம் குமிந்து கிடந்தது. குத்துச்செடிகளுக்கு ஊடே காய்ந்த மலமும் தீட்டுத்துணிகளும் கிடந்தன. சிகரெட் டப்பாவும் உடைந்த பிராந்தி பாட்டில்களும் வழியில் இருந்தன. ஆட்டுப்புழுக்கைகள் வரிசையாக பாதையில் கிடந்தது. பழைய சேலை வெளுத்த நிறத்தில் குத்துச்செடியின் மேல் தொங்கியது. அழுத்துத்துணிகளைப் பொட்டலமாகக் கட்டி வைத்திருந்தார்கள். அதன் மேல் ஓணான் நின்று கொண்டிருந்தது. பாஸ்டர் பூனை நின்றிருந்த இடத்தைக் கடந்து சென்றார். பூனை சிறிய பள்ளம் போல மண்ணைப் பிராண்டி விட்டுச் சென்றிருந்தது. பாஸ்டர் நடந்து வந்த பாதையில் நின்று திரும்பிப் பார்த்தார். டீக்கடை மிகத்தூரத்தில் தெரிவது போலிருந்தது. அங்கிருந்து டீக்கடையை நோக்கி வந்தார்.

டீக்கடைக்குத் திரும்பிய போது அவரைப் புதிதாகப் பார்ப்பது போல டீக்கடைப் பாண்டி பார்த்தான். பாஸ்டரின் உடம்பும் முகமும் வியர்த்திருந்தது. பாஸ்டர் கடைக்குள் அமர்ந்து கொண்டார். தனது கால்சட்டையிலிருந்து கைக்குட்டையை எடுத்து முகத்தைத் துடைத்துக் கொண்டார். சட்டையின் முதல் பித்தானை கழற்றிவிட்டுக் கொண்டார். பெஞ்சிலிருந்த நியூஸ்

பேப்பரை எடுத்து விசிறிக்கொண்டார்.

“ரொம்ப தொலை நடந்து போய் வந்துட்டீங்க. வெயிலில நடந்தது சேரல” என்று பாண்டி சொன்னான்.

“அப்படியே நடந்து போயிட்டேன். நடக்க நடக்க ஆசையா இருந்துச்சு. ரொம்பவும் குப்பையா இருக்கு. சுத்தம் செய்யவ ஒருவாரம் ஆகும். கட்டிடம் கட்ட இங்கே ஆளுங்க இருக்காங்களா.”

“முதலில் மிலிட்டரிக்காரர்கிட்டே கேட்டுக்குவோம். அவரு சரின்னு சொன்னாத்தானே மத்த வேலைகளைச் செய்யமுடியும்.”

“மிலிட்டரிக்காரர் இப்போ எங்கே இருக்காரு?”

“யாருக்குத் தெரியும். ஆனால் அவரோட சம்சாரம் மாசம் மாசம் சிந்தலைச்சேரியில இருந்து இங்கே வரும். என்கிட்டே வாடகைப் பணம் வசூல் செய்துட்டுப்போகும். அப்போ பேசலாம்.”

“அதுவரைக்கும் காத்திட்டு இருக்கமுடியாது பாண்டி. நீங்க அவங்களோட விலாசத்தைக் கொடுங்க. நான் போய்ப் பார்த்து பேசிட்டு வர்றேன்.”

“சரி.”

“இவ்வளவு குப்பைகளை வைச்சிட்டு எப்படி நீங்க குடியிருக்கீங்க. வாடை அடிக்கலையா?” பாஸ்டர் அவனிடம் பரிதாபமாகக் கேட்டார்.

“குப்பையை சுத்தம் செய்தாலும் வாடையடிக்கத்தான் செய்யும்” என்று பாண்டி பதில் சொன்னான்.

“எதுக்கு?”

“இந்தப் பொட்டலில நூத்துக் கணக்கில செத்த ஆடுகளைப் போட்டுப் புதைச்சிருக்காங்க. நோக்காடு வந்து செத்துப் போன ஆடுங்க அது. அஞ்சாறு வருஷத்திற்கு முந்தி நடந்த சம்பவம் அது. ஆனாலும் வாடை மூக்கு மேல ஒட்டிக்கிட்டு இருக்கிறது மாதிரி இந்த இடத்தில ஒட்டிக்கிட்டு இருக்குது. போகவே மாட்டேங்குது. மந்திரம் போட்டாச்சு. தாயத்து கட்டியாச்சு. பூசாரி உடுக்கையடிச்சி விபூதி போட்டும் பார்த்துட்டாரு. வாடை போகமாட்டேன்ங்குது. எங்களுக்கு அப்படியே பழகிப்போயிருச்சு. விட்டுட்டோம். திடீர் திடீருன்னு ஆடுகள் செத்து பூமியிலே விழுகுது. டி.வி.யிலேயும் பத்திரிகை

நியூஸ்லேயும் செத்த ஆடுகளை யாரும் சமைச்சு சாப்பிடக்கூடாதுன்னு வேறே சொல்லிட்டாங்க. உயிரோட இருக்கிற ஆடுகளைக் கொன்னு ராத்திரியோட ராத்திரியா எல்லாரும் சாப்பிட்டோம். திங்கமுடியாமல் மிச்சத்தைக் குறவனுக்கும் குறத்திக்கும் தந்தோம். அப்படியும் ஆடு நாக்கை நீட்டி கண்ணை முழிச்சிட்டு செத்து கீழே விழுகுது. செத்த ஆட்டை என்னா செய்யுறது. மனுசங்க புதைக்கிற இடத்தில புதைக்கக்கூடாதுன்னு சொல்லிட்டாங்க. அப்புறம் இந்த இடத்தில கொண்டு வந்து புதைச்சோம். அப்போ எல்லாம் நான் கடை போடல. ஹைஸ்கூலில ப்ளஸ் டூ படிச்சிட்டு இருந்தேன். மிலிட்டரிக்காரனுக்குத் தெரியாமல் புதைச்சுட்டுப் போயிட்டோம். அப்புறம் அவனோட பொண்டாட்டிக்கு விஷயம் தெரிஞ்சு பத்ரகாளி மாதிரி ஊருக்குள்ளே வந்து ஆடுறா. புதைச்ச ஆட்டைத் திரும்பவும் தோண்டி எடுக்கமுடியுமா?. சரி அப்படியே வெளியே கொண்டு வந்தாலும் திரும்பவும் எங்க போய் புதைக்கிறது? பஞ்சாயத்து பேசி, புதைச்ச இடத்துக்கு வாடகை மாதிரி காசு கொடுத்துட்டு வர்றோம்" என்று பாண்டி மூச்சுவிடாமல் சொல்லி முடித்தான்.

“ஆட்டைப் புதைச்சதுக்கு வாடகையா?”

"ஆமாம் பாஸ்டர். ஒரு ஆட்டுக்கு ஒரு ரூபாய் கணக்கு. மாதா மாதம் மிலிட்டரிக்காரன் பொண்டாட்டிக்குக் காசு போய் சேந்துடும்" என்று பாண்டி சொன்னான்.

“அப்புறம் பாஸ்டர் ஒரு முக்கியமான விஷயம். யாருக்கிட்டேயும் சொல்லிறவேணாம். ஒருநாளு ராத்திரியில ஆடுகள் மே மேன்னு கத்துற மாதிரி சத்தம் கேட்கும். இன்னொரு நாளு திடுதிடுன்னு மந்தையா ஆடுக ஓடுறது மாதிரி சத்தம் கேட்கும். கொச்சை வாடை வீசும். புளுக்கை வாடை வீசும். வெள்ளிக்கிழமை வெள்ளிக்கிழமை அதிகாலையில வந்து பார்த்தீங்கன்னா நூத்துக்கணக்கில ஆடுக கரட்டுப் பக்கமா நடந்து போறது தெரியும். கண் மூடித் திறக்கிறங்குள்ளேயும் மாயமாக மறைஞ்சுடும்” என்று டீக்கடைப் பாண்டி சொன்னான்.

பாஸ்டர் ஏதோ பேய்க் கதையைக் கேட்பது போல வாயைத் திறந்து கொண்டு கேட்டுக் கொண்டிருந்தார். டீக்கடையின் பின்பாகத் திறந்திருந்த படலின் வழியாக சரளைக்கல் இடத்தைப் பார்த்தார். கரட்டுக்குப் பின்பாக சூரியன் சிறிது சிறிதாக மறைவதையும் அடிவாரம் முழுக்க சிவந்த நிறமாக மாறியிருப்பதையும்

பார்த்தார். ஊருக்குள் பனிரெண்டு மணி பேருந்து வந்து நிற்கிற சத்தம் கேட்டது. அவர்கள் இருவரும் திரும்பிப் பார்த்தார்கள். புழுதியோடு ஜனங்கள் இறங்கினார்கள். சின்னமனூர் சந்தையிலிருந்து சேவக்கோழிகளுக்கும் ஆடுகளுக்கும் தீவனம் வாங்கிக்கொண்டு பரமசிவம் வந்தார். டீக்கடைக்கு முன்னால் வந்து நின்று “சூடா தேயிலை ஒண்ணு போடுறா பாண்டி” என்றார். பாண்டி சூடாக டீ போட்டுக்கொடுத்தான். பரமசிவம் அவனுக்குப் பெரியப்பா முறை வேண்டும். நேற்று முழுக்க அன்னம்மா கிழவியின் பக்கத்தில் உட்கார்ந்திருந்தான். கிழவி இறந்துவிட்டால் பந்தல் போடவேண்டும். குழிதோண்ட ஆள் விடவேண்டும். தேருக்குப் பூக் கட்டவேண்டும். சாராயம் குடிக்கிறவர்களுக்கு சாராயம் வாங்கிக் கொடுக்கவேண்டும். விசேஷத்திற்குக் கறி வாங்கித் தரவேண்டும். அவனுக்கு நிறைய வேலை இருந்தது.

[1] “தொட்டப்பாரு சந்தைக்குப் போயிட்டு வர்றீங்களா” பாண்டி அவரிடம் கேட்டான்.

“ஆமாடா, போனா வாரம் சந்தைக்குப் போகல. தீவனம் வாங்கிட்டு வந்தேன். முந்திமாதிரி இல்லடா விலைவாசி. ஒருவாரத்திற்கு மறுவாரம் வெல கூடுது” என்றவர், “கிழவியை ஒரு எட்டுப்போய் பார்த்துட்டு வந்தியா?” என்று அவனிடம் கேட்டார்.

பாண்டி “என்னா பெரியப்பா இப்படிக் கேட்டுட்டே. காலையில ஒருதடவை போயிட்டுத்தான் வந்து கடையைத் திறந்தேன். மதிய சாப்பாட்டுக்குப் போவோமுன்னு நினைச்சிட்டு இருந்தேன். நீ வந்து நிற்கிறே” என்றான்.

பாஸ்டருக்கு ஊரின் நாடியோட்டம் சற்றுப் புரிந்தது போலிருந்தது. தான் இங்கு ஜெபக்கூட்டத்தை நிரந்தரமாக நடத்தமுடியும் என்கிற நம்பிக்கை அவருக்கு உண்டாகியிருந்தது. சரளைக்கல் மேவியிருக்கும் கரட்டுப்பாதையையும் அவ்விடத்தையும் பார்த்துக் கொண்டார். இப்போது அவருடைய கண்களுக்கு ஆடுகள் மேய்ச்சல் முடிந்து திரும்பிக் கொண்டிருப்பது போலத் தெரிந்தது. இன்னொரு முறை பார்த்தார். ஆடுகள் புழுதியைக் கிளப்பியபடி நடந்து வந்து கொண்டிருந்தது. ஆட்டு மந்தைக்குப் பின்பாக இரண்டு பேர் கோல்களை உயர்த்திப் பிடித்து மேய்த்துக் கொண்டு வந்ததை அவரால் பார்க்க முடிந்தது.

பாஸ்டர் அவசரமாக “பாண்டி அங்க பாருங்க. நீங்க சொன்னது

மாதிரி ஆடுகள் எல்லாம் உசுரோட எழுந்து வந்துட்டு இருக்குது" என்றார். டீக்கடைப் பாண்டி திரும்பிப் பார்த்தான். பாண்டிக்கு சிரிப்பு வந்தது. "பாஸ்டர், இது நிஜ ஆடுகள்தான். பரமசிவத்தோட தம்பி காளிமுத்துவும் சென்னப்பனும் மேய்ச்சலு முடிஞ்சு பட்டிக்குத் திருப்பிட்டு வர்றாங்க" என்றான். பாஸ்டர் நிஜ ஆட்டை ஆச்சரியத்துடன் பார்த்தார். ஆடுகள் புழுதியும் கொச்சை வாடையுமாக நடந்து வந்து கொண்டிருந்தன.

***

பாஸ்டர் கரட்டு அடிவாரத்தில் கல் வீடு கட்டுவதற்கென டவுனிலிருந்து ஆட்களை அழைத்துக் கொண்டு வந்தார். சின்னமனூரிலிருந்து சவுக்கு மரத்தை வாங்கிக் கொண்டு வந்தார்கள். கல் வீட்டிற்கும் ஜெபக்கூட்டத்திற்கும் மேற்கூரை போட்டார்கள். பாஸ்டர் ஜெபவீட்டின் மேற்கூரையில் ஓரிடத்தில் மணி ஒன்றைக் கட்டி வைத்தார். கட்டிடம் கட்டத் தொடங்கிய நாளிலிருந்து டீக்கடைக்கு நல்ல வியாபாரமாக இருந்தது. உள்ளூர்க்காரர்கள் யாரையும் டீக்கடை பாண்டி மதிப்பதில்லை என்று ஊருக்குள் பேசிக்கொண்டார்கள். பாஸ்டருக்கு சரளைக்கல் பொட்டலைக் கிரயத்திற்குப் பேசி முடித்துக் கொடுத்த பிறகு அவனிடம் 'ஸ்டெம்பர் மடங்காத' ரூபாய் நோட்டுகள் புரண்டன. டவுனிலிருந்து தினமும் அவனது கடைக்குத் தேவையான பொருட்கள் வந்தன. கடையில் பலகாரங்கள் புதிது புதிதாகச் செய்து அடுக்கினான். மிலிட்டரிக்காரனின் மனைவியிடமிருந்து அவனுக்கு கமிஷன் தந்திருப்பதாகப் பேசிக்கொண்டார்கள். ராத்திரியோடு ராத்திரியாக சிந்தலைச்சேரிக்கு பாஸ்டரும் அவனும் போய் மிலிட்டரிக்காரனின் சம்சாரத்திடம் பொட்டல் காட்டை விலை பேசியிருக்கிறார்கள் என்று ஊர்க்காரர்கள் பேசிக்கொண்டார்கள்.

"சிந்தலைச்சேரிக்காரிக்கு இந்த இடத்தை விக்கிறதுக்கு எப்படி மனசு வந்துச்சுன்னு தெரியல. இந்த இயேசு கும்பிடுறவன் ஏதாவது மந்திரம் போட்டு மயக்கியிருந்தாலும் மயக்கிருப்பான்."

"இனிமேற்பட்டு ஊருக்குள்ள ரூபாய் நோட்டுப் புழக்கம் ஜாஸ்தியா இருக்கும் டோய். வெளிநாட்டிலயிருந்து பணம் வருதாம் பாஸ்டருக்கு" ஊர்க்காரர்கள் மந்தைக்குப் போவதற்குப் புதிய இடத்தைத் தேடி அலைந்தார்கள். பொட்டல் கரட்டில் இரண்டு லைட் ராத்திரி நேரத்திலும் எரிந்து கொண்டிருந்தது. ராத்திரி வேலை கட்டிடத்தில்

நடக்கிறது. ஊருக்குள் அவசர ஆத்திரத்திற்கு ஒதுங்கிக் கொள்ள இருந்த இடம் இப்போது இல்லாமல் போனது அவர்களுக்குக் கோபத்தைத் தந்தது. ஊருக்கு வெளியே எடுத்தேறி நடந்தார்கள். நடக்கும்போது வாயிக்கு வந்ததையெல்லாம் பேசினார்கள்.

ஜெபவீடு கட்டிட வேலைக்கு வருபவர்களுக்கும் மேற்கூரை போடுவதற்கு வரும் ஆட்களுக்கும் பாஸ்டர் டீயும் வடையும் கொடுக்கச் சொல்லியிருந்தார். டவுனிலிருந்து வந்த பணியாளர்களுக்குக் கிராமத்து டீயும் வடையும் ருசியாக இருந்தது போல. அவர்கள் மூன்று வேளையும் வடையும் டீயும் வாங்கி சாப்பிட்டார்கள். பாஸ்டர் ஜெபவீடு கட்ட ஆரம்பித்தது எளசை ஊர்க்காரர்களுக்கு வேடிக்கையாகப் போனது. அவர்கள் அன்னம்மா கிழவி படுத்த படுக்கையாக இருக்கிறாள் என்பதைக் கூட மறந்துவிட்டார்கள். திருவிழாவுக்கு வருகிற ராட்டணக்காரனைச் சுற்றி நின்று வேடிக்கை பார்ப்பது போல, கட்டிடத்தை வேடிக்கை பார்த்தனர்.

பாஸ்டர் ஊர் ஜனங்களிடம் “இயேசு சாமிக்கிட்ட உங்களோட குறையைச் சொல்லுங்க. உங்களோட கவலையைச் சொல்லுங்க. அவரு உங்களுக்கு அருள் செய்வாரு. ஜெபவீட்டிற்கு வாங்க. பிரார்த்தனை செய்யுங்க” என்று பேசினார். ஊர்க்காரர்களுக்கு பாஸ்டர் சொல்வது எதுவும் புரியவில்லை.

[2] “ஈ ஆளு ஆத்துரு ஏழுத்தானே.”

[3] “தும்பவும் கலிது இத்தானே போல. மாட்டாடின்டே இத்தானேவே” பெண்கள் பலரும் பேசிக்கொண்டார்கள். அவர்களுக்கு பாஸ்டரின் முழுக்கை வெள்ளைச் சட்டையும் நீள அங்கியும் பூட்ஸ் கால்களும் சிரிப்பாக இருந்தது. பெண்கள் முகத்தைப் பொத்திக்கொண்டு சிரித்தார்கள்.

“ஜெபவீடுன்னா என்னா பாஸ்டர். முட்டுவீடுன்னு கேள்விப்பட்டி ருக்கோம். இழவுவீடுன்னு கேள்விப்பட்டிருக்கோம்” சைக்கிள் கடை வைரமணி தன் சந்தேகத்தைக் கேட்டான். அவனுக்கு சினிமா படங்களில் வரும் ஃபாதர்களைப் பற்றித் தெரியும். அதுவும் அவர்கள் காதலர்களைச் சேர்த்துவைப்பதால் ஞாபகத்தில் வைத்திருந்தான். காதலர்களை சேர்த்து வைப்பதும் கல்யாணம் செய்து வைப்பதுதான் பாஸ்டர்களின் வேலை என்று நினைத்திருந்தான்.

“ஜெபவீடுன்னா பிரார்த்தனை செய்யுறதுக்குண்டான இடமுன்னு

அர்த்தம். உங்க சைக்கிள் கடையில கர்த்தரோட திருவுருவத்தை மாட்டி வையுங்க. நீங்க நல்லாயிருப்பீங்க” என்று பாஸ்டர் சொன்னார். வைரமணி சைக்கிள் கடையில் திருப்பதி வெங்கடாசலபதி படத்தை மாட்டி வைத்திருக்கிறான். அந்தப் படத்தை மாட்டி வைத்திருப்பதால் தான் வாடகைக்கு சைக்கிள் எடுத்துக் கொண்டு போகிறவன் கடன் சொல்கிறான் என்று நினைத்துக் கொண்டிருந்தான். இப்போது இயேசு படத்தை மாட்டி வைத்து சைக்கிளைத் தூக்கிக் கொண்டு போய்விட்டால் என்ன செய்வது?.எந்த ஊருக்குப் போய் சைக்கிளைத் தேடுவது? வைரமணிக்கு சிரிப்பாக வந்தது.

டீக்கடை பாண்டி “அன்னம்மா அஜ்ஜியைப் போய்ப் பார்க்கப் போறேன் வைரமணி. நீ வர்றீயா” என்று கேட்டான். வைரம் சரி என்று சொன்னான். அவர்கள் இருவரும் புறப்பட்டுச் சென்றனர். பாஸ்டர் அவர்களை மறித்து நிறுத்தினார். “சாகக் கிடக்கிற பாட்டியம்மாவுக்காக நான் பிரேயர் செய்யுறேன். வாங்க நானும் வர்றேன்” என்று அவர்களுடன் புறப்பட்டார். அவர்கள் மூவரும் பரமசிவத்தின் வீட்டிற்குச் சென்றார்கள்.

பரமசிவத்தின் வீட்டில் முன்னறையில் அன்னம்மா கிழவியைக் கட்டிலின் மேல் படுக்க வைத்திருந்தனர். இன்னமும் கீழே இறக்கிப் போடவில்லை. அந்தமட்டிலும் நாடி ஓடிக்கொண்டிருக்கிறது. கோம்பை வைத்தியன் காலையிலும் சாயங்காலமும் வந்து போகிறான். சாவடியிலிருந்து நர்ஸம்மா வந்து பார்க்கிறாள். ஆளும் பேருமாக தயாராக இருக்கிறார்கள். ஜரூராக வேலை நடந்து கொண்டிருக்கிறது. பந்தல்காரன் தினமும் வந்து விசாரித்துவிட்டுப் போகிறான். ஊரே காத்திருக்கிறது.

கிழவியின் தலைமாட்டில் செல்வி அமர்ந்திருப்பதை வைரமணி பார்த்துக் கொண்டான். செல்வி ரோட்டுவிலக்குக்கு வந்து டவுன்பஸ் பிடித்துப் பள்ளிக்கூடம் போவாள். பஸ்சுக்காக வைரமணியின் சைக்கிள் கடையில் எளசை பிள்ளைகள் உட்கார்ந்திருப்பார்கள். வைரமணி செல்வியின் மேல் ஆசைப்பட்டான்.

இது செல்விக்கும் தெரியும். வைரம் தன்னைப் பார்க்கிறான். தன் மேல் ஆசையாக இருக்கிறான் என்பதை அவளும் புரிந்து கொண்டாள். யாருக்கும் தெரியாமல் வைரமணியைப் பார்த்துக்கொள்வாள். கல்யாணத்திற்குப் பேசும்போதுகூட அவள் காது கொடுத்துக் கேட்டுக்கொண்டிருந்தாள். வைரமணிதான் தனக்குக் கணவனாக

வரப்போகிறான் என்று நினைத்துக் கொண்டாள். ஆனால் திடுதிப்பென்று உப்புக்கோட்டைக்காரர்கள் வந்ததும் எல்லாம் தலைகீழாக மாறிப்போய்விட்டது. இன்னமும் வைரமணிக்குப் பெண் பார்த்துக் கொண்டுதானிருக்கிறார்கள். வைரமணி பெண் பிடிக்கவில்லை. அது இல்லை, இது இப்படி என்று தட்டிக்கழிக்கிறான். எதற்கு என்று தெரியவில்லை. ஊரில் வேறு வயசுப்புள்ளைகள் இல்லை.

செல்வி தனது கண்களைத் துடைத்துக்கொண்டு நிமிர்ந்து பார்த்தாள். வைரமணி நின்றிருப்பதைப் பார்த்ததும் அவளுக்கு என்னவோ போலிருந்தது. வைரமணிக்குத் தன்னைக் கட்டி வைத்திருந்தால் இந்நேரம் தனது வாழ்க்கை எப்படி இருந்திருக்கும்? வைரமணியின் அம்மாவும் தன்னை ஒப்பாரமாகத்தான் வைத்திருப்பாள். துரையைக் கல்யாணம் செய்துகொண்டு இப்படி நாதியத்துப்போய்க் கிடக்க வேண்டியதாக இருக்கிறது என்று தலைகவிழ்ந்து கொண்டாள்.

கோம்பையிலிருந்து வைத்தியரு "வந்தாரா தொட்டம்மா" என்று டீக்கடை பாண்டி பொன்னம்மாவிடம் கேட்டான். பொன்னம்மா பதில் பேசவில்லை. அத்தனை பேர் முன்னாடி எப்படி பதில் சொல்வது? பெண்கள் கூட்டம் அதிகமாக இருந்தது. உட்கார்ந்து கொள்ள இடமில்லை. பொன்னம்மா பதில் எதுவும் பேசாததால் முத்துமீனா "காலையிலே வந்துட்டுப் போயிட்டாரு அண்ணாரு" என்றாள். செல்வியும் முத்துமீனாவும் அவனை [5]அண்ணாரு அண்ணாரு என்றுதான் அழைப்பார்கள். வைரமணியும் ஏதாவது பேசவேண்டுமென்பதற்காக "கடுங்காப்பி கொடுத்துப் பாருங்க அத்தே, கிழவிக்குப் பிடிச்சது ஏதாவது கொடுங்க" என்று சொன்னான்.

முத்துமீனா, "கடுங்காப்பிதான் காலையிலிருந்து ஊத்திட்டு இருக்கோம். வைத்தியரு ரொம்பவும் கொடுக்கக்கூடாதுன்னு சொல்லிட்டாரு" என்று பதில் சொன்னாள். தன்னிடம் அவளாவது பேசினாளே என்று வைரமணி கூட்டத்திலிருந்து வெளியேறி வாசலுக்கு வந்தான்.

பாஸ்டர் அக்கூட்டத்தைப் பார்த்து அப்படியே நின்றார். அவருக்கு வீட்டை விட்டு வெளியேறுவதற்கு மனதில்லை. பெண்கள் முன்பாக ஏதாவது பேசி அவர்களை ஜெபவீட்டிற்கு வரச்செய்யவேண்டுமென நினைத்தார்.

"அன்னம்மா பாட்டிக்காக நான் பிரார்த்தனை செய்யுறேன்" என்று அமர்ந்திருந்த பெண்களின் முன்பாக மண்டியிட்டு அமர்ந்து

கொண்டார். “கர்த்தரே இயேசுவே பிதாவே” என்று கண்களை மூடிக்கொண்டு முனங்க ஆரம்பித்தார். அவரைப் பெண்கள் ஆர்வத்துடன் பார்த்தார்கள். பாஸ்டரின் கண்களில் நீர் கசிந்தது. அவளைப் பார்த்த கிழவி ‘ “அழுபோடனன்னு ஏளன்டனே. கென்டத்திக முந்துருக்க எங்குசு அழுதானே. ஏளன்டனே” என்று சொன்னாள். கிழவியின் பேச்சை யாரும் கேட்கவில்லை. பாஸ்டர் அழுவதை வேடிக்கை பார்த்தார்கள். பிறகு அவர் எழுந்து வாசலுக்கு வந்தார். அவருடைய பிரார்த்தனை அவருக்குத் திருப்தியாக இருந்தது. தனது கைக்குட்டையை எடுத்து தனது கண்களைத் துடைத்துக் கொண்டார். வீட்டின் முன்பாக அமர்ந்திருந்தவர்களுடன் அமர்ந்து கொண்டார். அவருக்கு கடுங்காப்பி தந்தார்கள். பரமசிவம் எழுந்து வந்து அவருக்கு வணக்கம் சொன்னார். “நீங்க வந்து விசாரிச்சது ரொம்பவும் சந்தோசம். காப்பி குடிங்க” என்றார். பாஸ்டர் கடுங்காப்பியைக் குடித்தார்.

கடுங்காப்பி குடித்துவிட்டு அவர்கள் மூவரும் எழுந்து நடந்தனர். ரோட்டுப் பக்கமாக வந்து நின்று கொண்டார்கள். பாஸ்டர் தனது ஜெபவீட்டைப் பார்த்து நடந்தார். வைரமணி சைக்கிள் கடைக்குப் போகவேண்டுமென்று பாண்டியிடம் சொன்னான். பாண்டி “உனக்கு செல்வியைக் கல்யாணம் செய்து வைச்சிருந்தா இந்நேரம் சந்தோஷமா இருந்திருப்பீங்க. அவளுக்கு இதுமாதிரி எல்லாம் நடக்கணுமின்னு தலையில எழுதியிருக்கு வைரம்” என்று கவலையுடன் சொன்னான்.

வைரமணி எதுவும் பேசவில்லை. பேசாமலும் இருக்கமுடியவில்லை. ஏதோ ரகசியத்தைச் சொல்பவன் போல பாண்டியிடம் “அவளுக்கு ஏதோ தோஷமிருக்குன்னு எங்கம்மா சொன்னாங்கடா பாண்டி. ஆனா அதிலே எனக்கு நம்பிக்கை இல்லை. இரட்டை ஜடை போட்டுக்கிட்டு ஸ்கூல் டிரஸ்ஸோடு வருவா பாரு. பார்த்துட்டே இருக்கலாம் பாண்டி. ஒருநா ஒருபொழுதுகூட அவக்கிட்டே நான் தப்பா பேசினது கிடையாது. அவளும் குனிஞ்ச தலை நிமிராமே பஸ்ஸேறிப் போவா, வருவா. அதெல்லாம் ஒழுக்கமான பொண்ணு. உங்க வகையறா பெண்ணுகளைக் குறைசொல்ல முடியுமா? எனக்குத்தான் கொடுத்து வைக்கலை” என்று கவலையுடன் சொன்னான்.

வைரமணியும் பாண்டியும் ஒன்றாக பிளஸ் டூ முடிய சில்ல மரத்துப்பட்டி ஹைஸ்கூலில் படித்து முடித்தார்கள். அவர்களுக்கு

மிலிட்டரிக்குப் போகவேண்டுமென்று ஆசை. வீட்டில் விடவில்லை. அவர்களுக்குக் காட்டுவேலை இருந்தது. தோட்டத்து வேலை இருந்தது. அப்போது செல்வி ஒன்பதாவது படித்துவிட்டு பத்தாம் வகுப்புக்குச் சென்றாள். வைரமணி காலையில் எழுந்தவுடன் கடலைக் காட்டிற்குப் போய் பார்த்துவிட்டு வருவான். மிஷின் மருந்து அடிப்பான். தண்ணி கட்டுவான். பகலில் சும்மா இருக்கிறான் என்று அவனுக்கு சைக்கிள் கடை வைத்துக் கொடுத்தார்கள். செல்வியைப் பள்ளிக்கூடத்தில் படிக்கும் போது அவன் பார்த்ததில்லை. தீடீரென சைக்கிள் கடையின் முன்பாக பள்ளிக்கூடத்துப் பிள்ளைகளுடன் பிள்ளைகளாக அவளைப் பார்த்ததும் அவனுக்குப் பிடித்துப்போனது. ஃபிரில் வைத்த ஸ்கூல் யூனிஃபார்ம் வெள்ளைச் சட்டையும் பச்சைப் பாவாடையும் இரட்டை ஜடையுமாக அவள் நடந்து வருவதை அவன் பார்த்துக் கொண்டே இருப்பான். அன்னம்மா கிழவி செல்வியைப் பள்ளிக்கூடத்திற்கு பஸ் ஏற்றிவிட்டு அவனிடம் "ஏம்பேத்தியைப் பார்க்கிறதுக்குன்னே நீ சைக்கிள் கடை வைச்சிருக்கியாடா ஈஸ்வரி மகனே" என்று குமட்டில் குத்துவாள். அவன் சிரித்துக் கொள்வான்.

"ஏன் நா பாக்கக்கூடாதா? எனக்கு முறைமைக்காரிதானே ஓம் பேத்தி" என்று பதிலுக்குக் கேலி செய்வான். கிழவி சிரித்துக் கொள்வாள். இப்போது நினைத்தாலும் அவனுக்கு வருத்தமாக இருக்கிறது. செல்வியை விட்டுக் கொடுத்துவிட்டோம். செல்வி யாரோ ஒருத்தனோட பொண்டாட்டி. இனி தன்னால் என்ன செய்யமுடியும்?. அவனுக்குக் கண்கள் கசிந்தன. அழுகை வந்தது. அழவேண்டுமென்பது போலிருந்தது. ஆனால் அழமுடியவில்லை.

பத்தாம் வகுப்பு படித்த ஒரு வருஷக் காலத்தில் செல்வி ஒருதடவை கூட தன்னை நிமிர்ந்து பார்த்ததில்லை என்று அவனுக்குத் தெரியும். தான் மட்டுந்தான் தினமும் அவளுக்குத் தெரிந்தும் தெரியாமலும் பார்த்துக் கொண்டிருக்கிறோம். நேருக்கு நேராகப் பார்க்கமுடியவில்லை. அவளுக்குத் தெரியாமல் முதலில் பார்க்க ஆரம்பித்து பிறகு பயமில்லாமல் தெரிந்தால் தெரியட்டும் என்று பார்த்தான். தான் பார்ப்பது அவளுக்கும் அவளது வீட்டாருக்குத் தெரியட்டும் என்பதுபோல பார்த்தான். அந்நாட்கள் இனி எப்போதும் திரும்ப வராது. அவள் பள்ளிக்கூடத்திற்குப் போகும் ஒவ்வொரு நாள் காலை வேளையும் புத்தம் புதியது. காலை நேரம் தினமும் அவனுக்காகக் காத்திருந்து விடிந்தது. வயலோரத்தில் பூக்கும் நாணல் பூவைப்போல் குளத்தில் பூத்த தாமரைப் பூவைப்போல்

அவனுக்குத் தினமும் புதிது புதிதாகக் காலை வேளை பூத்தது. செல்விக்காக அவன் காத்திருந்தான். அவளுக்காக ரேடியோ வாங்கினான். அவளுக்காக கடிகாரம் ஒன்றை வாங்கி அதைக் கண்ணாடிப் பெட்டிக்குள் வைத்தான். அவளுக்காக பஸ் நேரம் அட்டையைக் கடையில் தொங்கவிட்டான். ஒருவருஷ காலமும் அவன் செல்விக்காகத் தன்னை உருக்கிக் கொண்டிருந்தான். ஒரே ஒருதடவை அவள் தன்னைத் திரும்பிப் பார்க்கவேண்டுமென்று ஆசைப்பட்டான். அவள் கடைசிவரை திரும்பிப் பார்க்கவில்லை. ஈஸ்வரி வீட்டிற்கு வந்து பெண் கேட்டுவிட்டுப் போனதற்குப் பிறகு கூட அவள் திரும்பிப் பார்க்கவில்லை. ஒருவேளை அவனுக்கும் தனக்கும் கல்யாணம் நடக்காது என்பது தெரிந்துதான் அவனைத் திரும்பிப் பார்க்கவில்லையோ என்னவோ?

வைரமணி எதற்காகவோ ரோட்டிலிருந்து திரும்பிப் பார்த்துக் கொண்டான். தற்செயலாகத்தான் பார்த்தான். பரமசிவம் வீட்டின் மச்சில் செல்வி அம்சராஜிற்கு சோறு ஊட்டிவிட்டுக் கொண்டிருந்தாள். மச்சின் மேல் நின்று கொண்டு தாங்கள் இவ்வளவு நேரமாக நின்றிருப்பதைப் பார்த்துக்கொண்டிருந்திருக் கிறாள் என்பதை அறிந்ததும் வைரமணிக்கு வெட்கமாக இருந்தது. திரும்பி இன்னொரு முறை பார்த்துக் கொண்டான். ஆனால் செல்வி மச்சிலிருந்த படிக் கூண்டு வழியாகக் கீழே இறங்கிக் கொண்டிருந்தது தெரிந்தது.

---

1. தொட்டப்பாரு = பெரியப்பா

2. ஈ ஆளு ஆத்துரு ஏழுத்தானே = இந்த ஆளு என்ன சொல்றான்.

3. தும்பவும் கலிது இத்தானே போல. மாட்டாடின்டே இத்தானேவே= ரொம்ப படிச்சிருக்கான் போல. பேசிட்டே இருக்கான்.

4. தொட்டம்மா = பெரியம்மா.

5. அண்ணாரு = அண்ணன்.

6. அழுபோடனன்னு ஏளன்டனே. கென்டத்திக முந்துருக்க எங்குசு அழுதானே. ஏளன்டனே = அழவேண்டாமுன்னு சொல்லுங்கடா. பொம்பளைங்க முன்னாடி ஆம்பளை அழுகிறான். சொல்லுங்கடா.

(3)

அன்னம்மா பாட்டி அழகுமுத்துவைப் பார்க்கும் போதெல்லாம் கையெடுத்துக் கும்பிட்டுக் கொள்வாள். அஜ்ஜி தனது பேரனைப் பெயர் சொல்லி அழைக்கமாட்டாள். "ஐயா மகராசா சாமி" என்று தான் கொஞ்சுவாள். கிழவியைத் தவிர அவனை வேறு யாரும் அப்படி அழைக்கமாட்டார்கள். தனது தாத்தாவின் பெயரும் தன்னுடைய பெயரும் ஒன்று என்று அழகுமுத்துவுக்குத் தெரியும். அழகுமுத்துவுக்குக் கண் கசிந்தது. படுத்துக்கிடந்த கிழவியைப் பார்த்துக் கொண்டான். அவள் தன்னிடம் கடைசியாகப் பேசியது எப்போது? என்ன பேசினாள் என்று யோசித்துப் பார்த்தான். 'கிடா சண்டைக்குப் போகாதடா. முட்டுச்சண்டைக்குப் போகாதடா போகாதடா' என்று காலில் விழாதகுறையாகக் கெஞ்சினாள். ஏற்கனவே கிடா சண்டையில்தான் ஜெயலெட்சுமி அத்தையின் வாழ்க்கை பறிபோயிருக்கிறது. அவள் புருஷன் செத்து விதவையாகி வீட்டோடு இருக்கிறாள். அஜ்ஜியின் பேச்சைக் கேட்காமல் தான் நடந்து கொண்டோமே என்று வருந்தினான். அவள் பேச்சைக் கேட்டு வீட்டில் அழகு ஆட்டைக் கட்டிப்போட்டு வைத்திருந்தால் இந்நேரம் இவ்வளவும் நடந்திருக்காது. செல்வி அக்கா அவளது புருஷன் துரையுடன் ஊரில் இருப்பாள். தன்னால்தான் இவ்வளவு பிரச்சினை என்று அவன் நினைத்துக் கொண்டான்.

அன்னம்மா பாட்டி அவனுக்கு ஆசையாகப் பெயர் வைத்ததுபோல அவனும் ஆசையாக தான் வளர்க்கும் ஆட்டுக்குட்டிக்கு 'அழகு' என்று பெயர் வைத்தான். அவன் பத்து ஊர்களுக்குத் தெரிகிற மாதிரி தனது ஆடு பெயர் வாங்கவேண்டுமென்று ஆசைப்பட்டான்.

கிடா முட்டுச்சண்டை அவனுக்கு இஷ்டமான விளையாட்டு. ஊர் திருவிழாக்களில் நடக்கும் கிடா முட்டுச்சண்டைக்கு கருத்தய்யனை அழைத்துக் கொண்டு போய்விடுவான் . ராத்திரியும் பகலும் கிடா சண்டையைப் பார்க்க அலைந்தார்கள். ஊர் சாட்டு முடிந்த பிறகு அழகுமுத்து கிழவியின் கண்களில் தட்டுப்படவில்லை. கிடா சண்டைக்கு அழகு ஆட்டைத் தூக்கிக் கொண்டு போய் மந்தையில் வைத்து வளர்ந்து வந்தான். பாளையத்தில் நடக்கும் கிடா சண்டைக்குப் போவதற்கு ஏற்பாடு செய்து கொண்டிருந்தான். பந்தயப் பணம் கட்டினார்கள். பாளையத்திற்கு அடுத்து கோம்பையில் கிடா முட்டுச்சண்டை நடக்கவுள்ளது. ஒரு பவுன் தங்கச்சங்கலி பரிசாகத் தரப்போகிறார்கள். எளசையைச் சுற்றியிருக்கும் சுத்துப்பட்டு ஊர்களில் எங்கெங்கு கிடா சண்டை நடக்கவுள்ளது என்று தெரிந்து வைத்திருந்தான்.

அன்னம்மா பாட்டிக்கு அவன் போக்கு தெரிந்தது. அவளுக்குப் பயந்து கொண்டு எங்காவது போய்விடுவான். அவள் மந்தையிலிருந்து திரும்பி வருவதற்குள்ளாக எழுந்து பாயைச் சுருட்டி வைத்துவிட்டு ஓட்டம் பிடித்து விடுவான். கிழவி அவனை எப்படியாவது தன் வழிக்குக் கொண்டு வந்துவிட வேண்டுமென்று ஆசைப்பட்டாள். அழகுமுத்துவை உட்கார வைத்து புத்திமதி சொன்னாள். தான் வாழ்ந்த கதையையும் தனது கணவன் பட்டியில் மழைக்கும் வெயிலுக்கும் தனியாகக் கிடந்த கதையையும் அவள் சொன்னாள். “காமக்கப்பட்டி திருடங்ககிட்டே குத்துப்பட்டு செத்துப் போயிருந்தா இந்நேரத்திற்கு ஒங்க தாத்தனைச் பொதச்சுட்டு நானும் நாண்டுக்கிட்டுச் செத்திருக்கவேண்டியதுதான். ஒங்க தாத்தன் ஒத்தை ஆளு. ஒத்தையாக எம்முட்டு பேரை சமாளிச்சு வெயிலையும் எம்முட்டு மழையையும் தலையில் வாங்கிக்கிட்டு உங்கப்பனையும் உங்க அத்தக்காரிகளையும் உருப்படியாக்கினாரு. அவரு கிடா சண்டை முட்டுச்சண்டையின்னா அலைஞ்சு திரிஞ்சாரு? கேனயா. விபரமா இருந்து பிழைச்சுக்கடா. அவருதான்டா நம்ம குலசாமி. ஐயா சாமி மகராசா, வேண்டாப்பா நமக்கு இந்தக் கிடா சண்டையெல்லாம். உங்க அத்தைய பாரு. ஜெயலெட்சுமி புருஷன் கிடா சண்டையிலதான்டா செத்துப் போனான். வேண்டான்டா. விட்டுருடா” என்று எவ்வளவோ கெஞ்சினாள். அவள் பேச்சை எதுவும் அழகுமுத்து கேட்கவில்லை. அவனது வயது அவனை முறுக்கிக்கொண்டு திரியச்செய்தது.

அழகுமுத்துவின் உடம்பிலும் நரம்பிலும் ரத்தத்திலும் கிடா சண்டை வைக்கப்படப்பு போல பிணைந்திருந்தது. பிரிக்க முடியவில்லை. கிழவியை ஏமாற்றிக்கொண்டு ஊர் சுற்றினான். யாருக்கும் தெரியாமல் கரட்டுப் பக்கத்துக்குப் போய் கிடாவுக்கு முட்டு பழக்கிக் கொடுத்தான். ஊர் சாட்டுக்கு முன்னால் அவனைக் காணவில்லை. அவனைத்தேடி அன்னம்மாவும் பரமசிவமும் அலைந்தார்கள். அவனைக் கண்டுபிடிக்கமுடியவில்லை. அன்னம்மா பாட்டிக்கு சஞ்சலத்தில் மனம் தவித்தது. இந்த வீட்டு ஆண்கள் இப்படித்தான் இருப்பார்கள் என்று அவளுக்குத் தெரியும். காமக்கப்பட்டி திருடர்களைப் பிடிக்கப்போன ஆம்பளையின் ரத்தம்தானே தனது பேரனும். அவருக்கு இருக்கிற தைரியமும் தாட்டியமும் பேரனுக்கும் இருக்கும் என்று நினைத்தாள்.

அன்னம்மா இன்னமும் காமக்காப்பட்டி திருடர்களை மறக்கவில்லை. அப்போது அன்னம்மாவுக்கும் அழகுமுத்துவுக்கும் திருமணம் முடிந்திருந்த சமயம். கோணார்பட்டியிலிருந்து சொசைட்டி ஆடுகளை மேய்த்துக்கொண்டு ஊர் ஊராக அலைந்தார்கள். கோணார்பட்டியில் ஆடுமாடுகளுக்கு ஒருவாய் தண்ணீர் கூட கிடைக்கவில்லை. வற்றிய குளமும் தூர்வரை தண்ணீரற்றுத் திறந்து கிடந்த வெறும் கிணறுமாக ஊர் பட்டுப்போய்விட்டது. ஊரைவிட்டுப் புறப்பட்டு ஐந்தாவது நாளில் வங்கம்பட்டிக்கு வந்தார்கள். வங்கம்பட்டி ஊருக்குக் கிழக்குப் பக்கத்திலிருக்கிற தோப்பில் அழகுமுத்துவும் அவருடைய கிதாரி பெரியகருப்புவும் கொடாப்பு போட்டார்கள்.

ஆடுகள் ஒரு பகல் முழுக்கப் புல் மேய்ந்து வயிறு நிரப்பிக் கொண்டன. ஒற்றைக் குடிசையில் கிதாரியோடு ஆட்டுக்காரர்களும் மேய்ச்சல்காரர்களும் உப்புக்கஞ்சி வைத்துக் குடித்தார்கள். பக்கத்து கடலைத் தோட்டத்தில் ஒரு படி நிலக்கடலையை உரித்துத் தின்றார்கள். ஒருபடி கடலைக்கு பித்தளைச் செம்பு நிறைய ஆட்டுப்பால் பீய்ச்சிக் கொடுத்தார்கள். ஊர் சிலர் அரிசி பருப்பு கொடுத்து உதவினார்கள். உரத்திற்கு ஆட்டுப்புழுக்கை சேகரமானது. வங்கம்பட்டியிலும் அதற்கு அடுத்திருந்த மேட்டுப்பட்டியிலும் கொடாப்புகள் நிறைந்தன. கோணார்பட்டியிலிருந்து வந்திருக்கும் ஆடுகளுக்கு இட்டிருந்த லட்சணக்குறி கிதாரிகளுக்குத் தெரியும். பட்டியோட்டிகள் மேய்ச்சல் கண்ட அசதியில் கொடாப்புக்கு வந்து கஞ்சி குடித்தார்கள். மசங்கியவேளையில் உறுமாத்துண்டை உதறித் தரையில் போட்டுக்கொண்டு கால் முடக்கினார்கள்.

இந்தச் சமயத்தில் காமாக்காப்பட்டியிலிருக்கும் திருடர்கள் ராத்திரியும் பகலுமாக அலைந்து கொண்டிருக்கிற தகவல் கிதாரிகளுக்கு வந்து சேர்ந்தது. அழகுமுத்துவும் பெரிய கருப்புவும் மற்ற கொடாப்புக்காரர்களைச் சேர்த்து வைத்துக் கொண்டு பாலாறுபட்டியிலிருக்கிற சுடலையாண்டியைப் பொது காவலுக்கு வைத்தார்கள். சுடலையாண்டி காவல் காக்கும் கொடாப்பிலிருந்து எந்த ஆட்டை யாரும் தூக்கிக்கொண்டு போகமுடியாது. சுடலையின் காவலுக்கு அத்தனை கெத்திருந்தது. வங்கம்பட்டியிலிருக்கிற வரை சுடலைக்கு இரண்டு படி கேப்பையும் பணமும் தருவதாகப் பேச்சு பேசி வைத்திருந்தார்கள். இது நடந்து பத்து தினங்களுக்குப் பிறகு கரிக்கியூரிலிருந்து வந்த கொடாப்பு ஒன்று வங்கம்பட்டிக்கு மேற்குப்பக்கமாக கிடை போட்டிருந்தார்கள். அவர்கள் பாலாறுபட்டி சுடலைக்கு காவல் பணம் பேசி முடிக்கவில்லை. அவர்கள் தங்களுக்குக் காவல் தேவையில்லை என்று சொல்லிவிட்டார்கள்.

காமாக்காப்பட்டி திருடர்கள் கரிக்கியூரிலிருந்து வந்து பட்டி போட்டிருக்கிற கொடாப்புக்கு காவலுக்கு யாருமில்லையென்று தெரிந்து கொண்டு ராத்திரியோடு ராத்திரியாக கொடாப்பிலிருந்த ஆடுகளைத் தூக்கிக்கொண்டு போக வந்தார்கள். திருட வந்த திருடர்கள் இடம் மாறி கரிக்கியூர் மேய்ச்சல்காரர்கள் போட்டிருக்கிற மேற்குப் பக்கத்திற்குப் போகாமல் கிழக்குப் பக்கத்திற்குச் சென்றுவிட்டார்கள். கிழக்குப் பக்கத்தில் கோணார்பட்டிக்காரர்கள் போட்டிருந்த பட்டி இருந்தது. காமாக்காப்பட்டிக்காரர்கள் திருடுகிற தினுசு கொடூரமாக இருக்கும். கொடாப்பில் ஆட்டைத் தூக்கிக் கொண்டு இரண்டு பேர் ஓடுவார்கள். ஓடும்போது ஆடு கத்தாமல் இருக்கவேண்டி ஆட்டு சங்கை ஒதுக்கிவிடுவார்கள். சங்கு ஒதுங்கிய ஆடு சிறிது நேரத்தில் இறந்து போகும். மீதிப் பேர் பட்டிக்குப் பக்கத்திலிருக்கிற காவல்க்காரர்களை அடிப்பார்கள். அடியென்றால் கண்மண் தெரியாதபடிக்கு அடி. அடியோடு நிறுத்திக் கொள்ளமாட்டார்கள். கண்ணில் அகப்படுகிற பொருட்களையும் தூக்கிக்கொண்டு போய்விடுவார்கள். அழகுமுத்துவுக்கு முதல் அடி முதுகில் விழுந்தது. அவர் அலறி ஓய்வதற்குள்ளாக இரண்டு வெள்ளாட்டம் குட்டிகளைத் தூக்கி அதன் சங்கை ஒதுக்கிக்கொண்டு ரோட்டுப் பக்கமாக ஓடினார்கள். ரேக்ளா வண்டி போலிருந்த ஒற்றைமாட்டு வண்டியில் ஆடுகளைப் போட்டார்கள். தொண்டையில் சங்கு ஒதுங்கிய ஆடுகள் கண் முழி பிதுங்கி அரை உயிராக முனங்கியது.

அழகுமுத்து சுதாரித்து எழுந்து கொண்டார். அழகுமுத்து அப்போது நல்ல வாலிப வயது. முறுக்கு மீசையும் திரண்ட தோளுமாக இருந்தார். பின்னால் வந்து அடித்ததால்தான் அவரால் எதிர்க்க முடியவில்லை. எழுந்தவர் நேராக வாசலுக்குப் போய் கழற்றி வைத்திருந்த தனது தோல் செருப்பைப் போட்டுக் கொண்டார். வாசலுக்கு அருகில் வைத்திருந்த கம்பை எடுத்து சுழற்ற ஆரம்பித்தார். குடிசைக்குள்ளிருந்த இரண்டு திருடர்களின் பின்னந்தலையிலும் அடி விழுந்தது. பட்டிக்காரர் முத்துராசுவும் கம்பை எடுத்துக் கொண்டார். அவர்கள் சுதாரிப்பதற்குள்ளாக மற்றவர்கள் குடிசையை விட்டு வெளியேறினார்கள். தங்களது ஆடுகளைச் சுற்றி வளைத்து எண்ணினார்கள். ஏழு ஆடுகள் குறைந்தன. ஆனால் யார் யாருடையது என்று தெரியவில்லை. இருட்டில் குட்டிகள் ஒன்று போலிருந்ததால் அடையாளம் காணமுடியவில்லை. குடிசைக்குள் அடிவாங்கிய திருடர்கள் வலியோடு ஓடத்தொடங்கினார்கள். அழகுமுத்துவும் முத்துராசுவும் அவர்களை விரட்டிக்கொண்டு வந்தார்கள். கிதாரி அவர்களைத் தொடர்ந்து ஓடினார். அவர்களால் விரட்டிப் பிடிக்க முடியவில்லை. ரோட்டுவரை போய்த் திரும்பினார்கள்.

நிலா வெளிச்சத்தில் அவர்கள் பாதை பிடித்து கொடாப்புக்கு வந்ததும் பட்டிக்குக் காவலிருந்த மற்ற மேய்ச்சல்காரர்கள் ஏழு ஆடு குறைகிற விஷயத்தைச் சொன்னார்கள். தீக்குச்சியை உரசி குச்சி வெளிச்சத்தில் வழியில் ஏதாவது ஆடுகள் தவங்கி கிடக்கிறதா என்று பார்த்தார்கள். பட்டிக்காரர்களுக்கு உயிருக்கு சேதமா?. வேறெதுவுமா என்று பார்த்தார்கள். அதற்குள்ளாக அரிக்கேன் விளக்குப் பொருத்திக்கொண்டு பட்டிக்காரர் ஒருவர் ஓடி வந்தார். பக்கத்துப் பட்டிகளுக்குத் தகவல் போய் ஆட்கள் கூடிவிட்டார்கள்.

விடிந்த பிறகுதான் லட்சணம் பார்த்து யாருடைய ஆடுகள் திருடு போயிருக்கிறது என்று கணக்கிடமுடியும். அதுவரை பொறுத்துக் கொண்டிருக்க முடியாது என்று பாலாறுபட்டிக்கு காவல்காரர் சுடலையைப் பார்த்து புகார் தருவதற்கு கிதாரியும் முத்துராசுவும் அழகுமுத்துவும் நடந்து சென்றார்கள். கோணார்பட்டியிலிருந்த மேய்ச்சலுக்கு வந்த ஆடுகள் முழுக்க சொசைட்டிக்கு உரியது. அதன் காதுகளில் அடையாளமாக அரசாங்க முத்திரையிட்டு பித்தளை வில்லைகள் இருந்தன. அவ்வளவு சாமான்யத்தில் பித்தளை வில்லைகளைக் கழற்றி எடுக்கமுடியாது. அதுமட்டுமல்ல, திருடிக்கொண்டு போய் எங்கு விற்றாலும் யாரும் பித்தளை

வில்லையைப் பார்த்து விலை கொடுத்து வாங்கமாட்டார்கள். வேண்டுமென்றால் ஈன கிரயத்திற்கு வாங்கி கசாப்புக்கடைக்காரன் கறிக்குக் கூறு போடலாம். கசாப்புக்கடைக்காரன் பித்தளை வில்லையைக் காதோடு அறுத்துக் குழிதோண்டி புதைக்க வேண்டும்.

அவர்கள் பாலாறுபட்டி காவற்காரர் சுடலையின் வீட்டிற்குப் போய்ச் சேர்ந்த போது கருக்கிருட்டாக இருந்தது. சுடலை வாசலில் கட்டில் போட்டு உறங்கிக் கொண்டிருந்தார். அரவம் கேட்டு "எவன்டா அது" என்று தோரணையாக எழுந்து கட்டிலின் மேல் உட்கார்ந்து கொண்டார். கிதாரி பெரியகருப்பைப் பார்த்ததும் “வாய்யா வாய்யா, கோணாப்பட்டிக்காரங்கயெல்லாம் சேர்ந்து வந்திருக்கீங்க இந்நேரம். என்ன விசயம். முதல்ல உட்காருங்க. ஏய் மருதாயி, ஏய் இவளே இரண்டு மூணு பேத்துக்கு காப்பித் தண்ணி போடுபுள்ளே” என்று வீட்டைப் பார்த்துக் குரல் கொடுத்தார்.

கிதாரி பெரியகருப்பு சுடலையைப் பார்த்து “ராத்திரி கொடாப்பில திருடங்க புகுந்து ஏழு ஆட்டுக் குட்டிகளைத் தூக்கிட்டுப் போயிட்டாங்க சுடலை. யார்யாரு ஆடுன்னு தெரியல. அம்புட்டும் சொசைட்டி ஆடுகள். அதிகாரிகளுக்குக் கணக்கு கொடுக்கணும்” என்று சொன்னார்.

“ராத்திரி வங்கம்பட்டியிலே திருட்டுன்னு மொட்டையா ஒரு தாக்கல் கிடைச்சுச்சு. யார் பட்டி எவரு ஆடுன்னு தெரியல. இப்போதான் கண் அசந்தேன். அதுக்குள்ளே நீங்க வந்துட்டீங்க. உங்க பட்டியிலேதானா சம்பவம். சரி, அரசாங்கத்தோட விசயம். முதலிலே போலீசிலே மகஜர் கொடுத்துருவம். அப்புறம் தேடுற ஜோலியை வைச்சிக்குவோம். இந்தா புள்ளே மருதாயி, காப்பித் தண்ணி வேண்டாம். நானு வத்தலக்குண்டு முடிய போயிட்டு மதியம் வந்துருவேன். உலை வைச்சி வை” என்று குரல் கொடுத்தார். வீட்டிற்குள்ளிருந்து "சரிங்க மாமா வெரசா வாங்க. பொங்கி வைச்சிருக்கேன்” என்று பதில் குரல் வந்தது. அவர்கள் அங்கிருந்து புறப்பட்டார்கள்.

வத்தலக்குண்டு போலீஸ் ஸ்டேஷனில் மகஜர் கொடுப்பதற்கு ஏட்டு ஐயாவைப் பார்த்துப் பேசினார்கள். சுடலை காவல் பணம் வாங்கி தனது பங்காளிகளுடன் காவல் பார்த்து வருவதைச் சொன்னார். பிறகு ஏட்டு ஐயா இரண்டு கான்ஸ்டபிள்களை விட்டு காமாக்காப்பட்டிக்கு அனுப்பி வைத்தார். காணாமல் போன ஆடுகள்

சொசைட்டிக்கு உடையது. சொசைட்டிக்குக் கணக்கு ஒப்படைக்க வேண்டுமென்பதால் போலீஸில் புகார் கொடுத்து ரசீது வாங்கிக் கொண்டனர். ஆட்டை உயிருடன் பிடித்துக் கொண்டு வரவேண்டும். இல்லையென்றால் திருடர்களை கோர்ட்டுக்கு அனுப்பி தண்டனை வாங்கித் தரவேண்டுமென்று ஸ்டேஷனில் பேசிக்கொண்டார்கள்.

காமாக்காப்பட்டியிலிருந்து திரும்பி வந்த போலீஸ்காரர்கள் ஆடுகளைத் திருடர்கள் கசாப்புக் கடைக்காரனுக்கு விலை பேசி விற்றுவிட்டடார்கள் என்றும் திருடியவர்கள் சாராயம் குடித்து கீழ்மங்கலம் விலக்கில் தகராறு செய்து பெரியகுளம் ஸ்டேஷனில் இருக்கிறார்கள் என்றும் தகவல் சொன்னார்கள். பெரியகுளம் ஸ்டேஷனுக்கு போன் போட்டு தகவல் சொல்லி ஆட்களைக் கொண்டு வரச்சொன்னார்கள். அவர்களுக்கு ஒரு வருஷம் ஜெயில் தண்டனை கிடைத்தது. அதற்குப் பிறகு கோணார்பட்டி சொசைட்டி ஆடுகளை யாரும் திருடுவதில்லை.

இந்தச் சம்பவம் நடந்த போது அன்னம்மாவுக்கு நிறைமாதப்பொழுது. தலைப் பிரசவத்திற்கு எந்த ஊரில் கிடை போகப்போகிறோம் என்று தெரியாமல் நடுக்காட்டில் இருந்தாள். கிழக்குத் திசையில் வயக்காட்டுக்காரர்கள் ஆடுகளை மேய்ச்சலுக்குக் கொண்டு வரக்கூடாது என்று சொல்லிய பிறகு அவர்கள் கிடையை இடம்மாற்றி மீனாட்சிபுரம் விலக்கு வழியாக தர்மத்துப்பட்டிக்கு வந்து சேர்ந்தார்கள். தர்மத்துப்பட்டியில்தான் பரமசிவம் பிறந்தான். தர்மத்துப்பட்டிக்காரர்கள் புள்ளைத்தாய்ச்சிக்காரிக்குப் பெரிய குளுதானியைக் கொடுத்தார்கள். அந்த குளுதானியில் அரிசியும் பருப்பும் சேர்ந்தது. ஆடு விற்றுத் தானியங்கள் வாங்கினார்கள். பிறகு அங்கிருந்து எளசைக்கு வந்தார்கள். எளசையில்தான் வீடு வாசல் பார்த்துக் குடியேறினார்கள்.

அன்னம்மா எங்கோ பிறந்து வளர்ந்து எளசை ஊர் பொம்பளையாக மாறிவிட்டாள். பரமசிவத்தைத் தொடர்ந்து அவளுக்கு காளிமுத்து பிறந்தான். காளிமுத்துவுக்குப் பிறகு அவளுக்கு வரிசையாக நான்கு பெண் குழந்தைகள். அவளாகப் பிள்ளைப் பேற்றை நிறுத்திக்கொண்டாள். “போதும், போதும் எத்தனை பிள்ளையைத் தான் பெத்துப் போடுறது” என்ற சலிப்புதான் அவளது பிள்ளைப் பேற்றை நிறுத்தியது. வீடு நிறைந்து பிள்ளைகள் ஆட்டுக்குட்டிகளைப் போல இருந்தார்கள். கொடாப்பில் ஆடுகள் ஒன்றுடன் ஒன்று முட்டியும் மோதியும் நிற்பதுபோல வீட்டில் பிள்ளைகள்

ஒன்றுடன் ஒன்று உறவாடிக் கிடப்பதைப் பார்க்கும்போது அவளுக்கு ஆச்சரியமாக இருக்கும். இதெல்லாம் தனது பேரனிடம் சொன்னால் அவன் எதையும் காது கொடுத்துக் கேட்கமாட்டான். சொல்லிக்கொண்டிருக்கும்போது பாதியில் உறங்கிவிடுவான். இல்லையென்றால் எழுந்து போய்விடுவான். “இந்தக் காலத்துப் புள்ளக யாரு கிழவி பேச்சைக் கேக்கிறாங்க. சினிமா படம் பார்த்தில்ல கெட்டுப்போயிருக்காங்க” என்று தன்னை சமாதானப்படுத்திக் கொள்வாள்.

***

பரமசிவமும் காளிமுத்துவும் ஆள் வைத்து அழகுப்பயலைக் கண்டுபிடித்து விட்டார்கள். பரமசிவம் உறுமாக் கட்டிக் கொண்டு வீட்டை விட்டு வெளியே வந்தார். திண்ணையில் உட்கார்ந்திருந்த அன்னம்மாவிடம் “அழகுப்பயலைக் கரட்டுமேட்டில பார்த்ததா பெரியதனம் ஆள் விட்டுச் சொன்னாரு. நான் போய் கையோடு இழுத்துட்டு வர்றேன்” என்று சொன்னார்.

“அங்கே எதுக்குடா இருக்கான். காவாளிப்பயலுகளோட சேர்ந்து கிடா முட்டுச் சண்டைக்கு ஆட்டைப் பழக்கிட்டு இருக்கானா? போயி குடுமியைப் பிடிச்சி இழுத்துட்டுவா” என்று திட்டினாள். அண்ணன் தம்பிகள் இருவரும் கரட்டுக்குப் போனார்கள். கரட்டு அடிவாரத்தில் பத்துக்கிடாய்கள் தனித்தனியாக இருந்தன. ஒவ்வொரு கிடாய்களுக்கு முன்பாக இரண்டு மூன்று இளந்தாரிப்பயல்கள் கம்பும் அகத்திக் குலையுமாக நின்றிருந்தனர். முட்டுச் சண்டை பழக்கித் தருகிறவர்கள் கிடாய்களுக்கு முன்பாக நின்றிருந்தார்கள். தங்களது உள்ளங்கையை நீட்டி முட்டப் பழக்கிக் கொண்டிருந்தார்கள். கிடாய் உள்ளங்கை முட்டுவதும் பிறகு ஒதுங்கிக் கொள்வதுமாக இருந்தது. புழுக்கைகள் நாலா திசையிலும் சிதறியிருந்தன. மூத்திர வாடையோடு கொச்சை வாடையும் குலைவாடையும் கலந்து முகத்திலடித்தது. கொம்பு முளைத்த ஆடுகள் பக்கத்துக் கிராமத்திலிருந்து வந்து நின்றிருந்தன. கிடா சண்டைக்குப் பந்தயம் கட்டுபவர்களும் முட்டுக்கிடாய்களைப் பழக்குபவர்களும் ஊர்களிலிருந்து வந்திருந்தனர். காய்ந்த வைக்கப் புல்லைத் தின்று கொண்டிருந்த கருத்த ஆட்டின் கண்கள் இரண்டும் பிதுங்கி சிவந்து போயிருந்தது. அந்த ஆட்டைப் பார்ப்பதற்கு ஆட்கள் சுற்றி நின்றிருந்தனர். ஆட்டுக்குச் சொந்தக்காரன் கயிற்றுப்பிடியைத் தளர்த்திவிட்டு கரட்டை விட்டு ஓடத்தொடங்கினான். ஆடும்

அவன் பின்பாகப் புழுதியைக் கிளப்பிக்கொண்டு ஓடியது. வேகமாக ஓடியவன் சற்று தூரத்தில் போய் நின்றதும் அவன் பின்பாக ஓடிவந்த ஆடும் வேகத்தைக் குறைத்துக் கொண்டு நின்றது. ஆட்டுக்காரன் அருகில் வந்து அதன் தலையைத் தடவிக்கொடுத்தான். பிறகு ஆடும் அவனும் அங்கிருந்து நடந்து வந்தார்கள். ஆடு அவன் ஜாடையைப் பிசகாமல் பார்த்து நடந்தது. அவன் தரையில் உட்கார்ந்து கொண்டதும் முன்னங்காலைத் தூக்கி விளையாடியது. அவனைச் சுற்றிச் சுற்றி வந்தது. அவன் எழுந்து நின்றதும் விறைப்பாகி அவன் பின்பாக நடக்கத்தொடங்கியது. கிடாயை அவன் கண் ஜாடையில் பழக்கப்படுத்தி வைத்திருந்தான்.

அழகுப்பயலை பரமசிவமும் காளிமுத்துவும் தேடினார்கள். அவன் அடிவாரத்தைத் தாண்டி வேப்பமரத்தடிக்குப் பக்கத்தில் நின்றிருப்பது தெரிந்தது. அவனோடு கருத்தய்யனும் நின்றிருந்தான். அழகுப்பயல் கிடாவுக்குப் பேரீச்சைப்பழத்தைத் தின்னக் கொடுத்துக் கொண்டிருந்தான். காளிமுத்து அரவம் காட்டாமல் வேப்பமரத்திற்குப் பின்பாகப் போய் நின்று கொண்டார். பரமசிவம் அழகுப்பயல் ஓடிப் போகாமல் இருக்க அவனை இறுக்கிப் பிடித்துக் கொண்டார். அழகுமுத்துவையும் ஆட்டையும் பிடித்து இழுத்துக் கொண்டு வந்தார்கள். அவன் வரமாட்டேன் என்று வீம்பு செய்தான். காளிமுத்து ஓங்கிக் கன்னத்தில் அறைந்தார். பரமசிவம் அவனது பிடனியில் அடித்தார். அவன் கூட்டாளி கருத்தய்யனுக்கு ஏற்கனவே அடி விழுந்திருந்தது. அவன் பயத்தில் பொட்டலை விட்டு ஓடிவிட்டான். அழகுமுத்துவை இழுத்துக் கொண்டு வீட்டிற்கு வந்தார்கள்.

அவர்கள் தெருவுக்குள் நுழைந்த போது தண்டோரா போடுகிறவன் நின்றிருந்தான். தண்டோராக்காரன் தமுக்கடித்தான். “பொங்க வைச்சு மாவெளக்கு எடுக்கிறவங்க கோயிலுக்கு முன்னாடியிருக்கிற இடத்திற்கு வந்துர்றணும். கோயில் நிர்வாகத்தோட உத்தரவு சாமியோவ்” என்று தமுக்கடித்தான்.

வீட்டிற்குள்ளிருந்த துரை தமுக்கடிக்கிற சத்தம் கேட்டு வாசலுக்கு வந்து நின்றான். திண்ணையில் அமர்ந்திருந்த அன்னம்மா அவனைப் பார்த்து, “வாப்பா வா. இங்க வந்து உட்காரு” என்று அழைத்தாள். திண்ணையில் அவன் உட்கார்ந்து கொண்டான். தமுக்கடிக்கிறவன் தெரு முக்கைத் தாண்டி நடந்து சென்றான்.

அன்னம்மா பாட்டி அவனிடம் “இந்த வருஷமும் கிடா சண்டைக்கு உன் ஆடு வருதா சாமி” என்று கேட்டாள். அவன்

ஆமாம் என்று தலையாட்டிக் கொண்டான். அன்னம்மாவுக்கு அவன் சண்டைக்கென ஆட்டைப் பழக்குவது பிடிக்கவில்லை. ஆனால் பெண் கொடுத்த இடத்தில் தான் என்ன பேசமுடியுமென விட்டுவிட்டாள். செல்வி அவனுக்கும் பாட்டிக்கும் காப்பி கொண்டு வந்து தந்தாள். அவள் குளித்துப் புது சேலை உடுத்தியிருந்தாள். திருமணம் முடிந்து மூன்று மாதம் முடிந்திருந்தபோதும் அவள் இன்னமும் கல்யாணப் பெண்ணைப் போலிருந்தாள். தாலி சரடில் மஞ்சள் நிறம் கூட வெளுக்கவில்லை. இன்னமும் அவளுக்கு வெட்கம் இருந்தது.

துரை "இன்னும் கொஞ்ச நேரத்தில் 'பச்சை' ஊருக்குள்ளே வந்துரும்" என்று சொன்னான். அவள் அதைக் கேட்டுக்கொண்டதாகத் தெரியவில்லை. துரைக்கு எதற்கெடுத்தாலும் அவசரம். காப்பியைக் கூட அவசர அவசரமாகக் குடித்தான். அவசர அவசரமாக அவளைப் பார்த்தான். திருமணம் முடிந்த மறுவீட்டிற்கு வந்த போது கூட அவன் அவசரப்பட்டுக் கொண்டிருந்தான். அன்று பரமசிவம் அவர்களை ஊருக்குக் குதிரை வண்டி கட்டிக்கொண்டு அழைத்து வந்தார். வண்டிக்குள் அவர்கள் இருவரும் எதிரெதிரே அமர்ந்திருந்தார்கள். பரமசிவம் மாப்பிள்ளையின் அருகில் உட்கார்ந்து கொள்ளக்கூடாது என்று வண்டிக்காரனின் பக்கத்தில் அமர்ந்து கொண்டார். துரையின் ஊரிலிருந்து எளசைக்கு வரும் ரோடு குண்டும் குழியுமாக இருந்தது. வண்டி குலுங்கிக் குலுங்கி வந்தது. செல்வி துரையின் கையைப் பிடித்துக் கொண்டாள். அவள் ஆடிக்கொண்டே அவனது மடியிலும் தோளிலுமாக விழுந்தாள். இருவரும் ஒருவரையொருவர் இடித்துக் கொண்டும் முட்டிக் கொண்டும் ஊர் வந்து சேர்ந்தார்கள்.

திருவிழாவிற்கு வீட்டில் மாவு இடிக்கும் வேலை மும்முரமாக இருந்தது. கருப்பட்டியும் சுக்கும் ஏலமும் போட்டுப் பிசைந்த மாவு தோதகத்தி மரக்கட்டை நிறத்தில் சிவப்பும் கறுப்பும் மஞ்சளும் கலந்த நிறத்தில் இருந்தது. சுக்குப் போட்டுப் பிசைந்த மாவு துரைக்குப் பிடிக்காது. அவனுக்கெனத் தனியாக சுக்குப் போடாமல் ஜீனி பாகைக் கலந்து பிசைந்து செய்த மாவுருண்டை வெள்ளையாக இருந்தது. தாம்பாளத்தில் உருட்டி வைத்திருந்த மாவு உருண்டைகளை சாமி அறையில் வைத்திருந்தார்கள். அதற்கு சந்தனமும் குங்குமமும் வைத்து சாயங்காலம் கோயிலுக்கு எடுத்துக் கொண்டு போகவேண்டும்.

மேற்குத் தெருவிலிருந்து ஒற்றைமாட்டு வண்டி ஒன்று திரும்பி வந்தது. பரமசிவத்தின் வீட்டை நோக்கி வண்டி வருவதைப் பார்த்ததும் துரை தான் குடித்துக் கொண்டிருந்த தம்ளரைத் திண்ணையில் வைத்து ரோட்டில் இறங்கி நின்றான். வண்டி ஓட்டிக் கொண்டு வந்தவன் துரையைப் பார்த்ததும் உற்சாகமானவனாக 'ஹேய் ஹேய் என்று சத்தமிட்டுக் கொண்டான். வண்டி வீட்டின் முன்பாக நின்றது. வண்டிக்குள் கிடாவும் அதற்குப் பக்கத்தில் இரண்டு நபர்களும் அமர்ந்திருந்தனர். அவர்களது மீசையும் கிடாவின் வளைந்த கொம்பும் சிறிதும் பெரியதுமாக ஒரே மாதிரியில் இருந்தது. கிடாக்குட்டி மண்டையை ஆட்டும்போது கொம்பில் கட்டியிருந்த மணி குலுங்கி ஆடி ஓசையெழுப்பியது.

துரை கிடா வளர்த்து சண்டைக்கு ஊர் ஊராக அழைத்துப் போவான். அவனது கிடாவுக்குப் பெயர் பச்சை. பச்சை சுத்துப் பத்து கிராமங்களுக்கும் தெரிந்த பெயர். "பச்சை மாதிரி முட்டினா ஒரே முட்டுலே மண்டை ஓடைஞ்சு போயிரும்" என்று சொல்லிக் கொள்வார்கள். துரை வளர்க்கும் பச்சைக் கிடா கோம்பையில் நடந்த சண்டையில் வெள்ளிப் பதக்கம் வாங்கியிருக்கிறது. பாளையத்தில் ஒரு கோப்பையை வாங்கிக் கொடுத்திருக்கிறது. அதன் கொம்பு ஆலமரத்தின் வேரைப் போல தடிமனாக இருந்தது. துரை அதற்குக் கறுப்புக் கயிறு கட்டியிருந்தான். பள்ளிவாசலில் ஓதி தாயத்து வாங்கிக் கட்டிவிட்டிருந்தான். கிடா சண்டை நாளில் மட்டும் வீட்டை விட்டு வெளியே வரும். மற்ற நாட்களில் ஊர் ஜனங்கள் கண்ணில் படாமல் வைத்திருந்தான். வீட்டுக் கொட்டகையில் வைத்து பந்தோபஸ்பது' செய்து வந்தான். பச்சை கிடாயை முட்டி கீழே விழச் செய்ய சில்லமலையிலும் சில்லமரத்துப்பட்டியிலும் பாளையத்திலும் கோம்பையிலும் சின்னமனூரிலும் எந்தக் கிடாயுமில்லை.

பச்சை இன்று நடக்கும் கிடாச்சண்டைக்கு வந்திருக்கிறது. பச்சையுடன் முட்டி மோதி மண்டை உடைந்து ஓடுவதற்கு எந்த ஊரிலிருந்து ஆடு வரவிருக்கிறது என்று தெரியவில்லை. பச்சையை மாட்டுவண்டியிலிருந்து பலகை வைத்துப் பக்குவமாகக் கீழே இறக்கினார்கள். பச்சையை வளர்ப்பதற்கும் சண்டை நடக்கும் இடத்திற்குக் கூடவே வந்து கவனித்துக் கொள்வதற்கும் இரண்டு ஆட்கள் இருக்கிறார்கள். அவர்கள் ஆடு இறங்கியதும் கூடவே வந்து நின்று கொண்டார்கள். பச்சை, துரையைப் பார்த்ததும் துள்ளிக் கொண்டு ஓடியது.

"இருடா பச்சை இரு. குளிச்சிட்டு வந்து உன்னைய பார்க்கிறேன்" என்று துரை கைகாட்டி நிறுத்தினான். அவனது கையைப் பார்த்ததும் பச்சை நின்று கொண்டது. துரை வீட்டிற்குள் போனான்.

பச்சைக் கிடாயைப் பார்த்ததும் அன்னம்மா பாட்டிக்கு மூச்சு முட்டிக் கொண்டு வந்தது. ஆத்திரம் வந்தது. துரையைத் திட்ட வேண்டுமெனத் தோன்றியது. கோபத்தை அடக்கிக் கொண்டாள். அவளுக்குக் கிடா சண்டை பிடிக்காது. துரையிடம் கிடாயைச் சண்டைக்குப் பழக்காதீங்கப்பா என்று சொல்லுவதற்கு வாயிலிருந்து வார்த்தை வந்தது. ஆனால், அடக்கிக் கொண்டாள். அவள் நினைத்தது போலவே வீட்டின் முன்பாகக் கூட்டம் கூடியது. பச்சை ஆட்டைப் பார்ப்பதற்கும் அதோடு பந்தயம் கட்டுவதற்கும் பக்கத்து ஊர்களிலிருந்தும் பக்கத்துத் தெருவிலிருந்தும் ஆட்கள் வந்து சேர்ந்தனர். பச்சையுடன் கூட இருக்கும் இரண்டு பேரில் ஒருவர் தனது மீசையை முறுக்கிக் கொண்டு வெளியே வந்து "பந்தயம் கட்டுறவங்க மட்டும் நில்லுங்க. மத்தவங்க எல்லாம் போங்க. ஆட்டைப் பார்க்கமுடியாது. ஆட்டைக் காட்டமாட்டோம்" என்று வீராப்பாகப் பேசினான். கூட்டத்திலிருந்தவர்களில் ஒருவன் "ஏம்ப்பா தங்கராசு ஒருதடவை ஆட்டைப் பார்த்திட்டு போயிருறோம்" என்று சொன்னான். அவன் பேச்சைக் கேட்டு தங்கராசு திரும்பிப் பார்த்தான். "அதெல்லாம் காட்டமுடியாது. பந்தயத்திலே பார்த்துக்கோ" என்று சொன்னான்.

பந்தயம் கட்டுவதற்கு நின்றிருந்தவர்கள் திண்ணையில் உட்கார்ந்து கொண்டார்கள். அவர்கள் தங்களது உறுமாலைக் கழற்றி இடுப்பில் கட்டிக் கொண்டார்கள். தங்கராசுவும் அவனுடன் இருந்தவனும் ரோட்டில் நின்று பீடி புகைத்தார்கள். வெற்றிலை போட்டுக் கொண்டிருந்த அன்னம்மா கிழவி வெற்றிலை வைத்திருந்த பையை இடுப்பில் சொருகிக் கொண்டு வீட்டிற்குள்ளாகச் சென்றாள். துரை குளித்து முடித்து புதுவேட்டியும் புதுச்சட்டையும் உடுத்திக் கொண்டு வாசலுக்கு வந்தான். பந்தயம் கட்டத் தொடங்கினார்கள். "கோம்பையிலிருந்து ஒரு ஆடு வருதாம். பாளையத்திலிருந்து ஒரு ஆடு வருதாம். பந்தயத்திலே நிக்கிறதுக்கு முன்னாடி வரைக்கு எதுவும் ஊர்ஜிதமில்லை" என்று ஒருவர் தனது ஜோப்பிலிருந்து பணத்தை எடுத்துக் கொடுத்து விட்டுச் சொன்னார். கூட்டம் கலையத் தொடங்கியபோது கருத்தய்யனோடு அழகு தனது ஆட்டை ஓட்டிக் கொண்டு தெருவில் நடந்து வருவது தெரிந்தது.

துரை திண்ணையிலிருந்தபடி அழகுவின் ஆட்டைப் பார்த்துக் கொண்டான். அழகுவின் ஆட்டை ஒரு மாதத்திற்கு முன்பாக திருமண நேரத்தில் அரைகுறையாகப் பார்த்தது. நோஞ்சானாகக் கோயிலுக்குள் சுற்றிக்கொண்டிருந்தது. அப்போது பார்த்ததற்கும் இப்போது ரோட்டில் நடந்து வருவதற்கும் வித்தியாசமிருந்தது. ஒரு தினுசாக நடந்து வந்தது.

கருத்தய்யன் திண்ணையில் தாவி ஏறி உட்கார்ந்து கொண்டான். தங்கராசுவைப் பார்த்து, "அண்ணே பந்தயமெல்லாம் ஜரூரா நடக்குதா. எங்கிருந்துண்ணே கிடா வருது" என்று கேட்டான். தங்கராசு அவன் பேச்சுக்கு மறுபேச்சுப் பேசவில்லை. கருத்தய்யன் திரும்பவும் "அண்ணே நாங்களும் பந்தயம் கட்டுறோம்ண்ணே" என்று சொன்னான். தங்கராசு நிமிர்ந்து அவனைப் பார்த்து முறைத்துக் கொண்டான்.

துரை, "என்னா மாப்பிளே உன் கிடாவுக்குப் பொங்கச் சோத்தைக் கொடுத்துப் பழக்கி இருக்கே. தொந்தியும் தொப்பையுமா நிக்குது" என்று அழகுவைக் கேலி செய்தான். கருத்தையனுக்கும் அழகுவுக்கும் கோபம் வந்தது. அழகு அவனைப் பார்த்து "நான் தினமும் பேரீச்சைப்பழமும் வயக்காட்டுப் பழமும் போட்டு வளர்த்திருக்கிறேன் மாமா. பழைய சோத்தையும் பொங்கச் சோத்தையும் போட்டு வளர்த்திருக்கேன்னா நினைக்கிறீங்க" என்று படபடவெனப் பேசினான். தனது வேலைக்காரர்கள் முன்பாகத் தன்னைக் கோபத்துடன் பேசியதைப் பொறுத்துக்கொள்ளாத துரை ஆத்திரத்தில் "பச்சைக்குப் பக்கத்திலே நிறுத்தாதே மாப்ளே. முட்டி சாய்ச்சுறப் போகுது. அப்புறம் வயித்தில இருக்கிற பொங்கச்சோறு வெளியே வந்துரும்" என்று சொன்னான். அவன் சொன்னதும் தங்கராசுவும் அவனுடன் நின்றிருந்தவனும் சிரித்தார்கள். அழகுமுத்துவுக்கு அவர்கள் சிரித்தது அவமானமாக இருந்தது.

கருத்தையன் வாயை வைத்துக்கொண்டு சும்மா இருக்காமல் "பொங்கச்சோறுதான் மாமா திங்கும். ஆனா முட்டுற முட்டுல பாறாங்கல்லு ரெண்டா பிளந்து தூள் தூளாகிடும்" என்று பெருமை பேசினான்.

"அத்தந்தென்டி கடப்பாரை வைச்சிருக்கா உன் கிடா. ஓங் கிடா தலையில கொம்பிருக்கா இல்லை கடப்பாரையை வெச்சுக் கட்டியிருக்கியா மாப்பிள்ளை" என்று திரும்பவும் துரை அவர்களிடம் கேலி பேச்சுப் பேசினான். அந்த நேரத்தில்

கோயிலில் பொங்கல் வைக்கிற வாசம் வந்தது. அந்த வாசத்திற்கு அழகுவின் ஆடு மூக்கை விரித்துக் கொண்டு ஓடப்பார்த்தது. துரையும் அவனுடன் நின்றிருந்தவர்களும் சிரித்தார்கள். "சொல்லி வாய் மூடல. பொங்கச் சோத்திற்கு உன் ஆடு இப்படி அலையுது" என்று கேலி செய்தான். அந்தக் கேலி வார்த்தை அழகுவையும் கருத்தய்யனையும் உசுப்பிவிட்டது. அழகு தடித்த வார்த்தை ஒன்றைத் தங்கராசுவைப் பார்த்துச் சொன்னான். பதிலுக்கு தங்கராசுவும் ஏதோ முனங்கினான். பேச்சு தடிக்கத் தொடங்கியது. ஒருத்தர் மாற்றி ஒருத்தர் பேசிக் கிண்டலும் கேலியும் வீம்பாக மாறி முறைத்துக் கொள்வது போலானது. கடைசியில் உன் கிடாவா இல்லை என் கிடாவா என்று மல்லுக்கு நிற்கத் தொடங்கினார்கள்.

"சரி மாப்பிள்ளை, இன்னைக்குப் பந்தயத்தில உன் ஆட்டோட பச்சை மோதட்டும். யாரு ஜெயிக்கிறதுன்னு பார்த்திடலாம்" என்று துரை முடிவாகப் பேசினான். அவன் பேச்சில் சின்னப் பசங்களிடம் தோல்வியுற்றதால் உண்டான கோபமும் ஆத்திரமும் இருந்தது. அவனுடன் இருந்த தங்கராசு "விடுங்கண்ணே, சின்னப்பயல்களோட பேசிட்டு. அவங்களுக்குத்தான் வேலையில்லை நமக்குமா இல்லை" என்று சொன்னான். துரை கேட்டுக்கொள்ளவில்லை. அழகு ஆத்திரத்தில் பேசத்தெரியாமல் பேசி வார்த்தையைச் சிதற விட்டான்.

"மாமா மச்சான் எல்லாம் பந்தயத்தில பார்க்கமாட்டேன். பந்தயமின்னா பந்தயந்தான்" என்று முறுக்கிக் கொண்டு பேசினான். தங்கராசுவும் சரிடா, அதையும் பார்த்துருவோம் என்று மீசையை முறுக்கிக்கொண்டான்.

பந்தயத்தில் பச்சையுடன் அழகுவின் ஆடு மோதுகிற விஷயம் ஊருக்குள் பரவியது. பொங்கச்சோறு திங்குற ஆட்டை பச்சைக் கிடா குத்திக் குடலைக் கிழிக்கப் போகிறது என்று ஊருக்குள் பேசிக் கொண்டார்கள். அப்போதுதான் இந்த விஷயம் பரமசிவத்திற்குத் தெரிய வந்தது. அழகுவையும் கருத்தய்யனையும் திட்டினார். அவர்கள் பந்தயத்திற்கு ஆட்டைக் கொண்டு வரக்கூடாது என்று சொன்னார். பெண்களுக்கு இந்த விஷயம் தெரிந்ததும் வீட்டில் பெரிய ரகளை உண்டானது. அன்னம்மா கிழவி "வீட்டு மாப்பிள்ளையோட மல்லுக்கு நிக்குறேயே உனக்கு அறிவில்லை. மண்டை மூளை வேலை செய்யலையா. என்னடா மாமன் மச்சானோட கிடாச் சண்டை. விளையாட்டு வினையா போகுமுன்னு எத்தனைவாட்டி படிச்சுப் படிச்சு சொல்லுறது" என்று திட்டினாள்.

“பந்தயத்திலே மாமன் மச்சானெல்லாம் பார்க்கக்கூடாதுன்னு உங்க பேரன்தான் பாட்டி சொல்லியிருக்கிறாரு” என்று துரை சொன்னான். அவனுக்கு இன்னமும் ஆத்திரம் தீரவில்லை. கோபமாக இருப்பது முகத்தில் தெரிந்தது. யாருடைய சமாதானத்தையும் அவன் ஏற்றுக் கொள்ளவில்லை. பரமசிவம் “விடுங்க மாப்பிள்ளை சின்னப்பயல்கள். பந்தயத்திற்கெல்லாம் வரமாட்டான்ங்க” என்றார். அவர் கிடாச் சண்டை பிரச்சினையாகிவிடும் என்று நினைத்தார். துரை ஏற்றுக்கொள்ளவில்லை. முறைப்பாக இருந்தான். பந்தயத்தில் அழகு தோற்கவேண்டும். அவனது ஆட்டை பச்சை முட்டி உடைக்கவேண்டுமென்று ஆசைப்பட்டான். தனது ஆடு முட்டுகிற முட்டில் இனிமேற்பட்டு ஜென்மத்திற்கும் அழகுவும் கருத்தையனும் கிடாச் சண்டையை நினைத்துக் கூடப் பார்க்கக்கூடாது என்று முடிவில் இருந்தான்.

கோயில் திருவிழாவில் கிடாச் சண்டைக்குப் பெயர்களை ரேடியோவில் சொன்னார்கள். கருத்தையன் போய் காணிக்கைப் பணம் கட்டி பெயர் கொடுத்துவிட்டு வந்திருந்தான். அழகுவின் பெயரைச் சொல்லி அவனது ஆடும் பந்தயத்தில் கலந்து கொள்கிறதைச் சொன்னார்கள். பரமசிவத்திற்கு அதைக் கேட்டதும் ஆத்திரம் வந்தது. “அதுக்குள்ளேயேயும் ரேடியோவில் சொல்லீட்டாங்களா. யார்றா உங்களைப் பேரைக் கொடுக்கச் சொன்னது” என்று அடிக்க கை ஓங்கினார். அழகு பயந்து கொண்டு வீட்டை விட்டு வெளியே ஓடினான். அன்னம்மா தனது கம்பை எடுத்து அவன் மேல் வீசினாள். கம்பு ரோட்டில் போய் விழுந்தது.

கோயிலில் பொங்கல் வைத்து மாவிளக்கு எடுக்கிற நேரம் வந்தது. மைக்செட்காரன் “மாவிளக்கு எடுக்கும் தாய்மார்கள் வீட்டின் முன்பாக நிற்கவும். கோயில் கொட்டு உங்களை அழைத்துக் கொண்டு செல்வதற்கு வரும். அவங்கவங்க வீட்டு முன்னாலேயே நில்லுங்கம்மா யாரும் தனியா கோயிலுக்கு வராதீங்க" என்று கத்திக்கொண்டிருந்தான்.

“மாவிளக்கு எடுத்து முடித்ததும் நீங்கள் ஆவலுடன் எதிர்பார்த்துக் கொண்டிருந்த கிடா சண்டை புழுதி பறக்க நடக்கவுள்ளது. இந்த வருஷம் புதுசா நம்மூர் மாப்பிள்ளை துரையோட பச்சைக் கிடா சண்டையில் கலந்துக்கப் போகுது. மொத்த மூணு கிடாப்போ வெரசா வந்து சேருங்க” என்று ரேடியோவில் பேசுவது கேட்டது. தெருவில் சலசலப்புக் கேட்டது. அன்னம்மா கிழவி வாசலுக்கு

வந்து எட்டிப் பார்த்தாள். ஜனங்கள் கோயிலை நோக்கிச் சென்று கொண்டிருப்பது தெரிந்தது.

பந்தயம் நடக்கும் இடத்தில் கூட்டம் சேரத் தொடங்கியது. டவுனிலிருந்து வந்திருந்த ஐஸ் வண்டிக்காரர்கள் கூட்டத்திற்குள் சைக்கிளை நிறுத்தி வைத்திருந்தனர். ஐஸ் பெட்டி கதவை டப் டப்பென்று தட்டி ஐஸ் ஐஸ் என்று கத்திக் கொண்டிருந்தார்கள். கூட்டத்தில் பந்தயம் கட்டுபவர்கள் வேட்டியைத் தூக்கிக்கட்டிக் கொண்டு குத்த வைத்து உட்கார்ந்திருந்தார்கள். பீடிப் புகை நாற்றமடித்தது. வெளியூரிலிருந்து வந்தவர்கள் வெயிலுக்கு தலையில் முக்காடு போட்டு மரத்தில் ஏறிக்கொண்டார்கள். ஏற்கனவே சிறுவர்களும் இளந்தாரிகளும் மரக்கிளையின் மேல் உட்கார்ந்திருந்தார்கள்.

அழகுப்பயல் தனது கிடாயை இழுத்துக் கொண்டு பந்தயம் நடக்கும் இடத்திற்கு வந்தான். எல்லாரும் பொங்கச்சோறு தின்னும் அழகு கிடாயைக் கேலி செய்தனர். பச்சைக் கிடா முட்டுற முட்டுல மண்டை உடைஞ்சு சாகப்போகுது. மாப்பிள்ளை கறிக்கடைக்குக் கிடாயை விலை பேசி விக்கப்போறான் என்று ஊர்க்காரர்கள் சிரித்தார்கள்.

செல்வியும் முத்துமீனாவும் கூட்டத்தோடு கூட்டமாக நின்றிருந்தார்கள். அழகு கிடாவுக்கும் பச்சைக் கிடாவுக்கும் பந்தயம் நடக்கப் போகிறதை நினைத்து அவர்களுக்கு பயம். செல்வி இப்போது தான் பச்சைக் கிடா சண்டை போடப்போகிறதைப் பார்க்கிறாள். இதற்கு முன்பாக நடந்த சண்டையை அவள் பெரிதுபடுத்தியதில்லை. இப்போது அவளுக்கு அச்சத்துடன் யார் ஜெயிக்கவேண்டும், யார் தோல்வியடைய வேண்டுமென்கிற குழப்பம் ஏற்பட்டிருந்தது. விசில் சத்தமும் அதைத் தொடர்ந்து கைதட்டுகிற ஒலியும் அவளை மேலும் குழப்பமடையச் செய்தன. கூட்டத்தில் யாரோ “பொங்கச்சோறு பொங்கச்சோறு” என்று கத்தும்போது அவளுக்கு அவளறியாது ஆத்திரம் வந்தது. அந்த ஆத்திரத்தில் தனது தம்பியின் ஆடு ஜெயிக்க வேண்டுமென்று நினைத்தாள். அப்போது அவளுக்கு துரையின் ஞாபகம் கொஞ்சங்கூட இல்லை.

துரை ஊர்க்காரர்களின் குரல்களைக் கவனித்துக் கொண்டிருந்தான். தனது பச்சைக்கிடாவுக்கு ஆதரவு இருக்கிறது என்பதை அவன் அறிந்ததும் சந்தோஷமாக இருந்தான். பாதி ஜெயிப்பு வந்துவிட்டது

என்று கணக்குப் போட்டான். முதலில் பச்சை மைதானத்தின் புழுதிக்குத் தனது கண்களையும் உடம்பையும் பழக்கப்படுத்திக் கொண்டது. தலையைக் குலுக்கி ஜனங்களைப் பார்ப்பது போல நின்று கொண்டது. முன்னங்காலைத் தூக்கிப் புழுதியை விசிறியடித்தது. அழகுவின் ஆட்டிற்கு இதெல்லாம் புதிது. மைதானத்தையும் கூடியிருந்த ஜனங்களையும் பார்த்து மிரண்டிருந்தது. கூட்டத்தில் நின்றிருந்த கருத்தய்யனையும் அழகையும் தேடின அதன் கண்கள். விசில் சத்தம் கூடக் கூட பச்சை தன் முன்பாக நின்றிருக்கும் எதிராளியை முட்டித் தூக்குவதற்குத் தயாராகிவிடும் என்று துரைக்குத் தெரியும். அவன் அந்த நேரத்திற்காகக் காத்திருந்தான். தங்கராசுவும் அவனுடன் வந்திருந்தவனும் விசிலடித்துத் தூண்டிவிட்டார்கள்.

“ஆட்டுக்காரங்க யாரும் ஆட்டை உஷார்படுத்தக்கூடாதப்பா. பந்தயமுன்னா ஒரு கண்டிஷன் வேணும்” என்று பந்தயத்திற்கு பைசல் செய்ய வந்திருந்தவர்கள் சொன்னார்கள். பந்தயத்திற்கு நடுவர்களாக ஆறு ஏழு பேர் மஞ்சள் துண்டு வாங்கிக்கொண்டு பெஞ்சில் உட்கார்ந்திருந்தார்கள்.

பச்சை தன் முன்பாக நின்றிருந்த ஆட்டை நோக்கி ஓடியது. கூட்டத்திலிருந்தவர்கள் விசிலடித்துக் குரலெழுப்பினார்கள். பின்னங்காலைத் தூக்கித் தலையைக் குனிந்து நிமிர்ந்தது. கட்டாந்தரையில் கடப்பாரை விழுந்ததுபோல சத்தம் எழுந்தது. கூட்டத்திலிருந்தவர்களின் நெஞ்சில் அந்த அடி விழுந்தது போல உலுக்கிவிழுந்தார்கள். பச்சை ஆடு உடம்பைக் குலுக்கிக்கொண்டு நின்றது. ஒரே ஒரு முட்டு. பச்சையின் கொம்பிலிருந்த சலங்கை மணி இரண்டு உதிர்ந்து மைதானத்தில் விழுந்தது. அழகு ஆடு மூன்று அடி தூரத்திற்குத் தள்ளிப் போய் விழுந்தது. நெற்றியில் விழுந்த அடிக்கு சிறிது நேரம் அதன் கண்களுக்கு எதுவும் புலப்படவில்லை. சுதாரித்துக் கொண்டு எழுந்து நின்றது. ஜனங்கள் ‘ஹோவென’ கத்தினார்கள்.

“பொங்கச்சோறு தொல்லியோகிந்தீ.”

“பொங்கச்சோறு செத்துப்போச்சு.”

ஊர் ஜனங்கள் கத்தினார்கள். அழகுப்பயலுக்கும் கருத்தய்யனுக்கும் நெஞ்சடைத்துக் கொண்டது. அழகு சுருண்டு குன்னிப்போய்க்கிடந்தது. மைதானத்தில் இரண்டு ஆடுகளும் தனித்தனியாக வெவ்வேறு இடங்களில் நின்றிருந்தது. கிடாச் சண்டை நடத்துகிறவர்கள்

மைதானத்திற்குள் இறங்கி இரண்டு ஆடுகளையும் திரும்பவும் மோதவிட்டார்கள். அழகு அடிவாங்கிய வலியில் மைதானத்தை விட்டு வெளியேற வழி பார்த்தது. ஜனங்களின் கரச்சலும் விசில் சத்தமும் கூடியது. கூட்டத்தில் யாரோ “நம்மஊர்க்காரப்பயலுக்கு சப்போர்ட் செய்யுங்கப்பா. அடுத்த ஊர்க்காரனுக்கு சப்போர்ட் செய்யாதீங்க” என்று குரல் கொடுத்தார். அதைத்தொடர்ந்து சிலர் அழகுப்பயல் ஆட்டிற்கு விசிலடித்து உற்சாகப்படுத்தினார்கள். அழகு அழகு என்று கூட்டத்தில் யாரோ கத்தினார்கள். இரண்டாவது முறையாகப் பச்சை தன்னைத் தாக்க வருவதை உணர்ந்து கொண்ட அழகுவின் ஆடு இப்போது பயந்து ஓடத்தொடங்கியது. சுற்றி நின்றிருந்த கூட்டம் சிரிக்கத் தொடங்கியது. கருத்தய்யனும் அழகுவும் தலையைக் குனிந்து கொண்டார்கள். விசில் சத்தம் கூடியது. பச்சை துரத்தித் துரத்தி முட்டப்போகிறது என்று துரை நினைத்துக் கொண்டிருந்த சமயத்தில்தான் யாரும் நினைத்துப் பார்க்க முடியாத சம்பவம் நடந்தது. புழுதி பறக்க ஓடிக்கொண்டிருந்த அழகுவின் ஆடு ஓட்டத்தை நிறுத்தி தனக்குப் பின்பாக வந்து கொண்டிருந்த பச்சையை மூச்சு வாங்கப் பார்த்தது. என்ன நினைத்ததோ திடீரென பச்சையை முட்டியது. பச்சை நிதானமிழந்து தடுமாறிய சமயம் அதே வேகத்தில் இன்னொரு முட்டு. இன்னுமொரு முட்டு. இன்னுமொரு முட்டு என்று மூன்று தடவை முட்டியது. அழகு அடிமேல் அடி எடுத்து வைத்து பச்சையைத் தாக்கியது.

கருத்தய்யன் இதுதான் சந்தர்ப்பம் என்று அழகு கிடாயை உசுப்பிவிட்டான். அது முட்டித் தூக்கியது. துரைக்கு ஆச்சரியமாக இருந்தது. பந்தயத்திற்குப் போகாத கிடா எப்படி அடி எடுத்து வைத்து தாக்குகிறது என்று யோசித்தான். ஆனால் பச்சை சுதாரித்து அழகுவின் ஆட்டை விழச்செய்து விடுமென்று நம்பினான். துரை மட்டுமல்ல, ஊர் ஜனங்கள் யாரும் எதிர்பார்க்கவில்லை. பச்சை நிதானமிழந்து அசந்த சமயத்தில் அழகு அதன் அடிவயிற்றில் குத்தித் தூக்கியது. அதன் தாக்குதல் ஏதோ ஜென்ம விரோதியைப் பழி தீர்ப்பது போல இருந்தது. துரை பதறிப் போய் மைதானத்திற்குள் வந்தான். தனது பச்சையை அணைத்துக் கொண்டான். அதன் வலி அவனது கண்களில் தெரிந்தது. பச்சையின் அடிவயிற்றில் ரத்தம் கசிந்ததைப் பார்த்ததும் “போதும் மாப்பிள்ளை போதும்” என்று பந்தயத்தைப் பாதியில் நிறுத்தினான்.

ஊர்க்காரர்கள் பலரும் தங்களது ஊர் ஆடு ஜெயித்து விட்டதற்குக்

கைதட்டி ஆரவாரமானார்கள். பச்சையைப் பார்த்துக் கேலி செய்வது போல் பேசினார்கள். ஆத்திரத்துடன் துரை “டேய் பச்சை, அந்தக் கழுதைய முட்டித் தூக்கி எறிடா” என்று கோபத்தில் கத்தினான். தனது ஆட்டை கழுதை என்று சொன்னதும் கோபத்தில் அழகு கத்தினான். அவன் ஆத்திரத்தில் என்ன பேசுவது என்பதை மறந்தான். அவனது சத்தத்தில் கிடா இரண்டும் ஒன்றையொன்று பலமாக முட்டிக் கொண்டன. நேராக அதன் கண்கள் ஒன்றையொன்று சந்தித்துக் கொண்டன. ஆடுகள் இரண்டும் தங்களது எஜமானர்களின் கோபத்தை உள்வாங்கி அவர்களது குரோதத்தை வெளிக்காட்டுவது போலிருந்தது. செல்விக்குப் பந்தயத்தில் அழகும் துரையும் நேர் எதிராக நின்றிருக்கிறார்கள் என்றே நினைத்தாள். யார் ஜெயிக்கப்போகிறார்கள், யார் தோற்கப்போகிறார்கள் என்று ஆர்வத்துடனும் பயத்துடனும் நின்றிருந்தாள். அவளுக்கு ஏதோ கனவில் நடப்பது போலிருந்தது.

பச்சையை இழுத்துக் கொண்டு தங்கராசுவும் மற்றொருவனும் வருவதைச் செல்வி பார்த்தாள். கூட்டத்திலிருந்தவர்கள் அழகுமுத்துப் பயலைத் தூக்கிக் கொண்டு திடலுக்கு முன்பாக இருந்த மேடைக்குச் சென்று கொண்டிருந்தார்கள். கருத்தய்யன் அழகுவின் ஆட்டை ஓட்டிக்கொண்டு அவனுடன் சென்று கொண்டிருந்தான். பெண்கள் பலரும் அழகுவின் கிடாயை மொச்சிக் கொண்டு நடந்ததை அவள் கேட்டாள்.

துரை பச்சையைக் கையில் பிடித்துக் கொண்டு நின்றான். பச்சையின் தலையிலும் உடம்பிலும் ரத்தம் படர்ந்திருந்தது. தங்கராசு அதற்குண்டான மருந்தை வைத்துக் கட்டிக் கொண்டிருந்தான். இரண்டு கிடாய்களும் கிறங்கிப் போயிருந்தன. அழகுவின் ஆடு பயந்து போயிருந்தது. அதன் நடுக்கம் நடையிலும் தெரிந்தது. அழகுவும் கருத்தய்யனும் தங்களது ஆடு பந்தயத்தில் ஜெயித்ததை நினைத்து சந்தோஷங்கொள்ளாமல் இனிமேற்பட்டு என்ன நடக்குமோ என்று அச்சத்துடன் நடந்தார்கள். கூட்டத்தை அவர்கள் வெறித்து வெறித்துப் பார்த்துக் கொண்டார்கள்.

துரை தனது ஆட்டைத் தூக்கிக்கொண்டு செல்வியின் அருகே வந்து நின்றான். செல்வி அவனிடம், “விளையாட்டுக்குப் பந்தயம் கட்டுனான். ஜெயிச்சுட்டான்” என்று சொன்னாள். அவனுக்கு ஆத்திரமாக வந்தது. துரை செல்வியை ஓங்கி கன்னத்தில் அறைந்துவிட்டுத் திரும்பிக்கூடப் பார்க்காமல் நடந்தான். அழகுமுத்து

பயந்து போய் அப்படியே நின்றான். பரமசிவம் துரைக்குப் பின்பாக வந்து, “மாப்பிள்ளை, விளையாட்டுக்கு ஏதோ பந்தயம் கட்டி இப்படி செய்துட்டான். நீங்க பெரிசா எடுத்துக்கிடாதீங்க” என்று கெஞ்சுவது போல பேசினார்.

“உங்க மகளும் இப்படித்தான் சொன்னா. அதுக்குத்தான் எல்லாரும் முன்னாடியும் அவளை அடிச்சேன். விளையாட்டு இல்லை மாமா. இது பந்தயம். தோத்துட்டு நிற்குறப்போ அசிங்கப்படுறவனுக்குத் தான் தெரியும்.”

“தோத்துப் போனது உங்க மாப்பிள்ளைகிட்டே தானே.”

“ஆடு மேய்க்கிறவன்கிட்டே நான் தோத்துப் போயிருக்கிறேன்.”

“அப்படிச் சொல்லாதீங்க மாப்பிள்ளை. செல்வி மாப்பிள்ளையோடு பேசி அவரை சமாதானம் செய்யும்மா போ. வீட்டிற்குக் கூட்டிட்டுப் போ.”

“நான் உங்க வீட்டிற்கெல்லாம் வரலை. எங்க ஊருக்குப் போறேன். இனி அடுத்த வருஷம் திருவிழாவிலே வந்து அந்த ஆடு மேய்க்கிறவன் ஆட்டை முட்டி குடலு வேறா குந்தானி வேறா கிழிச்ச பின்னாடி தான் உங்க மகளைக் கூட்டிட்டுப் போவேன். அதுவரைக்கு உங்க மகள் உங்க வீட்டில இருக்கட்டும்” என்று திரும்பிப் பார்க்காமல் நடந்தான்.

செல்விக்கு ஆத்திரம் ஆத்திரமாக வந்தது. அழுதாள். துரையிடம், “உங்க ஆடு தோத்துப் போனதுக்கு நானென்ன செய்யுறது. வேணுமின்னா ஆட்டை வெட்டிப் போடுங்க” என்று கதறினாள்.

“ஆட்டை வெட்டுறது பந்தயக்காரனுக்கு லெட்சணமில்லை. இதே ஆடுதான் அடுத்த திருவிழாவுக்கு வரும். நானும் பச்சையோட தான் திருவிழாவுக்கு வருவேன். ஜெயிச்சுட்டு உன்னைக் கூட்டிட்டுப்போறேன். அதுவரைக்கும் நீ உங்க வீட்டிலேயே இரு. ஜெயிச்ச ஆடு தோக்கணும். தோத்த ஆடு ஜெயிக்கணும். அதுதான் பந்தயத்தோட விதி. விளையாட்டா ஜெயிச்சுட்டான். பந்தயமுன்னா என்னான்னு அவனுக்குப் புரியலை” என்று கண்களில் நீர் கசிய பேசினான்.

அன்னம்மா கிழவி ஆங்காரத்துடன் “ஒருத்திய முண்டச்சியாக்கி வீட்டில முடங்க வைச்சே. இன்னொருத்திக்குக் கல்யாணத்தை முடிச்சு மறுமாசமே வீட்டுக்குக் கொண்டு வந்து ஒக்காரவைச்சிட்டியே.

ஈஸ்வரா. மகாலிங்கம். என் குடும்பத்தை ஏன் இப்படித் தவிக்கவிடுறே” என்று கதறி அழுதாள். அவளது அழுகை ஜனக்கூட்டத்தினூடாக ஓங்கி எழுந்தது. பச்சையைப் பிடித்துக் கொண்டு துரையும் அவனது ஆட்களும் நடந்து போவதைப் பார்த்தபடி செல்வி நின்றிருந்தாள். ஊர்க்காரர்கள் ஒவ்வொருவராகக் கலைந்து சென்றார்கள். பந்தயம் நடந்த இடத்தில் செல்வியும் அவளது வீட்டு ஆட்களும் நின்றிருந்தனர். செல்வி அதற்குப் பிறகு தனது கணவனைப் பார்க்கவில்லை. எட்டு மாதங்களாக அவர்கள் ஒருவரையொருவர் பார்த்துக் கொள்ளவில்லை.

***

திருவிழா முடிந்து ஒருவாரத்திற்குப் பிறகு அழகுமுத்து உப்புக்கோட்டைக்குச் சென்றான். தங்கராசு முதலில் வீட்டிற்குள் விடவில்லை. பிச்சைக்காரனை விரட்டுவது போல் விரட்டிவிட்டான். அவனது காலில் விழாத குறையாகக் கெஞ்சிக் கூத்தாடி கொட்டத்துக்குப் போனான். கொட்டத்தில் துரை உட்கார்ந்திருந்தான். துரை அவனை ஏறெடுத்துக் கூடப் பார்க்கவில்லை. அவனுடன் பேசவில்லை. அழகு மாமா மாமா என்று அவனது கால்களைப் பிடித்துக்கொண்டான். துரை கோபத்துடன் அவனை ஓங்கிக் கன்னத்தில் அறைந்தான். அழகுமுத்து அடியை வாங்கிக்கொண்டான். “ஓ அக்கா அமுச்சு வைச்சாளா. களவாணிப்பயலே. ஓடுறா. பொங்கச்சோறு ஆட்டை குடல் வேறு குந்தானி வேறா குத்திக் கிழிக்காமல் நானு விடமாட்டேன்டா” என்று பிடணியைக் பிடித்து தள்ளிக்கொண்டு வாசலுக்கு வந்தான். அழகு துரையின் கால்களைக் கெட்டியாகப் பிடித்துக் கொண்டான். துரை அவனைத் தரதரவென இழுத்துக்கொண்டு வந்தான்.

“மாமா இனிமேற்பட்டு நானு முட்டுச்சண்டைக்கே போகமாட்டேன். முட்டுச்சண்டைக்கு ஆட்டைப் பழக்கமாட்டேன்.”

“போடா ஒக்காளி பிச்சைக்காரப்பயலே.”

“மாமா என் ஆட்டை வெட்டிக் கூறுபோடுங்க மாமா. செல்வி அக்காவைக் கூட்டிட்டுப் போங்க மாமா. எங்கூட ஊருக்கு வாங்க மாமா.”

“கையை விடுறா வெண்ண. பொங்கச்சோறு திங்கிற ஆட்டைக் குத்திக் குடலை உருவாமே நான் விடமாட்டேன்டா. டேய்

தங்கராசு, இவனைத் தூக்கிட்டு வெளியே போடா” என்று துரை ஆங்காரத்தில் கத்தினான்.

“மாமா என்னை மன்னிருச்சுங்க மாமா.”

"டேய் தங்கராசு, இவனைச் செருப்பைக் கழற்றி அடிடா. அடிடா நான் சொல்றேன். அடிடா.”

"சாமி வேண்டாஞ்சாமி.”

“டேய் கருப்பா, நீ வாடா, வந்து இவனைச் செருப்பைக் கழற்றி அடூறா."

“மாமா நீங்க என்னைச் செருப்பால அடிங்க மாமா. நான் பொத்துக்கிறேன். எத்தனை அடி வேணுமின்னாலும் அடிங்க மாமா” என்று அழுதபடி அழகு சொன்னான்.

தங்கராசுவும் கருப்பனும் அவனைப்பிடித்து தரதரவென இழுத்துக் கொண்டு வந்தார்கள். வாசலில் வைத்து அவனை அடித்தார்கள். அவனது சட்டை கிழிந்தது. தெருவில் போகிறவர்கள் நின்று அவனை வேடிக்கை பார்த்தார்கள். அழகு கையெடுத்துக் கும்பிட்டான். "மாமா மாமா” என்று அழுதான். அவர்கள் கதவைச் சாத்திக்கொண்டார்கள். நீண்ட நேரமாக வாசலில் உட்கார்ந்திருந்தான். வாசற்கதவு திறக்கவில்லை. அழகுப்பயல் அழுது கொண்டு ஊருக்கு வந்தான். ஒரு வாரமாக யாருடனும் அவன் பேசவில்லை. அழுது கொண்டிருந்தான்.

அழகுமுத்து கண்ணீரைத் துடைத்துக் கொண்டு அன்னம்மாவைப் பார்த்தான். அன்னம்மாவின் கால்மாட்டில் அழகு அமர்ந்திருந்தான். நடந்ததை எல்லாம் ஒவ்வொன்றாக நினைத்துப் பார்த்தவன் ‘அஜ்ஜி உன் பேச்சைக் கேட்காமல் இப்படிச் செய்துட்டேன். நீதான் என்னைக் காப்பாத்தணும். நீதான் என்னையக் காப்பாத்தணும். அக்காவை எப்படியாவது துரை மாமா கூட சேர்த்துவைச்சிரு. இனிமேல் நான் முட்டுச்சண்டைக்கே போகமாட்டேன்’ என்று மனதில் நினைத்துக்கொண்டு அவளது கால்களைப் பிடித்துக் கொண்டான். அவளது கால்கள் ஜில்லென்றிருந்தது. அவளது கால்கள் வெளுத்துப் போய்விட்டன.

(4)

அம்சராஜ் உறக்கத்திலிருந்து விழித்து எழுந்தவுடன் அவனது அம்மாவைத் தேடினான். செல்வி சித்தி தன் பக்கத்தில் உறங்கிக்கொண்டிருப்பதைப் பார்த்தான். செல்வியின் அருகில் பொன்னம்மாவும் செல்லமும் உறங்கிக்கொண்டிருந்தனர். அன்னம்மா பாட்டியைச் சுற்றியிருந்தவர்கள் உறங்கிக் கொண்டிருந்ததைப் பார்த்தான். அவன் முத்துமீனாவின் அருகில் சென்று அமர்ந்து கொண்டான். அவளை எழுப்பிவிட்டான். அவள் கண் முழித்துப் பார்த்தாள்.

"என்னாடா" முத்துமீனா உறக்கச்சடவில் அவனிடம் கேட்டாள்.

"அன்னம்மா கிழவி செத்துப்போச்சாம்மா" என்று அம்சு அவளிடம் கேட்டான். அவன் தன்னிடம் இப்படிக் கேட்டதும் ஒருதடவை அன்னம்மாவைப் பார்த்துக்கொண்டாள். கரட் கரட் என்கிற சத்தம் கேட்டுக் கொண்டிருந்தது. வீடு அமைதியாக இருந்தது. இன்னமும் சிறிது நேரத்தில் தெம்மண்ணா வந்து எல்லாரையும் எழுப்பிவிடுவான். அவன் கடுங்காப்பி கொண்டு வந்தவுடன் அந்த வாசத்திற்கு எழுந்து விடுவார்கள். ஒவ்வொருவராக கொல்லைக்குப் போய்வருவார்கள். மந்தைக்குப் போகிறவர்கள் துணைக்கு ஆள் சேர்த்துக்கொண்டு கிளம்புவார்கள். அத்தைமார்கள் வாசலுக்குப் போய் பழமை பேச உட்கார்ந்துவிடுவார்கள். வழக்கமாக மூன்று நான்கு நாட்களாக நடந்து கொண்டிருப்பதுதான்.

“எதுக்குடா கேட்குறே?”

“அஜ்ஜி கனவிலே வந்து கோஸ்பண்டாரம் கதை சொல்லுச்சும்மா. பேய்க் கதை சொல்லுச்சும்மா. நானு நீயி செல்வி சித்தி துரை சித்தப்பா பாட்டி எல்லாரும் சினிமா கொட்டகைக்குப் போறோம்மா. பாட்டி பேய்க் கதை சொல்லிட்டே வந்துச்சு” என்று சொன்னான். முத்துமீனா அவனைக் கொல்லைக்கு அழைத்துப் போய் முகங்கழுவி விட்டாள். செட்டியார் வீட்டுக் கொட்டத்தில் கடுங்காப்பி கொதித்துக் கொண்டிருந்தது. இரண்டு தம்ளர் வாங்கிக் கொண்டு வாசற்படியில் உட்கார்ந்து கொண்டாள். அம்மாவும் மகனும் கடுங்காப்பி குடித்தார்கள்.

அன்னம்மா கிழவி வெறும் காப்பி தரமாட்டாள். அரிசி முறுக்கு இல்லையென்றால் டீக்கடை பாண்டி கடையில் சூடாக பருப்பு வடை வாங்கிக்கொண்டு வந்து தருவாள். ஊரில் எந்தெந்தக் கடையில் எத்தனை மணிக்கு சூடாக வடை போடுகிறார்கள் என்று தெரிந்து வைத்திருப்பாள். “பிள்ளைகளுக்கு வெறுங்காப்பியையா தர்றது. டவுனு பிள்ளைகளுக்கு வடை தின்னு பழகியிருக்கும். பிஸ்கோத்து தின்னு பழகியிருக்கும்” என்று அவளும் ஒருவாய் வடையைப் பிய்த்து தின்று காப்பியை முழுங்குவாள்.

முத்துமீனா போன வருஷம் திருவிழாவிற்கு முன்கூட்டியே அம்சராசுவை அழைத்துக் கொண்டு வந்திருந்தாள். செல்விக்கு மாப்பிள்ளை பார்த்துக் கொண்டிருந்தார்கள். வீடு நிறைய ஆடுகளும் கொச்சை வாடையுமாக இருந்தது. வெள்ளையடிப்பு முடிந்து ஊர் பொங்கலுக்கு வாசலுக்கு செம்மண்ணில் கோலம் போட்டு வைத்திருந்தனர். மதில் மேல் செம்மண் கோலம் வரைவதில் செல்விக்கு யார் சொல்லித்தந்தார்கள் என்று தெரியவில்லை. முன்வாசல் மதிலில் இரண்டு கோலம் வரைந்திருந்தாள்.

அவள்தான் முதலில் ஆரம்பித்து வைத்தாள். "அக்கா ராத்திரி சினிமாவுக்குப் போகலாமா? ரொம்ப நாளாச்சு நீயும் நானும் சேர்ந்து ஒரு படம் பார்ப்போம்” என்று முத்துமீனாவிடம் கேட்டாள். முத்துமீனாவும் சரி என்று சொல்லிவிட்டாள். அம்சுவுக்கு சந்தோஷம். ராத்திரி சினிமாவுக்குப் போகிறோம் என்று அன்னம்மா கிழவியிடம் சொன்னாள்.

“ராத்திரி சினிமாவுக்குப் போறதுன்னா தூக்குச்சட்டியில தண்ணி மோந்து வைச்சிக்கிடணும். கூடவே இரும்புக் கரண்டி ஒண்ணை எடுத்துட்டுப்போடா” என்று அன்னம்மா பாட்டி சொன்னாள்.

அன்னம்மாவுக்குப் பயம். ஊரில் ராத்திரி நேரம் பேய் பிசாசு நடமாட்டம் ஜாஸ்தி. ராத்திரி சினிமாவுக்குப் போகாதே போகாதே என்று தலையில் அடித்துச் சொன்னாலும் யாரும் கேட்பதில்லை. சினிமாவுக்குப் போய் வந்த பிறகு கை கால் குடைகிறது, காய்ச்சல் தலைவலி என்று படுத்துக் கொள்ளவேண்டியது என்று அவளாகப் புலம்பினாள்.

அவள் புலம்பியதைக் கேட்டு "சினிமாவுக்கு நீயும் வா பாட்டி. இங்கே வீட்டில இருந்து என்ன செய்யப்போறே" என்று செல்வி சொன்னாள். அன்னம்மா தன் பேத்தி சொல்லியதைக் கேட்டு வெட்கப்பட்டுக் கொண்டாள். இந்த வயசுல யாராவது சினிமாவுக்குப் போவாங்களா என்று பரமசிவத்தைப் பார்த்துக் கேட்டாள்.

அன்னம்மா இந்த ஊர் சினிமா கொட்டகையில் கடைசியாக என்ன படம் பார்த்தோம் என்று நினைத்துப்பார்த்தாள். அவளுக்கு ஞாபகத்திற்கு வரவில்லை. அன்னம்மாவும் அவளது கணவனும் சேர்ந்து சினிமாவுக்குப் போயிருக்கிறார்கள். அன்னம்மாவின் கணவன் இறந்துபோனதற்குப் பிறகு அவள் எங்கும் வெளியே செல்வதில்லை.

பரமசிவம், "நீ சினிமாவுக்குப் போயிட்டு வாம்மா" என்று சொன்னார்.

அன்னம்மாவின் மனதில் சினிமா பார்க்கும் ஆசை வந்துவிட்டது. சினிமாவுக்குப் பழைய சேலை உடுத்திக்கொண்டு போகலாமா இல்லை டிரங்குப் பெட்டியிலிருக்கும் புதுச் சேலையைக் கட்டிக்கொண்டு போகலாமா என்று யோசித்தாள். சினிமா தியேட்டரிலிருந்து ரிக்கார்டு பாட்டு சத்தம் காற்றில் அலை அலையாகப் படர்ந்து வந்தது. முதல் வரி முடிவதற்குள்ளாக அடுத்த வரி வானத்திலிருந்து பறந்து வருவது போலிருந்தது. அம்சு குதித்துக் கொண்டான். கூரையின் மேலிருந்து வரும் பாட்டை எட்டிப்பிடிப்பதுபோல குதித்தான். பிறகு செல்வி சித்தியிடம் போய்ச் சொல்லவேண்டுமென வீட்டிற்குள் ஓடினான்.

வீட்டின் உள்ளறையில் முத்துமீனாவும் செல்வியும் சேலை கட்டிக் கொண்டிருந்தார்கள். அரிக்கேன் விளக்கு வெளிச்சத்தில் அவர்கள் நின்றிருந்தது தெரிந்தது. குங்குமம் நிறச்சேலையை முத்துமீனாவும் பச்சைநிறப் புடவையை செல்வியும் உடுத்திக் கொண்டிருந்தார்கள். அம்சராஜ் "சித்தி சினிமா தியேட்டரில பாட்டுப் போட்டுட்டாங்க. வாங்க வாங்க" என்று கையைப் பிடித்து இழுக்காத குறையாக

நின்றான். செல்வியும் அம்மாவும் சிரித்துக் கொண்டார்கள்.

அன்னம்மாக் கிழவி தூக்குவாளியோடு வாசலில் நின்றிருந்தாள். கூடவே பை ஒன்றையும் வைத்திருந்தாள். செல்வி எதுக்கு இதெல்லாம் என்று கேட்டாள். "சின்னப்புள்ளை வர்றான். எவ்வளவு நேரந்தான் சினிமாவைப் பார்த்துட்டு இருக்கிறது. அழுகைக் காட்சி வர்றப்போ சாப்பிடுறதுக்கு முறுக்கும் எள்ளுருண்டையும் வைச்சிருக்கேன்" என்று சொன்னாள். அம்சு வாங்கிக் கொண்டான். "தூக்குவாளியில தண்ணி இருக்குடா. கொட்டிறாதே" என்று பாட்டி சொன்னாள். அவன் பையிலிருந்த முறுக்கையும் எள்ளுருண்டையையும் முகர்ந்து பார்த்துக்கொண்டான். பையில் இரும்புக் கரண்டி ஒன்று இருந்தது. "எதுக்குப் பாட்டி இரும்புக் கரண்டி" என்று அம்சு கேட்டான்.

அன்னம்மா பாட்டி "சினிமா கொட்டகைக்குப் போகிற வழியிலே எத்தனை பேய்கள் அலைஞ்சுட்டு இருக்கோ. ராத்திரி நேரம் இரும்புக் கரண்டியை வைச்சிட்டு வந்தா பேய் வராது."

"பாட்டி நீ பேயை நேரிலே பாத்திருக்கியா. எப்படிப் பாட்டி இருக்கும். ஒரே ஒரு தடவை பேயைப் பார்க்கணுமின்னு ஆசையா இருக்கு பாட்டி. பிசாசை நான் சினிமாவில பார்த்திருக்கிறேன். வெள்ளையா கால் இல்லாமல் சர்ருன்னு பறந்து வரும், பறந்து போகும். பேய் எப்படியிருக்குமுன்னு தெரியலையே பாட்டி" என்று அம்சு பாட்டியிடம் கேட்டான்.

அன்னம்மா பாட்டிக்கும் பேய் எப்படி இருக்குமென்று தெரியவில்லை. அவள் ஒருதடவை கூட பேய் பிசாசைப் பார்த்தது இல்லை. கதை கதையாக நிறைய கேட்டிருக்கிறாள். "நான் கல்யாணம் செஞ்சு வந்த புதுசில உங்க தாத்தா ஒரு பேய்க் கதையைச் சொன்னாரு. கோஸ்மூக்கு பண்டாரம் பேயா அலையுறதைப் பத்தி அவரு சொல்லியிருக்காரு" என்று அன்னம்மா சொன்னாள்.

செல்வியும் முத்துமீனாவும் வாசலில் இருந்த தங்களது செருப்பைப் போட்டுக் கொண்டு நடந்தார்கள். பரமசிவம் அவர்களுக்கு மூன்று பேட்டரி கட்டைகள் போட்ட டார்ச்சு லைட்டைக் கொடுத்தார். "பார்த்துப் போயிட்டு வாங்க. நான் சினிமா முடியுற நேரம் கொட்டகைக்கு முன்னாடி நிக்குறேன்" என்றார். செல்வியும் முத்துமீனாவும் முன்னால் நடக்க அன்னம்மா பாட்டியும் அம்சுவும் பின்பாக நடந்து வந்தார்கள்.

“சொல்லு பாட்டி, கோஸ்மூக்கு பண்டாரம் எப்படியிருக்கும்?”

“கோஸ்மூக்கு பண்டாரம் உசரமா பல்லு முன்னாடி நீட்டிக்கிட்டு நகமெல்லாம் பெரிசு பெரிசா வளர்ந்து அழுக்குச் சட்டி நிறத்தில இருக்குமுன்னு எங்க வீட்டுக்காரரு சொல்லிக்கிறாரு. கோஸ்மூக்கு பண்டாரம் தண்ணி குடிக்கிறதுக்கு ஆத்துக்குப் போயிருக்கிறப்போதான் ஆத்து வெள்ளம் அடிச்சி இழுத்துட்டுப் போயி செத்துப்போனது. அது ஒருநாள் தண்ணியெடுத்து வந்த சென்னப்பன் சம்சாரம் மங்கம்மாவுக்குப் பின்னாடியே வந்துச்சுச்சாம்” என்று அன்னம்மா பாட்டி கதை சொல்ல ஆரம்பித்தாள்.

“அப்படி வரும்போது எனக்குக் கொஞ்சம் தண்ணி தா. எனக்குக் கொஞ்சம் தண்ணி தான்னு கேட்டுக்கிட்டே வந்துச்சாம். மங்கம்மாவுக்குப் பின்னாடி நடந்து வர்றது யாருன்னு தெரிஞ்சுப்போச்சு. கோஸ்மூக்கு பண்டாரம்தான் சரட்டு சரட்டுன்னு செருப்புக்காலை தேச்சிட்டு நடந்து வருது. பாண்டாரம் யாருடா கிடைப்பாங்கன்னு அலைஞ்சுட்டு இருக்குன்னு ஊருக்குள்ளாற பேசிட்டு இருக்கிறது மங்கம்மாவுக்குத் தெரியும். மங்கம்மா திரும்பிப் பார்க்காமல் தைரியமாக நடந்து வர்றா. திரும்பிப் பார்த்தா ரத்தவாந்தி எடுத்து செத்துப்போயிருவோமுன்னு அவளுக்குத் தெரியும்” என்று கதையை நிறுத்திக்கொண்டாள். அம்சு பயந்து போய் கதையைக் கேட்டுக் கொண்டு வந்தான்.

“மங்கம்மாவுக்கு எர்றட்டி முத்தம்மா சாமி துணையிருக்கு” என்று அன்னம்மா பாட்டி சொல்லியதும் அம்சுவுக்கு எர்றட்டி முத்தம்மா சாமி யாரென்று தெரியவில்லை. “யாரு பாட்டி எர்றட்டி முத்தம்மா” என்று கேட்டான்.

“எர்றட்டி முத்தம்மா கதையைச் சொல்லுறேன்” என்று சேலையை இழுத்துக்கட்டிக் கொண்டு வேகவேகமாக நடந்தபடி கதையைச் சொல்ல ஆரம்பித்தாள்.

“எர்றட்டி முத்தம்மா பதினாறு பிள்ளைகள் பெத்தவள். பதினாறாவது பிள்ளையைப் பெத்தெடுத்துட்டு தொட்டிலில போட்டிருந்த சமயம். புருஷங்காரன் சந்தைக்குப் போயிட்டு வர்றப்போ புளியமரத்திலே தலைகீழா நின்னுட்டு இருந்த பேய் அவரைப் பிடிச்சி உடம்புக்குள்ளே நுழைஞ்சிருச்சு. புருஷங்காரனுக்கு ஒண்ணும் தெரியல. வீட்டுக்கு வந்தவன் எப்பவும்போல குளிக்கிறான். சாப்பிடறதுக்கு உட்கார்ந்திருக்கான். சாப்பிடுறான் சாப்பிடுறான்,

பத்து மனுஷன் சாப்பாட்டை ஒரே நேரத்தில ஒத்தை ஆளா சாப்பிடுறான். வீட்டில மாடக்குழி விளக்கு கமறலாகித் தொங்குச்சு. எர்றட்டி முத்தம்மா பச்சைப் பிள்ளைகளை வெச்சிட்டு என்னென்ன வேலைகளைச் செய்வா? ஒரு பிள்ளைக்குப் பால் கொடுத்துட்டு இருக்கா. இன்னொரு பிள்ளையைத் தொட்டிலில போட்டு ஆட்டிட்டு இருக்கா. சாப்பிட்டுக்கிட்டு இருக்கிற புருஷனைப் பார்த்துத் தொங்கிப்போன விளக்கைத் தூண்டிவிடச்சொல்லுறா. புருஷங்காரனும் சாப்பிட்டுக்கிட்டே நாக்கை வெளியில இத்தம் பெரிசா நீட்டி மாடக்குழி விளக்கைத் தூண்டிவிடுறான். அதை எர்றட்டி முத்தம்மா பார்த்தாள். எர்றட்டி முத்தம்மாவுக்குத் தெரிஞ்சுப்போச்சு. கோஸ்மூக்கு பண்டாரம்தான் புருஷங்காரன் உடம்பில இருக்கான். அவனை விரட்டணுமின்னு யோசிச்சா. யாருக்கும் தெரியாமல் நேராக கருப்பசாமி கோயிலுக்குப் போய் பூசாரிகிட்டே விஷயத்தைச் சொல்லி விபூதி வாங்கிட்டு வந்து புருஷங்காரன் மேலேயும் பிள்ளைகள் மேலேயும் போட்டா. 'வீச்சு'ன்னு சத்தம் போட்டுக்கிட்டு பிசாசு வாசலைத் தாண்டி ஓடியே போச்சு. எர்றட்டி முத்தம்மாவும் பதினாறு பிள்ளைகளை வளர்த்துக் கட்டிக்கொடுத்து வயசாகி என்னைய மாதிரி கிழவியாகி செத்துப்போயிட்டா. செத்த பிறகும் சாமியா இருந்து பேய் பிசாசுகளை மனுஷமக்கக்கிட்டே அண்டவிடாமல் காப்பாத்திட்டு இருக்கா" என்று எர்றட்டி முத்தம்மா கதையைச் சொல்லி முடித்தாள்.

"அப்புறம் மங்கம்மா கதையில என்னாச்சு பாட்டி."

"மங்கம்மா தண்ணி எடுத்துட்டு நேராக வீட்டிற்குள்ளாறே போனாள். பானையை வீட்டிற்குள்ளே வச்சிட்டு வீட்டைப் பார்த்தாள். வீட்டு மரபீரோ கதவு திறந்து கிடக்கு. எவனோ கள்ளப்பயல்கள்தான் வந்துருக்காங்கன்னு அழஆரம்பிச்சா. ஏன்னா மரபீரோவிலேதான் நகை நட்டு பட்டு சேலைன்னு நிறைய வைச்சிருந்தா. அப்புறம் எந்திரிச்சு விளக்குப் பொருத்தி எர்றட்டி முத்தமாவை நினைச்சு சாமி கும்பிட்டா. எர்றட்டி முத்தமா விளக்கு மூக்கிலே வந்து நின்னு "உன் நகையைத் திருடங்க வந்து தூக்கிட்டுப்போகல. கோஸ்மூக்கு பண்டாரம்தான் நகைக்கு ஆசைப்பட்டு தூக்கிட்டுப்போயிருக்கு. ஊருக்கு வெளியே இருக்கிற ஆலமரத்துக்குப் பின்னாடி அது உட்கார்ந்து நகையைப் போட்டு சிங்காரிச்சிட்டு இருக்கு. அங்க நீ போ. நான் உனக்குப் பின்னாடி வர்றேன்"னு சொல்லி அனுப்பி வெச்சா. மங்கம்மாவும் அரிக்கேன் விளக்கைக் கையில பிடிச்சிட்டு

ஆலமரத்துக்குப் போனாள். அங்க எர்றட்டி முத்தம்மா சொன்னது மாதிரி கோஸ்மூக்கு பண்டாரமும் மத்த பேய்களும் உட்கார்ந்துட்டு உனக்குக் கொஞ்சம் எனக்குக் கொஞ்சமுன்னு நகையை வைச்சிட்டு விளையாடிட்டு இருந்துச்சு. மங்கம்மா அங்க போய் நின்னா. பின்னாடியே வந்த முத்தம்மா பேய்களுக்குத் தெரியாமல் பெரிய இரும்புக் கம்பியை பழுக்கப் பழுக்கக் காய்ச்சி சூடா கொண்டு வந்து நகைகளுக்கு ஊடால போட்டிருச்சு. பேய்களும் நகையோட நகையா இரும்புக் கம்பியை எடுத்துப் பார்த்துச்சு. சூடு தாங்கமுடியாமல் ஆ ஊவுன்னு கத்திட்டு நகையைப் போட்டுட்டு ஒவ்வொண்ணா கிளம்பி ஓடிருச்சு. மங்கம்மாவும் நகையை எடுத்துட்டு வீட்டுக்கு வந்துட்டா" என்று அன்னம்மா பாட்டி மங்கம்மாவின் கதையைச் சொல்லி முடித்தாள்.

அவர்கள் சினிமா முடிந்து வீட்டிற்கு வரும்போது நடு இரவாகியிருந்தது. அம்சு நன்றாகத் தூங்கிக் கொண்டிருந்தான். சினிமா தியேட்டரில் இடைவேளைக்குப் பிறகு அவனால் படம் பார்க்கமுடியவில்லை. அன்னம்மாவின் மடியில் விழுந்து உறங்கினான். அவனைத் தியேட்டரிலிருந்து பரமசிவம் தூக்கிக் கொண்டு வந்தார். வரும் வழியில் இரண்டு தடவை கண் முழித்துப் பார்த்தான். அவனுக்குப் பயமாக இருந்தது.

"தாத்தா கோஸ்மூக்கு பண்டாரம் பேய் வருமா தாத்தா" என்று அம்சு கேட்டான். பரமசிவம் "பேசாமல் படுறா" என்று அவனை அதட்டினார். வீடு வந்து சேரும்வரை கண்களை இறுக்கமாக மூடிக்கொண்டு தாத்தாவின் தோளில் படுத்துக்கொண்டு வந்தான். ஒரு கண்ணை மட்டும் திறந்து ரோட்டைப் பார்த்தான். பிறகு வீடு வந்து சேரும்வரை கண்களைத் திறக்கவில்லை. அம்சராஜின் அருகே முத்துமீனாவும் அன்னம்மா பாட்டியும் படுத்துக் கொண்டனர். அரிக்கேன் விளக்கு வெளிச்சம் அறை முழுக்கப் பரவியிருந்தது. நடு இரவில் அம்சு வீறிட்டு அழுதபடி எழுந்து உட்கார்ந்தான். அவனது சத்தம் கேட்டு முத்துமீனாவும் வீறிட்டுக் கத்தினாள். சத்தம் கேட்டு வெளியே திண்ணையில் உறங்கிக்கொண்டிருந்த பரமசிவம் கம்பை எடுத்துக்கொண்டு வீட்டிற்குள் வந்தார். அரிக்கேன் விளக்கைத் தூண்டிவிட்டுத் தனது மனைவியை எழுப்பிவிட்டார். திருவிழா சமயத்தில் திருடன் புகுந்திருக்கிறானா என்று அந்த அறையை விளக்கு வெளிச்சத்தில் சுற்றிலும் பார்த்தார். அன்னம்மா உறக்கம் கலைந்து எழுந்து உட்கார்ந்து கொண்டாள். அவளுடன் செல்வியும்

எழுந்து கொண்டாள். பாட்டியைப் பார்த்ததும் அம்சராஜ் வீறிட்டு அழத் தொடங்கினான். முத்துமீனா தன் நிலைக்கு வந்து தான் கத்தியதற்காக வெட்கப்பட்டுக் கொண்டாள். அவள் தன் மகனைச் சமாதானப்படுத்துவதுபோல தனது வெட்கத்தை மறைக்க முயன்றாள்.

அம்சராஜ் கண்களிலிருந்து கண்ணீர் வடிந்தது. அழுகை ஓய்ந்தபாடில்லை. அன்னம்மா பாட்டி அவனைத் தூக்கிக்கொள்ள முயன்றாள். அவளால் தூக்கிக்கொள்ள முடியவில்லை. கணத்துப் போயிருந்தான். பாட்டிக்குத் தெரிந்துவிட்டது. "கோஸ்மூக்கு பண்டாரம் தான் கனவில வந்திருக்கும். மந்தரித்து விபூதி பூசாமல் பண்டாரம் போகாது" என்று முத்துமீனாவிடம் சொன்னாள். முத்து "இந்த ராத்திரியில யார்கிட்டே போய் மந்திரிச்சி விபூதி போடுறது" என்று தன் அப்பாவைப் பார்த்தாள்.

அன்னம்மா சாமி அறைக்குள் போய் அங்கிருந்த விபூதித் தட்டை எடுத்துக்கொண்டு வந்தாள். சூடம் பொருத்தினாள். கண்களை மூடி அவள் குலதெய்வத்தை வேண்டிக்கொண்டாள். பிறகு விபூதியை எடுத்து தனது பேரனின் நெற்றியிலும் முத்துமீனாவின் நெற்றியிலும் பூசிவிட்டாள். செல்வி கழிப்பறைக்குச் சென்று சிறுநீர் கழித்துவிட்டு வந்தாள். அவளுக்கும் நெற்றியில் பூசிவிட்டாள். பரமசிவம் "ராத்திரி நேரத்தில் பிள்ளைகளுக்குப் பேய்க்கதை பிசாசு கதையின்னு எதையாவது சொல்லிடுறே. பயந்து போயிட்டாங்க" என்று தன் அம்மாவைத் திட்டினார்.

அன்னம்மா அவருடைய பேச்சைக் கேட்டுக்கொள்ளவில்லை. "ஊருன்னா பிசாசு பேய்ன்னு ஏதாவது இருக்கத்தான் செய்யும். அதுக்காக ராத்திரி நேரத்தில எங்கேயும் போகாமல் இருக்கமுடியுமா?" என்று யாரையோ பார்த்துப் பேசிக்கொண்டு நடந்தாள்.

அன்னம்மா வாசல்படியில் நின்று விபூதியை எடுத்துப் போட்டாள். அவளுக்கு இப்போது நிம்மதியாக இருந்தது. எரிந்து கொண்டிருந்த சூடத்தை அணைத்துவிட்டாள். இரவு வானத்தை அண்ணாந்து பார்த்துக்கொண்டாள். நட்சத்திரங்களுக்கு ஊடே நிலவு இருந்தது. குளிர்ந்த காற்று வீசியது. மாசி மாதத்தின் பின் பனி இரவு. தெரு விளக்குகள் பளிச்சென்று எரிந்து கொண்டிருந்தன. மாடுகள் கால் மாற்றி நின்று கொள்கிற சத்தமும் அதைத் தொடர்ந்து மூத்திரம் பெய்கிற சத்தமும் கேட்டது.

***

செல்வி வாசலுக்கு வந்தபோது அவர்கள் இருவரும் கடுங்காப்பி குடித்து முடித்திருந்தார்கள். கடுங்காப்பியின் வாடைக்கும் தம்ளர்களில் ஒட்டியிருந்த காப்பித் தண்ணிக்கும் ஈக்கள் வரத்தொடங்கின. செல்வி "இங்கே ஏன் ஒக்காந்திருக்கிறே" என்று கேட்டாள். முத்துமீனா "எம்முட்டு நேரமா உள்ளே அடைஞ்சிட்டு இருக்கிறது" என்று சொன்னாள். பிறகு ஏதோ ஞாபகம் வந்தவள் போல "செல்வி இவனுக்கு கோஸ்மூக்கு பண்டாரம் கதையை அன்னம்மா கிழவி கனவில வந்து சொல்லுச்சாம் புள்ளே" என்று சொன்னாள். செல்வி ஆச்சரியமாக அவன் அருகில் உட்கார்ந்து கொண்டு "ஏன்டா, உனக்குக் கிழவி கனாவிலே வந்து கதை சொல்லுச்சாடா" என்று கேட்டாள். அவனும் "ஆமாம் சித்தி, பேய்க் கதை சொல்லுச்சு. நாம சினிமாவுக்குப் போகும்போது கதை சொல்லுமில்ல அதே மாதிரி" என்று சொன்னாள்.

அவனைச் சுற்றிப் பெண்கள் அமர்ந்து கொண்டார்கள். எப்படிறா பாட்டி வந்துச்சு. என்னாடா சொல்லுச்சு என்று ஆள் ஆளுக்குக் கேட்டார்கள். அவன் ஒவ்வொருவருக்கும் பதில் கதையைச் சொன்னான். சிறிது நேரத்தில் கோஸ்மூக்கு பண்டாரத்தின் கதையை சொல்ல ஆரம்பித்துவிட்டனர். அங்கிருந்தவர்கள் தங்களுக்குத் தெரிந்த பேய்க் கதைகளையும் பிசாசுக் கதைகளையும் மாறி மாறிப் பேசிக்கொண்டனர்.

(5)

பொன்னு அதிகாலையில் டீக்கடைக்கு வந்ததில்லை. வழக்கமாக காலை பத்து மணிக்கு மேலாகத்தான் செய்தித்தாள் படிப்பதற்கென வருவான். டீக்கடையைத் திறப்பதற்கு முன்பாக அவன் உறுமால் தலையோடு நின்றிருந்தான். டீக்கடை பாண்டி சாவியை ஒரு கையிலும் மற்றொரு கையில் பால் கேனையும் வைத்துக்கொண்டு வந்தான். தெருவில் இறங்கித் தனது கடையை நோக்கி வரும்போதே உறுமாக்கட்டோடு நின்றிருப்பது யாரென்று அவனுக்கு அடையாளம் தெரிந்துவிட்டது. பொன்னு எதற்காகக் காலையில் தன் கடையின் முன்பாக நின்றிருக்கிறான். முதல் பஸ்சும் போயிருக்குமே. இனி அடுத்த பஸ் ஆறுமணிக்குத்தானே என்று மனதில் நினைத்தபடி நடந்துவந்தான். காலையில் தன்னிடம் கடனுக்கு காப்பி வாங்கிக்குடிக்க வந்துவிட்டானா என்று யோசித்தான்.

டீக்கடைப் பாண்டி நடந்துவருவதைப் பார்த்ததும் பொன்னு தனது உறுமாக்கட்டை அவிழ்த்து உதறினான். அவனுக்கு அந்நேரத்திலும் உடம்பு வியர்த்திருந்தது. பேயைப் பார்த்தவன்போல பயந்து போயிருந்தான். பாண்டி பொன்னுவை அப்போதுதான் பார்ப்பதுபோல பார்த்தான். "என்னா பொன்னு இந்நேரம். டவுனுக்குப் போறியா?" என்று கேட்டான்.

பொன்னு சுற்றும் முற்றும் பார்த்துவிட்டு, "உன்கிட்டே ஒரு விசயம் சொல்லணுமின்னுதான் இந்நேரம் வந்தேன்" என்றான். பாண்டி கடையைத் திறந்து டியூப்லைட்டைப் போட்டான். எலிகளும் கரப்பான்பூச்சிகளும் விளக்கு வெளிச்சத்தில் ஓடின. பாண்டி

பால்கேனை அடுப்புக்கு மேல் வைத்துவிட்டு வாசலைப் பெருக்கி சுத்தம் செய்வதற்காக விளக்குமாறைத் தேடினான். விளக்குமாறு பெஞ்சுகளுக்கு அடியில் கிடந்தது. வாசலுக்கு வந்து தெருவைப் பெருக்க ஆரம்பித்தான்.

“சொல்லு பொன்னு.”

"ராத்திரி இரண்டு மணிக்கு நம்ம ஊருக்குப் புதுசா ஒரு வண்டி வந்துச்சுப்பா. வண்டி நிறைய ஆட்டுக்குட்டிகள் இருந்துச்சு” என்று அவன் சொன்னான். பாண்டி அவன் சொல்லியதும் விளக்குமாற்றைத் தரையில் போட்டுவிட்டு அவனிடம் வந்தான்.

“நிசமாகத்தான் பாண்டி. ஒண்ணுக்கு இருக்கிறதுக்காக ராத்திரி வாசலுக்கு வந்தேன். என் வீட்டு சாக்கடையில நின்னு ஒண்ணுக்கு இருந்துட்டு இருந்தப்போதான் வண்டியைப் பார்த்தேன். வண்டி ஊருக்குள்ளே நுழைஞ்சு போச்சு. இதுக்கு முன்னாடி அந்த வண்டியை நானு எங்கேயும் பார்த்ததில்லை. வண்டி நிறைய ஆட்டுக்குட்டிகள் இருந்துச்சு. முன்னாடி ஒருத்தனும் பின்னாடி ஒருத்தனுமாக இரண்டுபேர் நின்னுருந்தாங்க” என்று சொன்னான்.

“வண்டி எந்தப் பக்கமாகப் போச்சுன்னு பார்த்தியா பொன்னு” என்று பாண்டி ஆவலாகக் கேட்டான்.

“வண்டி கரட்டுப்பக்கமாப் போச்சு. கரட்டுக்குப் போய் நிக்கிற வரை நானு பார்த்துட்டு இருந்தேன்.”

“வண்டியை ஓட்டிட்டுப் போனது எந்த ஊர்க்காரன்னு பார்த்தியா?”

“அதெல்லாம் நான் பார்க்கலை.”

அதற்குப் பிறகு பொன்னுவும் பாண்டியும் எதுவும் பேசிக்கொள்ளவில்லை. பாண்டி யோசித்தபடி வாசலைப் பெருக்கி சுத்தம் செய்து முடித்தான். தண்ணித் தொட்டியிலிருந்த நீரை அள்ளி வாசல் தெளித்தான். பத்திக்குச்சியைப் பொருத்தி வைத்துவிட்டு அடுப்பைப் பற்றவைக்க ஆரம்பித்தான். சுள்ளிகளையும் கிழிந்த காகிதங்களையும் முதலில் அடுப்பிற்குள் வைத்துவிட்டு மூன்று புளியம் விறகை எடுத்து அம்புக்குறிபோல வைத்தான். ஒரு சூடத்தைப் பொருத்தி அடுப்பிற்குள் போட்டான். தீப்பிடித்துக்கொண்டது. பாண்டி எரியத்தொடங்கிய அடுப்பைப் பார்த்தபடி நின்றிருந்தான்.

பொன்னுவுக்கு எரிச்சலாக இருந்தது. தான் சொல்லிய

விஷயத்தைச் சாதாரணமாகக் கேட்டுவிட்டு நிற்கிறானே என்று கவலைப்பட்டுக்கொண்டான். விஷயத்தைச் சொன்னதும் என்னமோ ஏதோ என்று பதறிப்போய் பேசுவான் என்று எதிர்பார்த்தான். ஆனால், பாண்டி எதுவும் பேசாதது அவனுக்கு ஒருமாதிரியாக இருந்தது - பிறகு ஒரு பெஞ்சை எடுத்துப்போட்டு உட்கார்ந்து கொண்டான்.

“நானும் மூணுமணிக்கு எந்திரிச்சிட்டேன். நான் ஒன்னையும் பார்க்கலையே. ஒரு வண்டி நிறைய ஆடுகளை யார் கொண்டு போயிருப்பாங்க. கரட்டுக்கு அந்தப் பக்கமிருக்கிற சிந்தலைச்சேரிக்கு ஆடு விக்கிறவன் யாராவது புதுசா வந்திருப்பானோ?”

"ஒரு வண்டி நிறையவா ஆடுகளை சிந்தலைச்சேரிக்காரங்க வாங்குவாங்க. இரண்டு ஆடு இல்லைன்னா மூணு ஆடு வாங்குவாங்க. ஒரு வண்டி நிறைய ஆடு போயிருக்கு பாண்டி.”

“நம்ம பாஸ்டரைக் கேட்டா விவரம் சொல்லுவாரு. அவருதான் ராத்திரியெல்லாம் முழுச்சுக்கிட்டு இருக்கிறவரு.”

“எதுக்கு முழுச்சிட்டு இருந்தாரு?”

“ஆடுகளை உயிரோட எழுப்புதற்கு ஒரு ஜெபக்கூட்டம் நடத்தப்போறாரு. உனக்குத் தெரியாதா?. இந்த இடத்தில புதைச்ச ஆடுகளை எல்லாம் உயிரோடு எழுப்பித்தர்றேன். அப்போதான் என்னைய இந்த ஊர்க்காரங்க நம்புவாங்கன்னு ராத்திரியும் பகலுமா ஜெபம் செய்திட்டு இருக்காரு. இதுக்குன்னு ஜெபம் செய்யுறதுக்கு ஸ்பெஷலா இரண்டு மூணு பேர் டவுனிலிருந்து வரப்போறாங்களாம். இதெல்லாம் தெரியாதா உனக்கு” என்று பாண்டி அவனிடம் கேட்டான்.

பொன்னு தனக்கு எதுவும் தெரியாமல் இந்த டீக்கடைக்கு வருவதும் போவதுமாக இந்த ஊரில் திரிகிறோமே என்று வருத்தப்பட்டுக் கொண்டான். பாஸ்டருக்கு மிலிட்டரிக்காரனின் மனைவியிடம் பேசி இடத்தைக் கிரயம் செய்தது கூட சிறிது நாட்களுக்குப் பிறகுதான் பொன்னுவுக்குத் தெரியும். பாஸ்டர் அந்த இடத்தில் கருங்கல் கட்டிடம் எழுப்பிய அன்றுதான் ஊர்க்காரர்களுக்குக் கூட ஜெபக்கூட்டம் கட்டிடம் வரப்போகிற விசயம் தெரியும். பாண்டியும் பாஸ்டரும் ரகசியமாக இடத்தைக் கிரயம் பேசி முடித்துவிட்டதும் தனக்கு வரவேண்டிய தரகுத்துட்டு வராமல் போனதும் அவனுக்கு இப்போதும் வருத்தமாக இருந்தது. அவனது

மனதில் டீக்கடை பாண்டியின் மேல் ஒரு புள்ளி இருந்தது. ஏதோ ஒரு யோசனையாக டீக்கடையை விட்டு வெளியேறினான்.

பொன்னு ரோட்டிலிருந்து விலகிச் சென்றதும் பாண்டி இரண்டு தம்ளர்களில் டீ போட்டுக் கொண்டு பாஸ்டர் குடியிருக்கும் தகரக்கொட்டகைக்குச் சென்றார். சவுக்குக் கம்புகளால் கட்டப்பட்டிருந்த வேலியைத் தாண்டி அவருடைய கொட்டகை இருந்தது. அதன் பக்கத்தில் ஜெபக்கூட்டக் கட்டிடம். மண் தரை முழுக்க ஆற்று மணல் பரப்பி மெத்தியிருந்தது. புதிதாக இரண்டு தென்னங்கன்றுகள் நட்டிருந்தார்கள். கோம்பை நாயொன்று குடிலுக்கு வெளியே கட்டப்பட்டிருந்தது. அதன் நீளமான முகமும் ஒடுங்கிய உடம்பும் குட்டையான வாலும் பார்ப்பதற்கு அழகாக இருந்தது. கறுப்பும் பழுப்பும் கூடிய அதன் நிறம் பார்ப்பவர்களை நின்று பார்க்கச் செய்தது. கன்னி ஜாதி நாய். நீளமான அதன் உடல், வேறு ஜந்தை போலத் தோற்றமளித்தது.

பாஸ்டரின் தகரக்கொட்டகைக்குள் நுழைந்ததும் நாய் குலைக்கத் தொடங்கியது. பாஸ்டர் வெளியே வந்து எட்டிப்பார்த்தார். டீ தம்ளருடன் நின்றிருந்த பாண்டியைப் பார்த்ததும் “பாண்டி வாங்க வாங்க” என்றார். அவரிடமிருந்து டீ தம்ளரை வாங்கிக் கொண்டார். ஒரு தம்ளரிலிருந்த டீயை ஈயத்தட்டில் ஊற்றிக் கொடுத்தார். நாய் சப்பிக்குடிக்க ஆரம்பித்தது. குடித்து முடித்ததும் தனது இடத்தில் முடங்கிக்கொண்டது. மற்றொரு டீ தம்ளரைக் கையில் பிடித்துக்கொண்டு பாஸ்டர் ஜெபக்கூட்டத்தைப் பார்த்து நடக்கத் தொடங்கினார்.

“எங்கப்பா ஊரிலிருந்து வந்திருக்கிறாரு பாண்டி” என்று பாஸ்டர் சொன்னார். பாண்டி அவர் பின்பாக நடந்து சென்றார். பாஸ்டர், ஜெபக்கூட்டத்தின் கதவைத் திறந்து வைத்தார். உள்ளே மின்விசிறி ஓடிக்கொண்டிருந்தது. கட்டிடத்தின் நடுவே ஒருவர் படுத்துக் கிடப்பது தெரிந்தது.

“எங்கப்பா இரண்டு மூணு நாள் இங்கேதான் தங்கியிருப்பாரு. அவருக்கு எந்திரிச்சதும் சூடாக காப்பி வேணும். கொடுத்தனுப்புங்க பாண்டி” என்றார்.

பாண்டி “பாஸ்டர் உங்கப்பா எங்கிருந்து வர்றாரு” என்று அவர் அருகே போய்க் கேட்டான். அவர் உறக்கத்தில் இருந்தார். அவருடைய உடம்பு முழுக்கப் போர்வையால் போர்த்தியிருந்தது.

முகம் மட்டும் தெரிந்தது. பாண்டி அவருடைய முகத்தைப் பார்த்தார். முகத்தில் நீளமான வெட்டுக்காயம் ஒன்று தெரிந்தது. நெற்றியிலிருந்து மூக்கின் வழியாக கன்னத்து மேட்டிலும் மேலுதட்டிலும் கோடு கீழே இறங்கி தாடையில் நின்றது. அவரது கன்னங்கள் இரண்டும் ஒட்டிப்போயிருந்தது இருட்டிலும் தெரிந்தது. மூக்கும் உதடும் முகத்திற்கும் சற்றும் பொருந்தாது பெரியதாக இருந்தது. ஆனாலும் அவை அசிங்கமாகத் தெரியவில்லை.

“இந்தத் தழும்பு சின்னப்பிள்ளையிலிருந்து இருக்குது அவருக்கு. அவர் காலத்திலே பள்ளிக்கூடத்திற்குப் போறது பெரிய குற்றமாக இருந்திருக்கு. நாங்க செருப்பு தைக்கிற சாதியைச் சார்ந்தவங்க. செருப்பு தைக்கிறவங்க பள்ளிக்கூடத்திற்குப் போகக்கூடாதா பாண்டி? ஏன்டா பள்ளிக்கூடத்திற்கு வந்தேன்னு வாத்தியார் தகர சிலேட்டை அப்பாவோட மூஞ்சியிலே எறிஞ்சிருக்கிறாரு. காயம் ஆறுறதுக்கு நாலு மாசமாச்சாம். ஒரு கண்ணைத் திறந்து பார்க்க முடியலையாம். என்னோட தாத்தாவும் பாட்டியும் ரோட்டில உட்கார்ந்து செருப்பு தைக்கிறவங்க. எங்க அப்பாவுக்கு அது பிடிக்கலை. ஊரை விட்டு ஓடிப்போயாவது படிச்சு வேலைக்குப் போகணுமின்னு ஆசைப்பட்டாரு. கடைசி வரைக்கும் அவருக்கு அந்த ஆசை நடக்கலை. அப்பா ஊரை விட்டுப்போய் மெட்ராஸிலே சர்ச்சில வேலைக்குச் சேர்ந்தாரு. சின்னப்பிள்ளையிலிருந்து அவரு அங்கதான் வளர்ந்தாரு. எங்கம்மா அந்த சர்ச்சில இருந்த பாஸ்டருக்கு சமையல் வேலை செய்யுறதுக்கும் பாத்திரம் விளக்கித்தர்றதுக்கும் வருவாங்க. எங்கம்மாவுக்கு ஏற்கனவே கல்யாணம் நடந்திருச்சு. வீட்டுக்காரரு ஒரு தியேட்டரில வேலை பார்த்தாரு. அவருக்கு நாலு பிள்ளைகள் பெறந்திருக்கு. அம்மாவுக்கும் அவருக்கும் தினமும் சண்டை. குடிச்சிட்டுத்தான் வருவாரு. அம்மா நாலு பிள்ளைகளையும் சர்ச்சுக்குக் கூட்டி வந்திருச்சு. அப்பாவும் அம்மாவும் அதுக்குப் பிறகு ஒன்னா வாழ்ந்தாங்க. நான் பிறந்தேன். நாலு பிள்ளைகளையும் என்னையும் அவர் படிக்க வைச்சாரு. நாலு பிள்ளைகளும் இப்போ வெளிநாட்டில இருக்காங்க. பெரிய கம்பெனியில வேலை. அப்பாவுக்கு நான் வாத்தியார் வேலைக்குப் போகணுமின்னு ஆசை. எனக்கு இப்படியே ஊர் ஊராகச் சுத்திட்டே இருக்கணுமின்னு ஆசை. ஃபாதர் எனக்கு இந்த வேலை வாங்கித் தந்தாரு. சந்தோஷமா இருக்கு. ஆனால் அப்பாவோட முகத்தைப் பார்க்கிறப்போ மட்டும் மனசு கஷ்டமா போயிடும்.”

“நீங்க ஏன் வாத்தியார் வேலைக்குப் போகல பாஸ்டர்?”

"வாத்தியார் வேலைக்குப் போயிருந்தா எங்கப்பா ஞாபகத்தில நானும் யாராவது பையனை அடிச்சிருப்பேன். என் மனசுக்குள்ளேயும் அவமானமடைஞ்ச வேதனை இருக்கு. கர்த்தர் சொன்னதைத்தான் என்னாலே திரும்பச் சொல்லமுடியும். அதுக்காக நானும் கர்த்தராகிடமுடியுமா? நானும் மனுஷன்தானே. எனக்கும் மனசுக்குள்ளே அவமானப்பட்ட வேதனை இருக்கு” என்று சொன்னவர் தனது கண்களைத் துடைத்துக் கொண்டார்.

பாண்டி அமைதியாக பாஸ்டரின் முகத்தைப் பார்த்துக்கொண்டிருந்தான். பாண்டிக்கு பாஸ்டரின் முகத்திலும் இப்போது தழும்பு தெரியத்தொடங்கியது. தனது கண்ணை மூடித் திறந்து கொண்டான்.

“அப்பாவுக்கு இன்னைக்கு நாட்டுக்கோழிக் குழம்பு செய்து தரணுமின்னு எனக்கு ஆசை. அப்பா என்னைக்காவது பிராந்தி குடிப்பாரு. ஆஸ்துமா வந்திருக்கு. யாருக்கும் தெரியாமல் நீங்க தான் வாங்கிட்டுவரணும் பாண்டி. செய்வீங்களா?”

“வாங்கிட்டு வந்து தர்றேன். அவரு கூட பேசணுமின்னு எனக்கு ஆசையாக இருக்கு பாஸ்டர்.”

“பேசுங்க. நிறைய விசயங்கள் சொல்லுவாரு.”

“அம்மா இறந்துட்டாங்களா பாஸ்டர்.”

“ஆமாம் பாண்டி. சர்ச்சிலிருந்து ரயில்வே லைனைக் கடந்து கக்கூஸ் போவாங்க. வழக்கமாகப் போறப்போ எந்த ரயிலும் வராது. அவங்க சாகுறப்போ ரயில் வந்திருச்சு. ரயிலில அடிபட்டுச் செத்துட்டாங்க.”

“நீங்க கல்யாணம் செய்துக்கலையா?”

“எனக்குக் கல்யாணம் முடிஞ்சு பத்து வருஷமாச்சு. ஆனால் என் மனைவி இப்போ என் கூட இல்லை. கல்யாணம் முடிஞ்ச மறுநாள் காலையில என்னை விட்டுப்போயிட்டா. போயிட்டான்னா பிரிஞ்சுபோயிட்டா. காறி முகத்திலே துப்பிட்டுப்போயிட்டா” என்று தலையைக் குனிந்தபடி சொன்னார்.

“எதுக்கு என்னா காரணம் பாஸ்டர்.”

“உங்களுக்கு எதுவும் புரியலையா? புரியலைன்னா பரவாயில்லை. விட்டுருங்க.”

பேச்சரவம் கேட்டுத் தரையில் உறங்கிக்கொண்டிருந்த பாஸ்டரின் அப்பா திரும்பிப் படுத்துக்கொண்டார். அவர்கள் ஜெபக்கூட்டத்தை விட்டு வெளியே வந்தார்கள்.

கோம்பை கன்னி நாய் இப்போது தாடையைத் தரையில் வைத்துப் படுத்திருந்தது. அதன் வாலும் கால்களும் ஒன்றுடன் ஒன்று பிணைந்து கிடந்தன. ஈயத்தட்டை பாஸ்டர் எடுத்துக் கொண்டு கொட்டகைக்குள்ளாகச் சென்றார்.

(6)

செல்வி ஊரிலிருந்து பிரிந்து போகும் குளத்தங்கரைப் பாதையில் நடந்து கொண்டிருந்தாள். அவளுக்குத் தாமரைக்குளத்திற்குச் சென்று வரவேண்டுமென்று ஆசை. கூடவே ஜெயலெட்சுமி அத்தையைப் பார்க்க வேண்டுமென ஆசைப்பட்டாள். வெள்ளிக்கிழமை நாளில் ஜெயலெட்சுமி அத்தை குளத்தங்கரையிலிருக்கிற கன்னிமார் சாமிகளுக்கு விளக்குப் போடுவதற்கென வருவாள். அவளைப் பார்த்துப் பேசவேண்டுமென நினைத்தாள். அத்தையிடம் பேசுவதற்கு அவளிடம் எவ்வளவோ விஷயங்கள் இருந்தன. அத்தைதான் அவளுக்கு இஷ்டமான ஆள். செல்வி சொல்வதைக் கேட்டுக்கொள்வாள். அத்தை தனக்காக ஏதாவது செய்வாள் என்று நம்பினாள்.

தாமரைக்குளத்தில் இலைகளும் பூக்களும் கூடவே புளியம்பழம் ஓடுகளும் மிதந்து கொண்டிருந்தன. தாமரை மெழுகு இலைகளின் உருண்ட நீர்த்துளிகளின் மேல் வெளிச்சம் விழுந்து மினுங்கிக் கொண்டிருந்தது. குளத்தில் தாமரைப்பூக்கள் மலர்ந்திருந்தன. மாடுகளை மேய்க்க வந்த சிறுவர்கள் குளத்தங்கரையில் நின்று கொண்டிருந்தனர். அவர்களிடம் தொரட்டிக் கம்பு இருந்தது. அவர்கள் குளத்தில் இருந்த தாமரைப்பூக்களைப் பறித்துக் கொள்வதற்கு தோது பார்த்துக் கொண்டிருந்தனர். செல்வி அவர்களைக் கடந்து சென்றாள். உயரமான மண் கரை அது. குளத்தங்கரையின் மேலேறி நின்றால் ஊரிலிருக்கும் ரைஸ்மில்லின் பெரிய செங்கல் சுவரும் அதற்குப் பிறகு செட்டியார் வீட்டின் சமையலறைப் புகைக்கூண்டும் தெரியும். கரை முடிகிற இடத்தில்தான்

கன்னிமார் சாமிகளின் சிலை இருக்கிறது. அங்குதான் அத்தை வந்து விளக்குப் போட்டு சாமி கும்பிடுவாள்.

செல்வி இரண்டு தினங்களுக்கு முன்பு ஜெயலெட்சுமி அத்தையிடம் பேசிவிட்டு வரவேண்டுமெனக் கிளம்பினாள். சென்னப்பனின் மகன் தாமரைக்குளத்தில் நீச்சலடித்துப் பழகுவதற்கு புளியமரத்தின் மேலிருந்து கீழே விழுந்து கையை ஒடித்துக் கொண்டதாக ஊரில் பேசிக்கொண்டார்கள். ஊரே சென்னப்பனின் வீட்டில்தான் கூடியிருந்தது. அவனை வண்டிகட்டிக் கொண்டு சின்னஓவுலாபுரத்திற்குத் தூக்கிக் கொண்டு போனார்கள். தப்பை கட்டுக் கட்டிக்கொண்டு வந்தார்கள். அவனது ஒடிந்த கையில் எண்ணெய் வடிந்து கொண்டிருந்தது. விரல்கள் ஐந்தும் வீக்கமாக இருந்தன. அவனால் கையையும் விரலையும் அசைக்க முடியவில்லை. ஜெயலெட்சுமி நாள் முழுக்க சென்னப்பனின் வீட்டில் இருந்தாள். அவள் தன் பிள்ளைக்கு கை ஒடிந்தது போல கண்ணீர் விட்டு அழுதாள். செல்வி அத்தையைப் பார்க்க சென்னப்பனின் வீட்டிற்குச் சென்றாள். அங்கு வைத்து அத்தையிடம் அவள் கேட்டாள்.

“ஏன் அத்தை, அன்னம்மா அஜ்ஜியைப் பார்க்கணுமின்னு உனக்கு ஆசை இல்லையா. அவ மேல உனக்கு அவ்வளவு கோபமா?"

“நான் வந்து பார்த்து என்னாகப் போகுது. கிழவி எந்திரிச்சு உக்காந்துக்கிருவாளா. சொல்லு நான் வர்றேன்.”

“அப்போ அஜ்ஜி செத்துப்போனா நீ வரமாட்டீயா?”

“எதுக்கு வரணுமின்னு சொல்லு தாயீ நான் வர்றேன்.”

“நீ அவளோட மகள் தானே.”

“அநாதையா இம்புட்டு நாளும் இங்க தனியா கிடந்தேன். அப்போ நீ எங்கே போயிருந்தே. ராத்திரி நேரத்தில இந்த ஊர் இளந்தாரிப் பயல்கள் கல்லை விட்டு எறிஞ்சானுங்க. அப்போ உங்க அப்பங்காரன் வந்தானா? உங்க சித்தப்பங்காரன் வந்தானா?. மட்ட மதியத்தில குடிச்சிட்டு வீட்டுக்குள்ளாறே வந்து கையைப்பிடிச்சு இழுத்தானுங்க. படுக்கவான்னு கூப்பிட்டான் இந்த ஊர் பஞ்சாயத்து பிரசிடெண்டு. அப்போ எங்க போயிருந்தாங்கன்னு சொல்லு தாயீ.”

ஜெயலெட்சுமி இவ்வளவு வேதனைகளை அனுபவித்திருக்கிறாள் என்று அவளுக்குத் தெரியாமல் போனது. அவளைப் பார்க்க வருகிற

பொழுதில் எதையும் சொல்லவில்லை. இப்போதுதான் சொல்கிறாள். எதுவும் தனக்குத் தெரியக்கூடாது என்பதற்காகச் சொல்லவில்லையா?. நீயாகத் தெரிந்து கொள் என்று விட்டுவிட்டாளா? அத்தையின் நெஞ்சுக்குள் கல் அடைந்து கிடக்கிறது. கல் மேல் கல் வைத்து அடுக்கி தன்னை கல் நெஞ்சுக்காரியாக்கிக் கொண்டாள். அதன் பிறகு அவள் அத்தையிடம் பேசிக்கொள்ளவில்லை. சென்னப்பனின் வீட்டிலிருந்து வெளியேறி வந்துவிட்டாள்.

செல்வி திருமணத்திற்கு முன்பாகத் தினமும் தண்ணீர் எடுப்பதற்காகவும் மேய்ச்சலுக்குப் போய் திரும்ப வராமல் போக்குக் காட்டி குளத்தங்கரையின் மேலேறியிருக்கும் ஆட்டுக்குட்டிகளை ஓட்டிவரவுமாக தாமரைக்குளத்திற்கு வருவாள். அவளுக்கும் துரைக்கும் திருமணம் பேசி தேதி முடிவானதும் அவள் வீட்டை விட்டு வெளியே எங்கும் வரவில்லை.

செல்வியும் சிறுவயதில் கரையில் ஏறி நின்று குதித்து நீச்சலடித்தவள் தான். அவள் பரமசிவத்தின் சட்டையைப் போட்டுக்கொண்டு பாவாடையைக் கட்டிக்கொண்டு நீச்சலடிப்பாள். அவளுடன் படித்த பிள்ளைகள் போட்டி போட்டுக் கொண்டு கைகளை வீசுவார்கள். கால்களை உதறித் தண்ணீரை எத்திக்கொண்டு நீந்துவார்கள். செல்வி மறுகரையைத் தொட்டு மேலெழுந்து நிற்கும்போது ஆடு மேய்க்க வந்த சிறுவர்கள் அவளிடம் தாமரைப்பூக்கள் வேண்டுமெனக் கத்துவார்கள். தாமரை இலையை மடித்து வைத்து நீர் அள்ளிக் குடிப்பாள். கரையேறி மறுகரையிலிருக்கும் புளியந்தோப்பிலிருக்கும் புளியம்பூக்களைப் பிடுங்கி நாக்கில் வைத்துக் கொள்வாள். இதெல்லாம் சடங்காகி வீட்டில் உலக்கை போட்டு கால் மடக்கி உட்கார்கிற வரைதான். பிறகு வீட்டிற்குள்ளாகக் குளிப்பதும் துவைப்பதும் என்றானது.

செல்விக்கு ஆசை ஒன்று இருந்தது. திருமணம் முடிந்தவுடன் துரையை அழைத்துக் கொண்டு தான் நீச்சியடித்துப் பழகிய குளத்தையும் மரமேறிப் பழகிய மரத்தையும் காட்டவேண்டுமென ஆசைப்பட்டாள். குளத்தின் கரையில் அமர்ந்திருக்க வேண்டும். நீண்ட நேரம் அமர்ந்திருக்கவேண்டும். மீன் பிடிக்கவேண்டும். தனது கணவனுடன் நீச்சலடிக்கவேண்டும் என்று ஆசைப்பட்டாள். அவளது ஆசை எதுவும் நிறைவேறாமல் போனது. மறுவீட்டிற்கு வந்தபோது துரையை அழைத்துப் பார்த்தாள். அவன் வீட்டைவிட்டு வெளியே வர மறுத்துவிட்டான். பெண்ணைப் போல வெட்கப்பட்டுக்

கொண்டு வீட்டிற்கும் திண்ணைக்குமாக அலைந்துகொண்டிருந்தான்.

அம்சராஜைக் குளத்திற்கு அழைத்தால் உடனே வந்துவிடுவான். அவனுக்கும் நீச்சியடிக்க வேண்டுமென ஆசை. பழகித்தர யாருமில்லை. ஒருநாள் மதியப்பொழுதிற்கு வேண்டிய வரகஞ்சோற்றை தூக்குச் சட்டியில் வைத்துக் கொண்டு அவர்கள் இருவரும் குளத்தங்கரைக்கு வந்தார்கள். குளத்தில் பெரிய பூதமிருக்கிறது என்று அவனை அன்னம்மா கிழவி பயமுறுத்தி வைத்திருந்தாள். அந்த பூதம் நீச்சியடிக்கிறவர்களைப் பிடித்துக் கொண்டு போய் தனது பாதாள அறையில் போட்டுப் பூட்டி வைத்துவிடுமென்று சித்தியிடம் சொன்னான். அவன் குளத்துத் தண்ணீருக்குள் காலை வைக்கப் பயந்தான். செல்விக்குச் சிரிப்பு வந்தது.

"உனக்கு யாருடா சொன்னது?"

“அன்னம்மா பாட்டிதான் சித்தி?”

"கதையிலதான்டா பூதமெல்லாம் வரும்."

“போ சித்தி போ” என்றவன் குளத்தை எட்டிப் பார்த்துக் கொண்டான். செல்வி தனது கால்களைக் குளத்து நீரில் விட்டுக் கரையில் அமர்ந்து கொண்டாள். தூக்குவாளியிலிருந்த வரகம் சோற்றைச் சாப்பிட்டார்கள். உப்புக்கோட்டையில் இதுபோல குளமில்லை. வீதி வீதிக்குக் குழாய் போட்டிருக்கிறார்கள். ராத்திரியும் பகலும் தண்ணீர் வருகிறது. உப்புத்தண்ணீர். எருமை மாடுகள் குழாயடியில் படுத்துக் கொள்கின்றன. விரட்டி விடுவதற்கு ஆட்கள் யாருமில்லை. அவளுக்குக் குடத்தைத் தூக்கிக் கொண்டு குழாயடிக்குப் போவதற்கு சல்லையாக இருந்தது.

அம்சராஜ் சொல்லியது உண்மையாக இருக்குமென இப்போது தோன்றியது. அந்த பூதம்தான் தன்னைக் குளத்திற்கு இத்தனை நாட்களாக வரவிடாமல் செய்கிறது என்று நினைத்துக் கொண்டாள். தன்னை மட்டுமல்ல, தன்னைப் போல .சடங்காகி வீட்டிற்குத் தீட்டாகி குத்தவைத்து உட்கார்ந்து கொள்ளும் குமரிப் பிள்ளைகளைப் பூதம் வரவிடாமல் செய்கிறது என்று நினைத்தாள். குளத்தை விட்டு பூதத்தை விரட்டுவது எப்படி என்று தெரியவில்லை? பூதத்திற்குத் தெரியாமல் குளத்திற்குள் முங்கியெழுவது எப்படி என்று தெரியவில்லை?

குளத்தில் நீச்சியடித்துப் பழகிக் கொண்டிருக்கும் பிள்ளைகள்

அவளைப் பார்த்துக் கையசைத்துக் கூச்சலிட்டுக் கொண்டார்கள். ஜெயலெட்சுமி அத்தை வருவதற்காக அவள் காத்திருந்தாள். கரையின் மேல் அமர்ந்துகொண்டாள். காற்றில் புளியம் பூவின் வாசம் சேர்ந்திருந்தது. தோப்பில் காற்றுக்குப் புளியம் ஓடு கீழே விழுகிற சத்தம் துணுக்காகக் கேட்டது. திடீரென குளத்தில் குளித்துக் கொண்டிருந்த சிறுவர்கள் ஹோவெனக் கத்தத் தொடங்கினார்கள். அவள் குளத்தைப் பார்த்தாள். குளத்தில் முங்கியெழுந்த ஒரு சிறுவனின் கையில் தாமரைப் பூ ஒன்று தண்டுடன் இருந்தது. அவனை மற்ற சிறுவர்கள் சூழ்ந்திருந்தார்கள்.

துரை இப்போது என்ன செய்து கொண்டிருப்பான். செல்விக்கு அவனது நினைவு வரத்தொடங்கியது. குளத்தில் மிதக்கும் புளியமரத்தின் இலைகள் தாமரை இலையின் மேல் உருளும் நீர்த் துளிகள் என்று அவள் வேடிக்கை பார்த்துக் கொண்டிருந்தாள். இந்நேரம் துரை உப்புக்கோட்டை டீக்கடையில் உட்கார்ந்து யாருடனாவது பேசிக்கொண்டிருப்பானா? ஏதாவது சினிமா தியேட்டரில் படம் பார்த்துக் கொண்டிருப்பானா? அவனுக்குத் தன்னிடம் பிரியம் இல்லை. செல்விக்குத் தனது உடம்பெல்லாம் தீ பற்றி எரிவதுபோல உணர்ந்தாள். இரவில் அவனது ஞாபகம் பற்றியெரியச் செய்கிறது. அவனது நினைவுகளால் விடிகிறவரை வெந்து வெந்து சாகவேண்டியதாகயிருக்கிறது. அவன் உணர்த்திய புதிய உடலைச் சுமந்து கொண்டு இரவுதோறும் பிணம்போல கிடக்க வேண்டியதாகயிருக்கிறது என்று அழுதாள்.

சற்றுத் தொலைவில் ஜெயலெட்சுமி அத்தை நடந்து வருவது தெரிந்தது. புளியமரத்தின் இலைகளினுள் ஒளிந்திருக்கும் சூரிய ஒளியைப்போல, ஜெயலெட்சுமியின் உருவம் மினுங்கிக் கொண்டு தெரிந்தது. தன்னை நோக்கி வரும் அத்தையை அவள் பார்த்தாள். அத்தையின் மெலிந்த திரேகமும் வற்றிப்போயிருந்த மாரும் துவண்டிருந்த நடையும் அவளை அழச்செய்தது. அத்தையின் கைகளில் கிளியாஞ்சிட்டியும் எண்ணெய் வாளியும் இருந்தது. அவள் கரையின் மேலிருந்த கன்னிமார் சிலைகளுக்கு விளக்கேற்றி வணங்கிக் கொண்டாள்.

ஜெயலெட்சுமியின் நெற்றியும் அவளது முகமும் தெளிந்த குளத்து நீரைப் போல பளிச்சென்றிருந்தது. பார்த்துக் கொண்டேயிருக்கலாம் என்று செல்விக்குத் தோன்றியது. அவள் நடக்க நடக்க அவளது நிழல் குளத்தில் விழுந்து நீரலையுடன் நீரலையாக நகர்ந்தது. அவள்

செல்வி அமர்ந்திருந்த இடத்திற்கு வந்து அமர்ந்து கொண்டாள். காற்றில் புளியம்பழத்தின் வாசத்தோடு இப்போது ஈரக்காற்றும் சேர்ந்திருந்தது. ஜெயலெட்சுமி அத்தையை மிக அருகில் பார்த்தாள். அன்னம்மா பாட்டியின் நிறம்தான். மூக்கும் நெற்றியும் அவளைப் போலத்தான் இருக்கிறது. ஆனால் அத்தைக்கென்று ஒரு முகம் வாய்த்திருக்கிறது. அது யாரைப் போலவுமில்லை. பாட்டியின் வீட்டாரைப் போல இல்லை. அவளது உயரத்திற்கு ஏற்ற உடல்வாகு அவளை ஏறிட்டுப் பார்க்கச் செய்தது. தாத்தாவைப் போல உயரம் என்று வீட்டில் பேசிக் கொள்வதை அவள் நினைத்துக் கொண்டாள். அவளது உயரமும் உடம்பும் வேறு யாருக்குமில்லை.

செல்விக்கு ஜெயலெட்சுமியைப் பார்த்ததும் அழுகை வரத்தொடங்கியது. அவளறியாமல் கண்ணீர் வரி வரியாக கன்னங்களில் வடிந்தது. ஜெயலெட்சுமி அவளது கண்ணீரைத் துடைத்து விட்டாள். செல்வியின் கண்ணீருக்கான அர்த்தம் அவளுக்குத் தெரியும். கொண்டலு இறந்த பொழுது தான் வடித்த கண்ணீரை யார் துடைத்து விட்டார்கள்?

“யார்கிட்டயாவது சொல்லி அழணும் போலயிருக்கு அத்தை. யாரும் எங் கஷ்டத்தைக் காது கொடுத்துக் கேட்கமாட்டேங்குறாங்க” என்று ஆங்காரமாக வாய் விட்டுக் கதறி அழுதாள்.

ஜெயலெட்சுமிக்கு அவள் சொல்லியதைக் கேட்டதும் கண்ணீர் கசியத் தொடங்கியது. தானும் இதைப்போல ஒவ்வொரு நாளும் அழுதிருக்கிறோம். யாரிடம் தனது வேதனையைச் சொல்வது என்று தெரியாமல் தவித்திருக்கிறோம். தனியாக அழுது தனியாக வாழ்ந்து தனியாகச் சாப்பிட்டு தனியாக உறங்கியெழுந்து தனியாக இருக்கப் பழகியிருக்கிறோம். தன் வாழ்க்கையும் உடம்பும் மனமும் கோழிக்கு தீவனம் வைக்கும் தகர டப்பாவைப்போல துருப்பிடித்து நொங்கிப் போயிருக்கிறது என்று நினைத்துக் கொண்டவளுக்குக் கோபம் வந்தது. ஜெயலெட்சுமி "அழுறதை நிறுத்து செல்வி. அழுது இப்போ என்னாகப் போகுது. இதெல்லாம் உங்கப்பன்காரனுக்குத் தெரியணும். புள்ளையை வீட்டோட இருத்தி வைச்சிருக்கோமேன்னு ஈரக்கொலை பதறணும்டீ. யாருக்கு வந்த விதியோன்னு கிடந்தா என்னாகும்” என்று பரமசிவத்தைத் திட்டினாள். செல்வி கண்களைத் துடைத்துக் கொண்டாள்.

ஜெயலெட்சுமி என்ன நினைத்தாளோ நீச்சியடித்துக் கொண்டிருந்த

சிறுவர்களிடம் “இரண்டு பூவைப் பறிச்சிப் போடுங்கடா” என்று சொன்னாள். சிறுவர்கள் நீரின் மேல் படர்ந்திருந்த பச்சை இலைகளை விலக்கிக் கொண்டு கைகளையும் கால்களையும் அகலமாக விரித்து நீந்தினார்கள். வடக்குப் பக்கத்தில் தெரிந்த தாமரையை நோக்கி அவர்கள் சென்றார்கள். சிறுவர்கள் தாமரைப் பூவைப் பறித்துக் கொண்டு வந்து ஜெயலெட்சுமியிடம் தந்தார்கள். அவள் வாங்கியதும் பூவிலிருந்த நீரை உதறினாள். நீர் துளிகள் அவள் மேலும் செல்வியின் முகத்திலுமாகத் தெறித்தன.

“உங்க மாமனுக்குக் குளத்திலிருந்து தாமரைப்பூவைப் பறிச்சி இப்படியொரு தடவை செஞ்சாத்தான் மனசாறும். அதுவும் என் முகத்திலே தண்ணி விழணும். எனக்குப் பிறக்கிற பிள்ளைகளைத் தூக்கிக்கிட்டு வந்து இந்தக் குளத்திலே நீச்சியடிச்சு சொல்லித்தரணுமின்னு ஆசைப்பட்டாரு . இந்த தண்ணிக்குள்ளதான் அவரு பிசாசு மாதிரி ஒளிஞ்சிட்டு இருப்பாருன்னு நெனைக்கிறேன். புருஷன் கூட இல்லாம பொம்பளை என்னத்தைக் கொண்டு போய் சேக்க முடியும். சேலை கட்டுறதையும் பொட்டு வைக்கிறதையும் பூவை வைக்கிறதையும் ஒருத்தன் பார்த்து நல்லாயிருக்குன்னு சொல்ல வேண்டாமா?” என்று செல்வியிடம் சொன்னாள்.

“ஜெயலெட்சுமி, இந்த ஊரு குளத்து தண்ணி இனிப்பா முட்டாசில இருக்கிற கருப்பட்டித் தண்ணி மாதிரி இருக்கு” என்று தனது கணவன் கொண்டல் தன்னிடம் சொல்லியது அவளுக்கு ஞாபகத்திற்கு வந்தது. இப்போதும் அவன் தனது காதருகில் சொல்வதுபோல கேட்டது. அவள் தாமரைப்பூவை முகர்ந்து பார்த்துக் கொண்டாள். குளத்து நீரை இரு கைகளிலும் அள்ளிக் குடித்தாள். கொண்டல் சந்தைக்குப் போகும் ஒவ்வொரு தடவையும் கருப்பட்டி முட்டாசு வாங்கிக் கொண்டு வந்து அவளுக்குத் தருவான். அவர்கள் இருவரும் குழந்தைகள் போல உள்ளங்கையில் வடிய விட்டுச் சாப்பிடுவார்கள்.

ஜெயலெட்சுமி சேலை உதறிக் கொண்டு எழுந்து கொண்டாள். சேலையை உதறியது போல, தனக்குள்ளிருக்கும் கொண்டலின் நினைவுகளை உதறித் தள்ள முடியாது என்று அவளுக்குத் தோன்றியது. சிறுவர்கள் பறித்துக் கொண்டு வந்து தந்த தாமரைப்பூவைத் தனது தலையில் வைத்துக் கொண்டாள். அத்தை பூ வைத்துக் கொண்டதைப் பார்த்த செல்விக்கு ஆச்சரியமாக இருந்தது. அத்தை இத்தனை நாட்களும் பூ வைத்துப் பார்த்ததில்லை அவள்.

ஜெயலெட்சுமி முன்னால் நடந்தாள். கன்னிமார் கல்சிலைக்கு முன்பாக வந்து நின்று விளக்கை ஏற்றி வைத்தாள். "கன்னிமார் சாமி, முண்டச்சி ஏன் விளக்கேத்துறா. ஏன் தலையில் பூ வைச்சிருக்கிறான்னு நினைக்கும். நினைக்கட்டும். அதுகளுக்கு தெரியாமலா இருக்கப்போகுது" என்று கோபத்துடன் சொன்னாள். அவள் ஏற்றி வைத்திருந்த விளக்கு எரிந்து கொண்டிருந்தது. அவர்கள் குளத்தங்கரையிலிருந்து ஊரை நோக்கிப் போகும் பாதையில் நடந்தார்கள். கரட்டுக்குப் பின்பாக வெளிச்சம் முற்றிலுமாக மறையத் தொடங்கியிருந்தது. மலைவாய் பொழுது நெருங்கிக் கொண்டிருந்தது. அழகுவின் ஆட்டை அடுத்த திருவிழாவில் துரை ஜெயித்து விடவேண்டும். இல்லையென்றால் தன்னை அவன் அழைத்துக் கொண்டு போகமாட்டான் என்று அவள் நினைத்த போது செல்விக்கு அழுகை வந்தது.

"அஞ்சடி பொம்பளைகளை கைமுழம் அளவுக்கு சுருக்கிச் சாமியாக்கிக் கும்பிடுறான் ஆம்பளை. குளத்தங்கரையில இருக்கிற கன்னிமாருகளும் குமரிகளாக இருந்தப்போ குளத்துத் தண்ணியில விழுந்து செத்தவங்க. கரட்டைத் தாண்டி மலையாளத்துக்காரன் எருமை மாட்டை மேச்சிட்டு இருந்திருக்கிறான். குமரிப்புள்ளைகள் ஆடு மேச்சிட்டு கரட்டுப் பக்கம் போயிருக்கு. மலையாளத்துக்காரனும் அவன் கூட வந்தவங்களும் புள்ளைகளைக் கேலி பேசி கையைப் பிடிச்சி இழுத்திருக்கான். குமரிப்புள்ளைகள் பயந்து போய் ஓடி வந்து குளத்துக்குள்ளே குதிச்சு செத்துப்போச்சு" என்று ஜெயலெட்சுமி கன்னிமார்களைப் பற்றிச் சொன்னாள். அவர்கள் இருவரும் ஊருக்குப் போகும் பாதையில் நடந்தார்கள். தெரு விளக்குகள் எரிந்து கொண்டிருந்தன. ஜெயலெட்சுமி கதவைத் திறந்து வீட்டுக்குள் சென்றாள். செல்வி அவள் பின்பாகச் சென்று வீட்டின் முன் அறையில் உட்கார்ந்து கொண்டாள்.

"அத்தை எனக்கு ஏதாவது வழி சொல்லு அத்தை."

ஜெயலெட்சுமி அமர்ந்திருந்தவளின் முகத்தைப் பார்த்தாள். செல்வியின் நீளமான மூக்கும் விரிந்த நெற்றியும் அதில் சரியாகப் பொருந்தியிருந்த புருவங்களும் படபடக்கும் இமைகளும் தாமரைப்பூவைப் போல சிவந்த உதடுகளுமாக அவள் தனது காலத்தை வீணாக்கிக் கொண்டிருக்கிறாள் என்று அவளுக்குத் தோன்றியது. அவளது காலத்தை யார் வீணாக்கியது?. யாருடைய சாபம்? தன்னுடைய வாக்குதான் பலித்துவிட்டதா?. வாய்ச் சொல்

வனவாசமாக்கிவிட்டதா? செல்விக்கு எதுவும் நடக்கக்கூடாது. அவள் சந்தோஷமாக வாழவேண்டும். தன்னிடம் தன்னுடைய வாழ்க்கைக்கு வழி கேட்டு அமர்ந்திருக்கிறவளுக்கு ஏதாவது செய்யவேண்டும்.

ஜெயலெட்சுமிக்கு ஒன்றும் புரியவில்லை. ஆனால் மனம் கரைந்து கண்கள் வழியே நீர் கசிந்தது. காய்ந்த மண்மேட்டில் தோண்டத் தோண்ட உள்ளுக்குள் கிடக்கும் ஊற்றைப் போல கண்ணீர் சுரந்தது. வேதனைதான் கண்ணீராகச் சுரக்கிறது. யார் தங்களது வேதனையைப் பங்கிட்டுக் கொள்வது. யார் தங்களது வேதனையைப் போக்குவது. யாருமில்லை. தங்களது வேதனையைத் தாங்களே போக்கிக்கொள்ளவேண்டும். தங்களைத் தாங்களே காப்பாற்றிக்கொள்ளவேண்டும். ஆம். அவளை நானும் என்னை அவளும் காப்பாற்றிக்கொள்ளவேண்டும் என்று ஜெயலெட்சுமி முடிவு செய்தாள்.

"எனக்கு ஞாபகமெல்லாம் அவரு மேலேயும் அவரு ஊரிலேதான் இருக்கு அத்தை. என்னால அவரை மறக்கமுடியல. ஆனா அவருக்கு எம்மேலே ஆசையே இல்லை. எனக்கு ராத்திரியானா அழுகை அழுகையாக வருது அத்தை. நானு என்னா செய்யட்டும்?"

ஜெயலெட்சுமி அவளது கண்ணீரைத் துடைத்துவிட்டாள். தன் கையிலிருந்த தாமரைப்பூவைத் தலையில் சூடுவதற்கு அவளுக்குக் கொடுத்தாள். அவள் வேண்டாமென்று மறுத்துவிட்டாள்.

"எனக்குப் பூ வெச்சிக்க இஷ்டமில்லை அத்தை. தலை சீவுறதுக்கு பொட்டு வைக்கிறதுக்கு மனசில்லாமப் போச்சு" என்று விசும்பினாள்.

ஜெயலெட்சுமி அவளது மனதைப் புரிந்து கொண்டாள். தானும் அவளது வயதைக் கடந்து வந்தவள்தானே என்று அவளைத் தேற்ற நினைத்தாள்.

"அத்தை, நானு இப்பவே உப்புக்கோட்டை போய் அவரைப் பார்க்கணும். என்னைக் கூட்டிட்டுப் போங்க. இல்லைன்னா நானா தனியா போறேன்" என்று ஜெயலெட்சுமியின் கால்களைப் பிடித்துக் கொண்டாள். ஜெயலெட்சுமி அவளைத் தூக்கி நிறுத்தினாள். அவளது கண்ணீரைத் துடைத்துவிட்டாள். ஜெயலெட்சுமி "குளத்துக்குள்ளே விழுந்து செத்துப்போன குமரிப்புள்ளைகளைத் தேடிட்டு அவங்களைப் பெத்தவங்க வந்தாங்க. குளம் திறந்து குளத்திற்குள்ளே இருந்து அந்தக் குமரிப்புள்ளைகள் எழுந்து

வந்தாங்களாம் தாயீ. வந்தவங்க பெத்தவங்களைக் கட்டிக்கிட்டு அழுதாங்களாம். அதுமாதிரி உன் முன்னாடி உன் புருஷனும் என் புருஷனும் வந்து நம்மளை கட்டிக்கிடமாட்டானான்னு ஏக்கமாத்தான் இருக்கு. கதையிலே நடக்கிற, நிஜத்தில நடக்குமா? நிஜத்தில நடக்கிறதுதான் கதையில வருமா? பொறுத்திரு தாயீ. பொறுத்திரு. காலம் வரும். எல்லாத்துக்கும் ஒரு காலம் வரும். பொறுமையா இல்லைன்னா ஊர் சிரிச்சிரும். உலகம் கேலி செஞ்சிரும் தாயீ" என்று அவளைத் தேற்றினாள்.

தெம்மண்ணா அரிக்கேன் விளக்கை ஏந்திக் கொண்டு வாசலில் நின்றிருப்பது தெரிந்தது. அவன் "ஐயா அவங்க கூட்டிட்டு வரச்சொன்னாங்க" என்று குரல் கொடுத்தான். செல்வி எழுந்து கொண்டாள். வாசலுக்கு வந்து நின்றாள். தெம்மண்ணா முன்னால் நடக்க அவள் பின்னால் நடந்து சென்றாள்.

"தெம்மண்ணா உப்புக்கோட்டை தாக்கல் சொன்னீயா?"

"சொல்லாமல் விடுவேனா தாயீ. உங்க அத்தைமாருக்களுக்கு சொன்ன கையோட உப்புக்கோட்டைக்குப் போயிட்டேன். தாக்கல் சொல்லுற கடமைக்குச் சொல்லிட்டேன்" என்றான்.

"எங்க வீட்டுக்காராரு நல்லா இருக்காரா தெம்மண்ணா?"

"ஐயா அவுங்க ஊரில இல்லை தாயீ. வெளியூருக்குப் போயிருக்கிறதா சொல்லுறாங்க. ஆனா உள்ளூரிலதான் இருக்கிறதா பேச்சு."

"அஜ்ஜி செத்துப் போனா வருவாரா தெம்மண்ணா?"

"வரட்டும் தாயீ. வராமல் எங்க போயிறபோறாரு"

செல்வி தெரு முக்கில் நின்று பார்த்தாள். வீட்டின் முன்பாக ஆட்கள் உட்கார்ந்திருந்தார்கள். சிலர் துண்டை விரித்துப் படுத்திருப்பது தெரிந்தது. பெட்ரோமாக்ஸ் விளக்கு வெளிச்சம் முக்கு முடியத் தெரிந்தது. அவள் வெளிச்சத்தைப் பார்த்துக் கொண்டு நடந்தாள். வீட்டை நோக்கி நடக்க நடக்க வீடு பின்நோக்கி நகர்ந்து செல்வது போல அவளுக்குத் தோன்றியது.

(7)

பாஸ்டர் தனது கொட்டகையிலிருந்து வெளியேறி டீக்கடைக்கு முன்பாக வந்து நின்றார். டவுனிலிருந்து வருகிற பத்துமணி பஸ் ஊருக்குள் வந்தது. தெருவில் புழுதி எழுந்து அடங்கியதும் டீக்கடையிலிருந்தவர்கள் புதிதாக ஒரு பெண் பேருந்திலிருந்து இறங்குவதைப் பார்த்தார்கள். அவள் சாம்பல் நிறத்தில் சேலை உடுத்தியிருந்தாள். அவளது கையில் சில புத்தகங்கள் இருந்தன. தோளில் பச்சை நிறப் பை ஒன்று தொங்கியது. அவளது கழுத்தில் பாசிமாலையும் அதில் சிலுவையும் தொங்கிக்கொண்டிருந்தது. அப்பெண் ஆண்களைப்போல கால்களில் பூட்சும் முழுக்கை வைத்த சட்டையும் அணிந்திருந்தது டீக்கடையிலிருந்தவர்களுக்கு ஆச்சரியத்தைத் தந்தது. அவர்கள் அப்பெண்ணின் கால்களையும் கைகளையும் மாறிமாறிப் பார்த்துக்கொண்டார்கள். அப்பெண் பேருந்தை விட்டு இறங்கி நின்றாள்.

பாஸ்டர் அவளைப் பார்த்ததும், “ஞானம், இங்கே வாங்க” என்று குரல் கொடுத்துக் கையசைத்தார். அப்பெண் டீக்கடையை நோக்கி நடந்து சென்றாள். பாஸ்டர் அவளுக்கு ஒரு டீயும் ரொட்டியும் கொடுக்கச் சொன்னார். பாண்டி ஆர்வமாகத் தேநீரைக் கொடுத்தான். ரொட்டியை அவளாகவே கண்ணாடி டப்பாவைத் திறந்து எடுத்துக் கொண்டாள். கூச்சமோ தயக்கமோ இல்லாமல் ஆண்கள் அமர்ந்திருக்கும் மரபெஞ்சில் உட்கார்ந்து கொண்டாள். பூட்ஸ் கால்கள்தான் அங்கிருந்த ஆண்களின் கண்களை உறுத்திக் கொண்டிருந்தன. கூடவே அவளது முழுக்கைச்

சட்டையும். ஆண்களின் மனதில் அவ்விரண்டும் ஏதோ சஞ்சலத்தை உண்டாக்கியது. அவள் தேநீரை வாங்கி அதில் ரொட்டியைத் தொட்டுத் தொட்டு தின்றாள்.

“பஸ் நேரத்திற்கு இருந்ததா ஞானம்” பாஸ்டர் அவளிடம் கேட்டார். அவள் தேநீரைக் குடித்தபடி ‘ம்ம்ம்’ என்று தலையசைத்துக் கொண்டாள்.

“உனக்காகத்தான் எல்லாரும் காத்திட்டு இருக்கோம். நீ எங்கே வராமல் போயிருவியோன்னு பயந்துட்டு இருந்தேன்.” அவளிடம் பேசியபடி பாஸ்டர் பாண்டியிடம் பணத்தைக் கொடுத்துவிட்டு டீக்கடை வாசலுக்கு வந்தார். பேருந்து நிற்கும் இடத்திலிருந்து ஜெபவீட்டிற்குச் செல்வதற்கென புதிதாகப் பாதையை அமைத்திருந்தார்கள். அந்தப் பாதையில் ஒரே நேரத்தில் மூன்று நான்கு பேர் கைகோர்த்து நடக்கலாம். செம்மண் பரப்பிக் கூடவே அதில் ஆற்றுமணலைப் பரப்பிருந்தார்கள். அந்தப் பாதையில் அவர்கள் இருவரும் நடக்கத் தொடங்கினார்கள்.

பாஸ்டர் அவளது முகத்தைப் பார்த்தபடி நடந்து வந்தார். அவர் அன்று சாதாரணமான உடையைத்தான் உடுத்தியிருந்தார். மீசைக்கு மைதடவியிருந்தது தெரிந்தது. அவரும் முழுக்கைச் சட்டையுடுத்தியிருந்தார். அந்தச் சட்டை கட்டம் போட்ட சட்டை. ஞானம் அவரிடம், “எல்லாம் சரி, செய்திருக்கீங்களா? உங்களுக்கு உதவிக்கு ஆட்கள் இருக்காங்களா?” என்று கேட்டாள்.

பாஸ்டர் அவளது முகத்தைப் பார்த்தபடி, "கர்த்தர் தயவிலே நல்லவிதமாக முடிஞ்சிருக்கு ஞானம். நீங்க வந்து கூட்டத்தை ஆரம்பிச்சு வைங்க. இங்கே பெண்கள் அதிகம். பெண்கள் கூட்டத்திற்கு வரணுமின்னா இதுதான் வழின்னு தோணுது. கூட்டம் வந்தால் தானே ஜெபக்கூட்டமுன்னு பேர். ஒருத்தர் இரண்டு பேரை வைச்சிட்டு எத்தனை நாள் கூட்டம் நடத்துறது.” பாஸ்டர் அலுப்புடன் பேசுவதை ஞானம் புரிந்து கொண்டாள்.

பாஸ்டரை அவள் அர்த்தத்துடன் பார்த்துக் கொண்டாள். ஞானம் இதற்கு முன்பாக பாஸ்டரைப் பலமுறை பார்த்திருக்கிறாள். மெலிந்தவராக உயரமாக இருப்பார். ஆனால் இந்த ஊருக்கு வந்ததும் குள்ளமாக மாறிவிட்டது போல அவளுக்குத் தோன்றியது. கூடவே நன்றாகப் பருத்தும் விட்டார். அவரது வயிறு கவிழ்த்து வைத்த மண்பானையைப் போல இருந்தது. முன்பு தலைமுடிக்கு

மை தடவுவது இல்லை. மீசையை மழித்துவிடுவார். ஆனால் இப்போது மீசை வைத்து அதற்கு மை தடவிக்கொள்வது அவளுக்குச் சிரிப்பு வந்தது. அவள் ஜெபவீட்டைப் பார்த்தாள். கருங்கற்களால் கட்டப்பட்ட கட்டிடம். ஜெபவீடு என்று எழுதப்பட்ட பலகை வாசல் கதவுக்கு மேலாகத் தொங்கிக் கொண்டிருந்தது. வீட்டின் முன்பாகக் காலணிகள் கிடந்தன. வீட்டைச் சுற்றி குப்பைகளும் அழுக்குத்துணிகளுமாக சுத்தம் செய்யாமல் கிடந்தன. அவர்கள் நடந்து வருகிற சத்தம் கேட்டு புதருக்குள்ளிருந்து கறுப்புப் பூனை ஒன்று குறுக்கே ஓடியது. அதைத்தொடர்ந்து இரண்டு குட்டிப்பூனைகளும் ஒன்றன்பின் ஒன்றாக ஓடியதை ஞானம் பார்த்தாள்.

“குட்டிப்பூனை இங்கே எங்கேயாவது கிடைக்குமா. வெள்ளைக்கலரில வேணும்” என்று ஞானம் கேட்டாள்.

“ஏற்பாடு செய்றேன். யார் வீட்டிலயாவது இருக்கும்” என்று பாஸ்டர் சொன்னார். பாஸ்டருக்கு ஜெபவீட்டை நெருங்க நெருங்க அச்சம் உண்டானது. தான் ஏதோ தவறு செய்யப்போகிறோம் என்று மனதில் குற்றவுணர்ச்சி ஏற்பட்டது. தூரத்தில் தெரிந்த பனைமரங்களும் அதைச் சுற்றியிருந்த கரடும் அதற்குக் கீழாக இருந்த வயல்களையும் அவர் பார்த்துக்கொண்டார். அடிவாரத்தில் இரண்டு மாடுகள் மேய்ந்து கொண்டிருந்தன. அதன் கழுத்து மணியோசை காற்றில் படிந்து நான்கு பக்கமும் சிதறி விழுவது போல அவரது காதிற்குள் கேட்டது.

ஞானத்திற்கு மலையின் அடிவாரத்தில் நின்று கொண்டிருப்பது போலத்தோன்றியது. அவளுக்கு அவ்விடம் பிடித்துவிட்டது. அவர்கள் இருவரும் ஜெபவீட்டிற்குள் சென்றார்கள். ஞானம் வீட்டிற்குள் நுழைந்ததும் மருந்தின் நெடி மூக்கைத் துளைத்தது. அது மருந்தின் வாடையா இல்லை செடியின் வாடையா என்று அவளால் உணரமுடியவில்லை. அவள் ஜெபவீட்டைச் சுற்றிப் பார்த்துக் கொண்டாள். நான்கு புறமும் கருங்கல் சுவர். ஜன்னல்கள் ஏதுமில்லை. அமர்ந்து கொள்ள நாற்காலி ஏதுமில்லை. ஜெபவீட்டில் நான்கு நபர்கள் மட்டுமே தரையில் அமர்ந்திருந்தனர். ஒரு மேஜை. அதன் மேல் சிறு விளக்கு எரிந்து கொண்டிருந்தது. ஞானம் அவ்விளக்கின் அருகில் சென்றாள். நீளமான மெழுகுவர்த்தி. அதன் சுடர் உயர்ந்து அசையாமல் எரிந்து கொண்டிருந்தது. ஞானம் கண்களை மூடிக்கொண்டாள். அவள் தனது கணவன் செபஸ்டியானை

மனதுக்குள் நினைத்துக்கொண்டாள். செபஸ்டியானுக்கு இது போல நீளமான மெழுகுவர்த்தி ஏற்றி வைப்பதுதான் பிடிக்கும். அதைத்தான் அவன் விரும்புவான்.

“இன்னும் கொஞ்ச நேரத்தில் ஒரு டிராக்டர் நிறைய ஆளுக வந்துருவாங்க. மூணு ஊரு ஆளுகளைக் கூட்டிட்டு வர்றதுக்கு நம்ம ஜேம்ஸ்சும் மைக்கேலும் போயிருக்காங்க” என்று பாஸ்டர் சொன்னார்.

“யாரு வாத்தியார் பசங்களா” என்று ஞானம் கேட்டாள்.

“ஆமாம்.”

“வாத்தியார் பசங்க இரண்டு பேரும் ரொம்ப தீவிரமா ஊழியம் செய்யுறாங்க போலிருக்கு. பார்த்துக்கோங்க பாஸ்டர், அப்புறம் உங்க வேலைக்கு ஆபத்து வந்துடப்போகுது" என்று ஞானம் சிரித்தபடி சொன்னாள்.

பாஸ்டர் சிரித்துக்கொண்டார். “அவங்க ரெண்டு பேரும் இந்த ஜெபவீட்டை எப்படியாவது பெரிய கட்டிடமா மாத்திடணும் ஆசைப்படுறாங்க. அவங்க ஆசைப்படுறதில தப்பில்லயே.”

“ஓ.. ஊழியத்தோடு அவங்க சொந்த வேலையையும் சேர்த்துட்டாங்க. ஊழியத்துக்கு ஊழியுமாச்சு தொழிலுக்கு தொழிலுமாச்சு” என்று சொல்லிய ஞானம் சுற்றிப் பார்த்தாள். இரண்டு டியூப்லைட்டு மட்டும்தான் அந்த வீட்டில் இருந்தது. மைக்கும் ஸ்பீக்கரும் மேடையும் இல்லாதது அவளுக்கு சங்கடமாகப்போனது.

“பாஸ்டர் மைக் இல்லையா” என்று கேட்டாள்.

“ஞானம் சிரமம் பார்க்காமல் சத்தமா பேசுங்க. நான் பஸ்ஸை விட்டு இறங்கினதும் சொல்லணுமின்னு நினைச்சேன். அடுத்த கூட்டத்திற்கு வரும்போது கன்டிப்பாக மைக்கும் ஸ்பீக்கரும் இருக்கும்.”

“எனக்கு ஒண்ணுமில்லை. அழும்போது கூட்டத்தில இருக்கிறவங்களுக்குத் தெரியணுமில்ல. சத்தமாக அழுறதுக்கு முயற்சி செய்றேன்” என்று சொன்னவள் “சத்தமாக அழுதால் செயற்கையாக இருக்குன்னு நிறைய பேர் சொல்றாங்க” என்று சொன்னாள். அவளுக்கு இப்போது நெருக்கடியாக இருந்ததுபோல. அவளது முகத்தில் குழப்பம் தெரிந்தது.

அவர்கள் இருவரும் ஜெபவீட்டின் முன்பகுதிக்கு வந்தனர். வீட்டிற்கு

இரண்டு வாசல்கள் இருந்தன. ஒத்தையடிப்பாதையிலிருந்து மேடேறிப் பேருந்து நிற்குமிடத்திற்குச் செல்வதற்கு ஒன்றும் வீட்டிற்குள்ளிருந்து பக்கவாட்டில் பிரியும் பாதையில் குப்பைமேட்டின் வழியாக டீக்கடைக்குப் போவதற்கென ஒருவழியுமாக இரு வாசல்கள். வீட்டின் மேல்பகுதி கூரையால் வேயப்பட்டிருந்தது. மூங்கில் தடிகளுக்கு வண்ணம் பூசியிருந்தார்கள். சுவரில் மேரி குழந்தையைக் கையில் ஏந்தியபடி காட்சி தருகிற சித்திரமும் ஏசுநாதர் தனியாக மலையின் மேல் அமர்ந்திருப்பது போன்ற சித்திரமும் ஒட்டப்பட்டிருந்தது. ஞானம் அச்சித்திரத்தைப் பார்த்துக் கோபம் கொண்டவளாக "பாஸ்டர், உங்களுக்கு வேறே படம் எதுவும் கிடைக்கல. மைக்கேலு இதுதான் உங்களுக்குக் கொடுத்தாரா. நீங்க எங்க போனாலும் இந்த இரண்டு படத்தைத்தான் சுவற்றில ஒட்டுறீங்க" என்று சிறிது சத்தமாகப் பேசினாள்.

பாஸ்டர் சிரித்துக்கொண்டார். "வேறே என்ன படத்தை ஒட்டுறது. பத்துப் படத்திற்கு மேலே மைக்கலுக்கிட்டே இல்லை. வேற படம் கேட்டால் போப்பாண்டவர்கிட்டே போய் கேளுன்னு கிண்டல் செய்றான். என்ன படம் ஒட்டுறது ஞானம்" அவர் சிரித்துக்கொண்டு பேசினார். ஞானத்திற்கு அவர் சிரிப்பது புதிதாக இருந்தது.

"பாஸ்டர் இந்த ஊருக்கு வந்ததிலிருந்து சிரிச்சிட்டே இருக்கீங்க. என்ன விசயம் பாஸ்டர்" என்று ஞானம் கேட்டாள். அவர் அதற்கும் சிரித்துக்கொண்டார். பதில் எதுவும் சொல்லவில்லை. ஆனால் கையைத் தட்டிக்கொண்டு சிரித்தார். சிரிக்கும்போது அவரது வயிறு குலுங்கியதைப் பார்த்த ஞானத்திற்கும் இது தினுசாக இருந்தது.

"ஆட்டுமந்தையை ஒட்டுங்க. ஆட்டு மந்தைக்குப் பின்னால் சூரியன் இருக்கிற மாதிரியான படம் இப்போ வந்திருக்கு. பார்க்க நல்லாயிருக்கு. ஆரஞ்சு நிறத்திலே கறுப்பும் வெள்ளையுமாக ஆட்டுக்குட்டிகள் நின்னுட்டுருக்கு. பார்த்திட்டே இருக்கலாம் போலிருக்கு" என்று கண்ணீர் விட்டுக்கொண்டு சொன்னாள்.

அவளது கண்ணீரைப் பார்த்ததும் பாஸ்டர் "ஞானம் நினைச்ச நேரத்திலே உங்களுக்கு அழுகை வந்திருது. எப்படி மளமளன்னு கண்ணீர் விட்டு அசத்தறீங்க. என்னால வாய் விட்டு செத்த வீட்டில அழுறது போலதான் அழமுடியுது" என்று கேட்டார்.

"கர்த்தர் எனக்கு அப்படியொரு திறமையை அருளிச்செய்திருக்கிறாரு" என்று சொன்னவள் கண்ணடித்துக் கொண்டாள்.

ஜேம்சும் மைக்கேலும் ஜெபவீட்டிற்குள் நுழைந்தார்கள். அவர்களைப் பார்த்ததும் ஞானமும் பாஸ்டரும் அமைதியானார்கள். ஞானத்தைப் பார்த்ததும் ஜேம்சும் மைக்கேலும் தோத்திரம் சொல்லிக் கொண்டார்கள். ஞானம் தனது கழுத்திலிருந்த சிலுவையைக் கையில் எடுத்து நெற்றியில் வைத்து அவர்களுக்கு ஆசி வழங்கினாள். அவர்கள் இருவரும் தீடீரென ஞானத்தின் காலில் விழுந்தனர்.

ஞானம் சிலுவையைக் கையில் ஏந்தியபடி "உனது பிள்ளைகளையும் அவர்களது ரத்தச் சொந்தங்களையும் காப்பாற்றுவாயாக. பிதாவே இயேசுவே அவர்களை ரட்சித்து வாழச் செய்வாயாக" என்று கண்ணீர் விட்டுச் சொன்னாள். அதைப் பார்த்ததும் கூட்டத்தில் அமர்ந்திருந்தவர்களும் காலில் விழத் தொடங்கினார்கள். ஜேம்சும் மைக்கேலும் அழுத விழிகளுடன் நின்றிருந்த ஞானத்தைப் பார்த்தனர். ஞானம் கையில் சிலுவையை ஏந்தியபடி நின்றிருந்தாள்.

பாஸ்டர் அவர்களைப் பார்த்து சைகையில் ஏதோ கேட்டார். அது அவர்களுக்கு மட்டுமே புரிகிற மாதிரியான விஷயம். ஜேம்ஸ் “டிராக்டர் ஊருக்குள்ளே வந்துட்டு இருக்கு” என்று சொன்னான்.

“அப்போ கூட்டத்தைத் தொடங்கிறலாமா?” பாஸ்டர் கேட்டார். அவர்கள் மூவரும் சரி என்பது போல தலையாட்டினார்கள். மைக்கேலும் ஜேம்சும் முதல் வரிசையில் அமர்ந்து கொண்டார்கள். அவர்களது கையில் ஒரு தவிலும் ஒரு ஜால்ராவும் இருந்தது. அவர்கள் இருவரும் ‘இயேசுவின் நாமம், ஜீவனின் பாதம்’ என்கிற பாடலைப் பாடத் தொடங்கினார்கள். ஞானம் அவர்கள் பாடுவதைக் கவனத்துடன் கேட்டுக் கொண்டிருந்தாள். தனது விரல்களால் கையிலிருந்த பைபிள் புத்தகத்தில் தாளமிட்டுக்கொண்டாள். ஜேம்ஸ் பாட்டுப் பாடியபடி தன்னைக் கவனிப்பதை அவள் பார்த்துக் கொண்டாள். முதலில் அதைத் தவிர்க்கும் பொருட்டு வேறு பக்கமாகப் பார்ப்பது போல முகத்தை வைத்துக் கொண்டவள் பிறகு வேறுவழியின்றி அவன் பார்க்கும்போது அவளும் பார்க்கத் தொடங்கினாள். இயேசுவின் நாமம் பாடல் முழுதாக முடிவடைந்த போது அவர்கள் ஒருவரையொருவர் வெட்கமில்லாமல் பார்த்துக் கொண்டார்கள். சிரித்துக்கொண்டார்கள்.

ஜெபவீட்டிற்கு முன்பாக டிராக்டர் வண்டி வந்து நிற்கும் சத்தம் கேட்டது. டிராக்டர் முழுக்க ஆண்களும் பெண்களும் வயதானவர்களும் சிறுவர்களும் சிறுமிகளுமாக இருந்தனர். அவர்கள்

டிராக்டரிலிருந்து கீழே இறங்கி ஜெபவீட்டிற்குள் வந்தார்கள். அவர்களுடன் இரண்டு நாய்கள் வந்திருந்தன. அவையும் இறங்கி ஜெபவீட்டிற்குள் நுழைந்தன.

ஜெபவீடு முழுக்க ஆட்கள் நிறைந்து விட்டார்கள். பாஸ்டர் முகத்தில் சிரிப்பும் அதே நேரத்தில் இன்னமும் சிறிது நேரத்தில் இறந்து போன ஆடுகளை உயிர்ப்பிக்கும் அதிசயத்தையும் கர்த்தரின் பெயரால் நிகழ்த்தப் போகிறோம் என்பதைப் பயத்துடன் நினைத்துக் கொண்டார். பாஸ்டர் கம்பீரமாகவும் நிமிர்ந்த முகத்துடனும் பேசத் தொடங்கினார். கூட்டத்திலிருந்த நாய்கள் இரண்டும் அவர் பேசப் பேச கூட்டத்திலிருந்து மெதுவாக நகர்ந்து அவருக்கு முன்பாக வந்தன. பிறகு மண்டியிட்டு அமர்ந்து கொண்டன. பாஸ்டர் பேசியபடி ஜேம்ஸைப் பார்த்துக் கொண்டார். அவன் உணர்ச்சிபூர்வமாக 'இயேசுவே', 'இயேசுவே' என்று கத்தினான். கூட்டத்திலிருந்த யாவரும் 'இயேசுவே இயேசுவே' என்று கத்தத் தொடங்கினார்கள். பாஸ்டர் அதற்குப் பிறகு எதுவும் பேசவில்லை. அவர் ஒரு பெண்ணைப் போல வாய் விட்டுக் கதறினார். அவரது உதட்டோரத்தில் எச்சில் வடிந்தது. தனது இரு கைகளையும் வீட்டின் கூரையை நோக்கி உயர்த்தியும் தரையைப் பார்த்துத் தாழ்த்தியுமாக அழுத காரணம் புரியாமல் கூட்டத்திலிருந்த பெண்களும் தங்களது முக்காட்டை விலக்கியபடி அழத் தொடங்கினார்கள்.

சிறிது இடைவெளிக்குப் பிறகு ஞானம் பேசத் தொடங்கினாள். கூட்டத்திலிருந்தவர்கள் தங்களது அழுகையை நிறுத்திக் கொண்டார்கள். அவள் முதலில் ஒரு பாடலைத்தான் பாடினாள். அவள் அந்தப் பாடலை ஜேம்ஸைப் பார்த்துப் பாடுவது போலிருந்தது. கன்னிமேரி தனது குழந்தையான ஏசுவை வளர்க்கிறாள். நெடுநாட்கள் தனக்குக் குழந்தை இல்லையே என்று ஏங்கிய கன்னிமேரிக்கு குழந்தையைக் கையில் ஏந்தியவுடன் எங்கு முத்தமிடுவது என்று தெரியவில்லை. மேரி முதலில் ஏசுவின் பிஞ்சுவிரல்களை எடுத்து தனது உதடுகளில் தடவிக்கொண்டாள் என்று பாட்டின் வரிகளைப் பாடிக்கொண்டு போனாள். பாடல் முடிந்ததும் அவள் தண்ணீர் குடித்துக் கொண்டாள். ஜேம்ஸ் அவளைப் பார்த்தபடி இருந்தான்.

"உயிரெழுப்பும் ஜெபக்கூட்டம் காணிக்கை வாங்கப்படும்" என்று மைக்கேல் இடையில் சொல்லிக் கொண்டு காணிக்கை டப்பாவை எடுத்து கூட்டத்திற்குள் சென்றான். அங்கிருந்தவர்கள் சிறிதும் இதை எதிர்பார்க்கவில்லை. தங்களது அருகிலிருந்தவர்களின் முகத்தைப்

பார்த்துக் கொண்டார்கள். பிறகு கையில் கிடைத்த காசுகளை எடுத்து உண்டியலில் போட்டார்கள். காணிக்கை வாங்குவது முடிந்ததும் பாஸ்டர் பேசத் தொடங்கினார்.

“ஆடுகளை இயேசு என்கிற இடையன் அன்பின் சத்தியத்தால் வளர்க்கிறான். அந்த ஆடுகள் அந்த இடையனை விட்டு எங்கும் போகாது. ஒருமுறை மலையடிவாரத்தில் இடையன் ஆடுகளை மேய்த்துக் கொண்டிருந்தபோது புத்தி கெட்ட மானிடர்கள் விஷச்செடியைத் தந்து அவனது ஆடுகளை மயக்கங்கொள்ளச் செய்தார்கள். மயங்கிய ஆடுகளை யாராலும் எழுப்பித் தரமுடியவில்லை. இயேசு அவ்விடத்தில் ஓடிக்கொண்டிருந்த ஓடை நீரை அள்ளி ஆடுகள் யாவற்றின் மேலும் தெளித்துவிட்டார். புத்திகெட்ட மானிடர்கள் அங்கிருந்து மறைந்து போனார்கள். ஆடுகள் முன்னெப்பொழுதும் இல்லாத ஸ்திரத்துடன் எழுந்து கொண்டன. இயேசுவின் ஓடை நீரை இயேசுவின் பெயரால் இயேசுவின் திருநாமத்தினால் நான் அள்ளித் தெளிக்கிறேன். இதோ இவ்விடத்திலே மாய்ந்து மண்ணோடு மண்ணாக இருக்கும் எனது ஆட்டுக்குட்டிகளே எழுந்து வாருங்கள். உங்களை மன்றாடிக் கேட்டுக்கொள்கிறேன் பிதாவே, உங்களை வேண்டிக்கொள்கிறேன் தந்தையே. நீங்கள் இந்த ஜனங்களுக்கு இதைச் செய்யவேண்டுமென்று சொல்லிக்கொள்கிறேன் இயேசுவே, ஆடுகளை உயிரெழுப்பித் தாருங்கள். நான் அழுது கேட்கிறேன். தரையில் விழுந்து புரண்டு கேட்கிறேன். தலைவணங்கிக் கேட்கிறேன். நீங்கள் அப்படிச் செய்து தருவீர்கள் என்றால் நாங்கள் உங்களுக்கு இங்கே உங்கள் பெயரால் நீங்கள் பிறந்த மாட்டுக்கொட்டில் போலொரு கட்டிடம் எழுப்பி வணங்குகிறோம். இதை எங்களுக்குச் செய்யுங்கள் எங்கள் தந்தையே” என்று சொல்லியபடி கூட்டத்தை விலக்கிக்கொண்டு வாசலை நோக்கி ஓடினார். கூட்டம் அவருக்குப் பின்பாக ஓடியது.

சரளைக்கற்கள் நிறைந்த அந்த இடத்தில் அவர் நின்று கொண்டார். அவருக்குப் பின்பாக வந்த ஞானம் தனது கையிலிருந்த கிண்ணத்தை அவரிடம் தந்தாள். பாஸ்டர், கிண்ணத்திலிருந்த நீரை அள்ளி சரளைக்கல் நிலத்தில் தெளித்தார். தெளித்தவர் ‘இயேசுவே’, ‘இயேசுவே’, ‘இயேசுவே’ என்று மூன்று முறை கத்தினார். அவரைத் தொடர்ந்து மைக்கேலும் ஜேம்சும் ஞானமும் கத்தினார்கள். கூட்டமும் அவர்களைப் போல ‘இயேசுவே’ என்று மூன்று முறை சொல்லியது.

அங்கிருந்த வேப்பமரத்தில் அமர்ந்திருந்த காகங்கள் சத்தம் கேட்டுப் பறந்தன. டீக்கடையிலிருந்தவர்கள் வேகமாக எழுந்து ஜெபவீட்டை எட்டிப் பார்த்துக் கொண்டார்கள். பாண்டி டீ தம்ளருடன் கடையை விட்டு வெளியே வந்து நின்றான். அவர்கள் யாவரும் ஆச்சரியத்துடன் சரளைக்கல் நிலத்தைப் பார்த்துக் கொண்டிருந்த போது கரட்டுக்குப் பின்பாகப் புகை போல புழுதி எழுந்தது. அப்புகை ஊருக்குள் கொசு மருந்து அடிப்பதற்காக டவுனிலிருந்து வரும் மருந்துக்காரன் கையிலிருக்கும் மிஷினிலிருந்து வரும் புகையைப் போலிருந்தது. புழுதி நிலத்தில் பரவியது. அதைத் தொடர்ந்து ஆடுகளின் சத்தம் கேட்கத் தொடங்கியது.

டீக்கடையிலிருந்தவர்கள் யாரோ "செத்துப்போன ஆடுகளையெல்லாம் பாஸ்டர் எழுப்பிட்டாரு. ஆடுகள் உசிரோட ஓடி வருது" என்று கத்தியது கேட்டது. புகை முழுதாக மறைந்திருந்தது. ஆடுகள் வரிசையாக ஒன்றன் பின் ஒன்றாக நடந்து வருவது தெரிந்தது. கரட்டு மலைக்குப் பின்பாகப் புகை மேலெழுந்து நகர்ந்து கொண்டிருந்தது. ஆடுகளைப் பார்த்த ஜனங்கள் 'இயேசுவே', 'இயேசுவே' என்று கண்ணீர் விட்டுக் கத்தினார்கள். ஞானம் ஜனங்களைப் பார்த்தாள். அவர்களது கண்களிலிருந்து கண்ணீரைப் பார்த்தாள். அவர்கள் எப்படி இயேசுவே என்று அழைக்கிறார்கள், எப்படி அழுகிறார்கள் என்று பார்த்தாள். எதற்குப் பார்த்தாள் என்று தெரியவில்லை. ஆனால் பார்த்துக் கொண்டிருந்தாள். அவள் அவர்களைப் போல அழுவதற்கும் இயேசுவே என்று அழைப்பதற்கும் முயன்றாள். ஆனால் இயலவில்லை. அவளது உதடுகள் துடித்தன.

அங்கிருந்த ஜனங்கள் ஒவ்வொருவரும் ஒவ்வொரு ஆட்டுக்குட்டியைத் தூக்கிக் கொண்டார்கள். ஆட்டுமந்தைக்குப் பின்பாக வந்தவர்கள் ஆட்டுக்குட்டிகளைத் தூக்கிக் கொண்டவர்களைப் பார்த்து ஆடுகளை இறக்கிவிடுமாறு கேட்டார்கள். அவர்கள் மறுத்துவிட்டு ஆடுகளோடு தாங்கள் வந்த டிராக்டரில் ஏறி அமர்ந்து கொண்டார்கள். டிராக்டர் முழுக்க ஆடுகளின் முகம் தெரிந்தது. ஜனங்களின் உருவம் கூடத்தெரியவில்லை . தாங்கள் எங்கிருக்கிறோம் என்று தெரியாத ஆடுகள் கத்தவும் முகத்தை நீட்டுவதுமாக இருந்தது. பாஸ்டரும் ஞானமும் ஒருவரையொருவர் பார்த்துக்கொண்டார்கள். "இன்னும் கூட்டம் முடியல. அதுக்குள்ள ஏன் கிளம்புறீங்க" என்று பாஸ்டர் கேட்டார். ஜனங்கள் யாரும் பேசவில்லை. நெடுநாட்கள் பிரிந்திருந்த உறவுக்காரர்களைப் பார்த்தது போல தங்களது மடியிலும்

கையிலுமிருந்த ஆட்டைப் பார்த்துக் கண்ணீர் விட்டனர்.

ஜேம்ஸ் சரளைக்கல் பொட்டலிலிருந்து வெளியேறும் ஜனங்களைப் பார்த்துக் கொண்டு நின்றான். அவனால் எதுவும் செய்யமுடியவில்லை. இருநூறு ஆடுகளைத் தேவாரத்திலிருக்கும் கொடாப்புக்காரரிடமிருந்து மூன்று நாட்கள் வாடகைக்குப் பேசி வாங்கிக்கொண்டு வந்தது. இருநூறு செம்மறி ஆடுகள். இன்று மாலையில் திருப்பித்தர வேண்டும். இல்லையென்றால் அவர்கள் கேட்கும் விலையைத் தரவேண்டும். இயேசுவே, பிதாவே, பரிசுத்த ஆவியே என்னை இரட்சியுங்கள் என்று கண்ணீர்விட்டான். அந்தக் கண்ணீர் உண்மையாக இருந்தது. அவனது அழுகையை யாரும் பார்க்கவில்லை.

(8)

"ஓடுற தண்ணியில ஒருமடக்கு நா குடிச்சேன்
இனிக்கவுமில்ல கசக்கவுமில்ல
குளத்துத் தண்ணிய நா எடுத்துக் குடிச்சேன்
புளிக்கவுமில்ல தொவக்கவுமில்ல
ஏங்கை ஒழுகுகிற கையில்லையே
ஓங்கையில என் தாகத்துக்கு வாங்கி குடிக்க வந்து நின்னா
நீயும் தவிச்சுப்போய் கையேந்தி நிக்குறேயே என் முன்னாடி"

அன்னம்மா கிழவி அழுது பாடுவது ஜெயலெட்சுமியின் காதிற்குக் கேட்டது. இன்னமும் விடிந்திருக்கவில்லை. ஆனால் தோட்டத்திலிருக்கிற சேவக்கோழிகள் சற்றுமுன்பாகக் கூவியிருந்தன. ஜெயலெட்சுமி புரண்டு படுத்துக்கொண்ட போதுதான் அவளது காதிற்கு பாட்டுச் சத்தம் கேட்டது. உதறி எழுந்து கொண்டாள். அவள் வாசல் கதவைத் திறந்து பார்த்தாள். வாசலில் அன்னம்மா கிழவி ஊனு கம்பை வைத்துக் கொண்டு அமர்ந்திருப்பதுபோல கண்களுக்குத் தெரிந்தது.

ஜெயலெட்சுமிக்கு திக்கென்று நெஞ்சடைத்துக் கொண்டு வந்தது. தான் பார்ப்பது உண்மைதானா? இன்னொரு முறை பார்த்துக் கொண்டாள். கிழவியின் நரைத்த தலைமுடி காற்றில் மேலெழுந்து ஆடிக்கொண்டிருப்பது தெரிந்தது. சுருங்கிய தோலின் வரிவரியான கோடுகளும் கருத்த உடம்பும் தெரிந்தது. சாக்கிடக்கிறவள் தன் வீட்டுத் திண்ணையில் உட்கார்ந்திருக்கிறாள் என்று வாசலைப்

பார்த்தாள். திண்ணையில் யாருமில்லை. அவளுக்குத் திரேகம் வியர்த்துக் கொட்டியது. ஜெயலெட்சுமி பயந்து போனாள். சிறிது நேரத்திற்கு முன்பாகக் கிழவி பாடுகிறது போல பாட்டைக் கேட்டோமோ. அவள் தனது திண்ணையில் உட்கார்ந்து கொண்டு பாடுகிறது போலிருந்தது.

கம்பும் அரிசியும் நிறைந்திருந்த சொளகை எடுத்துக் கொண்டு பின்வாசலுக்குச் சென்றாள். வீட்டின் பின்பாக இருந்த தோட்டத்தில் கோழிகள் மேய்ந்து கொண்டிருந்தன. குளிர்ந்த காற்று வீசியது. வாழை இலைகள் காற்றில் அசைந்தன. வாழைமரத்திற்கு அருகில் இரண்டு பாத்திகளில் கனகாம்பரம் செடி வளர்ந்து நின்றது. அதிகாலை வெளிச்சத்தில் பூவின் நிறம் பளிச்சென்று தெரிந்தது. கோழிகளுக்குத் தீவனம் வைத்துவிட்டுக் கிணற்றிலிருந்து நீரை சேந்திக்கொண்டாள். முகங்கழுவித் துடைத்தாள். கடுங்காப்பி வைத்துக் குடிக்கலாமென சமையலறைக்குச் சென்றபோது, திரும்பவும் கிழவியின் பாட்டுச் சத்தம் கேட்டது.

“வெளக்கு ஏத்த நான் கொடுத்தேன் வெளக்கு ஏத்த நான்
கொடுத்தேன்
தகரத்தில நீ கேட்டிருந்த தட்டியெடுத்து நா
கொடுத்திருப்பேன்
வெள்ளியில கேட்டிருந்தா வெட்டியெடுத்துக்
கொடுத்திருப்பேன்
தங்கத்தில கேட்டிருந்தா தாலி வித்து வாங்கியிருப்பேன்
செகப்புல கேட்டிருந்தா நெருப்ப வளைச்சு செஞ்சிருப்பேன்
கருப்புல வேணுமின்னா ஏந்தோலை
கருக்கியெடுத்திருப்பேன்
வட்டமா கேட்டிருந்தா உடம்பை வளைச்சிருப்பேன்
நீட்டமா கேட்டிருந்தா என் உசிரை நீட்டி செய்திருப்பேன்
நீ கேட்டதும் புலப்படல
உனக்குக் கொடுக்கிறதுக்கும் ஒண்ணும் அகப்படல
எங்கதான் நான் போவேன் எதையின்னுதான் நான்
கேட்பேன்”

அன்னம்மா கிழவி தனது மகளைப் பார்க்க வாரந்தோறும் வந்துவிடுவாள். கிழவி வீட்டுத் திண்ணையில் வந்து உட்கார்ந்து கொண்டதும் ஜெயலெட்சுமி வீட்டுக்குப் பின்பாக இருக்கும் தோட்டத்திற்குச் சென்றுவிடுவாள். அன்னம்மா கிழவி

வாசல் திண்ணையில் உட்கார்ந்து கொள்வாள். தனது மகள் தாலியறுத்தவளாய் தன் கண் முன்பாக நின்றிருக்கிறாளே என்று அழுவாள். அவள் ஆசை தீர அழுது முடித்து "ஒருவாய் காப்பி குடுறீ" என்று வாங்கிக் குடித்துவிட்டு வீட்டிற்குப் புறப்பட்டுச் சென்று விடுவாள். ஏன் இப்படி ஆங்காரம் வந்தவள் போல அழுகிறாள் என்று ஜெயலெட்சுமி நினைத்துக் கொள்வாள்.

ஜெயலெட்சுமி சமையலறையிலிருந்து தோட்டத்திற்கு வந்து எட்டிப்பார்த்தாள். கோழிகளைத் தவிர வேறெதுவுமில்லை. அவளுக்குப் பயமாக இருந்தது. கிழவி உடம்பு சுகமில்லாமல் கிடந்ததிலிருந்து அவளை நேரில் சென்று பார்த்து வரவில்லை. அதனால்தான் தன் காதிற்கு அவள் பாடுவதுபோலக் கேட்கிறதா என்று நினைத்து வருந்தினாள். அழகுமுத்து அவளிடம் நேற்றிரவு வந்து சொல்லிவிட்டுச் சென்றிருந்தான். "கிழவியை ஒரு எட்டு வந்து பார்த்துட்டுப் போயிரு அத்தை. அவளுக்கு ஒன் நெனப்பு இருந்தாலும் இருக்கும்" என்று அவன் அழுதுகொண்டு சொன்னான். அவன் பேச்சை அவள் கேட்கவில்லை. அவன் சென்ற பிறகு கதவை அடைத்துக்கொண்டு அழுதாள்.

ஜெயலெட்சுமி இந்த வீட்டில் குடியேறி, பத்து வருஷங்கள் ஆகிவிட்டது. பத்து வருஷத்தில் அவளுக்குக் கிழவியின் பாட்டும் அவளது புலம்பலும் சகஜமாகியிருந்தது. இந்த வீட்டில் தனியாக இருந்து பழகிவிட்டாள். கல்யாணம் முடிந்து மூன்றாவது மாதத்தில் அவளது கணவன் கொண்டல் இறந்து போனான். அப்போது அவளுக்கு முப்பது நாட்கள் தீட்டு தள்ளிப்போயிருந்தது. பாளையத்திற்குக் கிடா முட்டுக்குப் போய்த் திரும்பும்போது அவனைக் கத்தியால் குத்திச் சரித்துவிட்டார்கள். கொண்டல் கிடா சண்டைக்கு என்று ஆடுகள் வளர்த்தான். அவனுக்குச் சொந்தத்தில் வயலும் தோப்பும் இருந்தது. ஆனாலும் ஆடுகள் வளர்த்து பட்டி கட்டுவது சிறு பிள்ளையிலிருந்து விளையாட்டாக இருந்தது. அந்த விளையாட்டுதான் அவனுக்கு வினையாகவும் போயிற்று. பாளையத்தில் கிடா சண்டை நடந்தது. அல்லிநகரத்துக்காரர்களுடன் வாய்த் தகராறு செய்துகொண்டு கிடா சண்டைக்கு வந்தார்கள். ஆரம்பமே லஜ்ஜையாக இருந்தது. குடிகாரர்கள் வளர்த்த ஆடு. நேராக முட்டவும் முட்டிவிட்டுக் குறுக்கே பாய்ந்து ஓடுவதுமாகப் பழக்கப்படுத்தியிருந்தார்கள். கொண்டல் தனது ஆட்டை முறையாக ஆடிப் பழக்கப்படுத்தியிருந்தான். சிலம்பாட்டக்காரனுக்குச்

சொல்லிக்கொடுப்பதுபோல ஜாடைப் பேச்சுக்கும் சீட்டியொலிக்கும் பழக்கப்படுத்தியிருந்தான். அல்லிநகரத்துக் கிடா போந்து. இரண்டு முட்டில் விழுக்காத்தட்டிவிடலாமென கொண்டல் நினைத்துக்கொண்டான். அதற்குத் தகுந்தாற்போல, தனது ஆட்டுக்கு சீட்டியில் ஜாடையில் சொல்லிக்கொடுத்தான்.

கிடா முட்டில் சீட்டி அடிக்கக்கூடாது என்று அல்லிநகரத்து இளந்தாரிகள் முதலில் சண்டைக்கு வந்தார்கள். பாளையத்திலிருந்து பெரியவர்கள் தாவா செய்யாமல் இருக்கும்படி சொல்லிக் கிடா முட்டை நடத்தினார்கள். கொண்டல் நினைத்ததுபோல, அவனது ஆடு இரண்டாவது முட்டில் அல்லிநகரத்து போந்தை விழுக்காத் தட்டியது. ஒரு பவுன் தங்கமெடல் பரிசாகக் கொடுத்தார்கள். அல்லிநகரத்துக்காரர்களுக்கு விட்டுக்கொடுக்க மனமில்லை. ரகளையும் ரப்சருமாக கலைந்தார்கள். அந்தமட்டிலும் பிரச்சினை முடிந்தது என்று கொண்டல் நினைத்தான். ரவுண்டானா ஹோட்டலில் இட்லி தின்று கொண்டிருந்தான். ஹோட்டலுக்கு முன்பாக ஆட்டை கட்டிப்போட்டிருந்தார்கள். அங்கிருந்த ஜனங்கள் ஜெயித்த ஆட்டிற்கு வாழைப்பழமும் மிட்டாயும் கொடுத்தார்கள். அப்போது அல்லிநகரத்துக்காரன் ஒருவன் வேட்டியைத் தூக்கிக்கொண்டு ஜெயித்த ஆட்டின் மேல் மூத்திரமிருக்க வந்தான். பார்த்துக்கொண்டிருந்தவர்கள் அவனைப் பிடித்து நாலு சாத்து சாத்தினார்கள். அவன் நிதானமில்லாத போதையில் இருந்தான். இனிமேல் சும்மா இருக்கக்கூடாது என்று கொண்டல் சாப்பிட்ட கையோடு அவனைப் பிடித்து இழுத்து வேட்டியை உருவி அங்கிருந்த கிடுகுக்கொட்டகையில் கட்டிப்போட்டான். அவனோடு சேர்ந்த கூட்டாளிகள் வரட்டும் பார்ப்போம் என்று உட்கார்ந்து கொண்டார்கள்.

அல்லிநகரத்திலிருந்து இரட்டை மாட்டு வண்டியில் ஆட்டுக்காரர்கள் வந்திருந்தார்கள். அவர்களும் தங்களது ஆட்டிற்கு மாலை போட்டு வாழைப்பழம் மிட்டாய் கொடுத்து ஊர்வலமாக அழைத்து வந்தார்கள். அதில் ஒருவன், "சீட்டியொலி கொடுத்துத் தந்திரமா ஜெயிக்க வைச்ச ஆட்டை விட முட்டு வாங்கியும் அசராம சரிக்கு சரி மல்லுக்கு நின்னுச்சில்ல இதாய்யா ஆம்பளை ஆடு. அது பொம்பளை ஆடு" என்று சண்டைக்கு வந்தார்கள்.

கொண்டலுக்கு உச்சந்தலையில் அவனது பேச்சு ஏறி நின்றது. மாட்டு வண்டி முளைக்கம்பை எடுத்து "ஒக்காலி வாடா" என்று நாலு பேரின்

மண்டையை உடைத்தான். அடிவாங்கியவர்கள் மாட்டு வண்டியில் ஒளித்து வைத்திருந்த அருவாளை எடுத்துக்கொண்டார்கள். அருவாளைப் பார்த்ததும் அங்கிருந்தவர்கள் போலீசுக்குத் தாக்கல் கொடுத்தார்கள்.

கொண்டலும் அவனுடன் வந்தவர்களும் கிடா முட்டுக்குப் போகும்போது எக்காரணத்தைக் கொண்டும் வெட்டருவாள், கத்தி, கடப்பாரை என்று எதையும் எடுத்துக் கொண்டுபோவதில்லை. ஆட்டுக்கு வைத்தியம் செய்வதற்கு துண்டும் மருந்துக் களிம்பு மட்டும் டவுசர் ஜோப்பில் இருக்கும். கொண்டலை அவர்கள் சூழ்ந்து கொண்டார்கள். கொண்டல் முளைக்கம்பைக் கொண்டு சமாளித்துதான் வந்தான். அல்லிநகரத்துக்காரர்கள் சொல்லி வைத்தது போல அவனது முதுகிலும் பின்னந்தொடையில் குறி பார்த்து வெட்டினார்கள். அவனைக் குத்தி சரித்தார்கள். கீழே விழுந்த கொண்டலின் குதிங்காலை உடைத்தார்கள். அவன் மயங்கினான். ஆஸ்பத்திரிக்குத் தூக்கிக் கொண்டு போவதற்குள் அவனது உயிர் பிரிந்தது.

ஜெயலெட்சுமி முப்பதுநாள் உயிரைக் குச்சி வைத்துக் கழித்துவிட்டு ஊருக்கு வந்தாள். மூத்த அண்ணன் பரமசிவத்தின் வீட்டில் அவளைக் குடியிருக்கவிடவில்லை. முண்டச்சி வீட்டிலிருக்கக்கூடாது என்று பொன்னம்மா சொல்லிவிட்டாள். காளிமுத்து வீட்டில் அவளை நுழையவிடவில்லை. அன்னம்மா அவர்களுடன் எவ்வளவோ வாதாடிப் பார்த்தாள். மருமக்கள் இருவரும் பேசி வைத்திருந்தனர். கடைசிவரை ஜெயலெட்சுமியைத் தாங்கள் பார்த்துக் கொள்ளவேண்டியதாகப் போய்விடுமென்று நினைத்திருப்பார்கள் போல.

ஜெயலெட்சுமி ஊரில் தனியாக வீடு கட்டிக் குடியேறினாள். தலைவழியாகத் தண்ணீர் ஊற்றிக்கொண்டு தன்னை வீட்டிற்குள் நுழையவிடாது செய்த பெண்களுக்கு சாபம் கொடுத்தாள். அவர்களது பிள்ளைகளுக்குத் தன் கதி வரவேண்டுமென்று கண்ணீர் விட்டாள். ஜெயலெட்சுமியை மறுகல்யாணம் செய்து கொள்ள ஆளும் பேரும் பேசிப்பார்த்தார்கள். அவள் ஒத்துக்கொள்ளவில்லை. அவள் மறுகல்யாணம் செய்து கொள்ளவில்லையென்றதற்குப் பிறகுதான் கொண்டல் வீட்டிலிருந்து சொத்தை அவளுக்குத் தர முன்வந்தார்கள். ஆனால் அவள் எதையும் வாங்கிக்கொள்ளவில்லை. கொண்டலின் கொடாப்பிலிருந்த இருபது கிடாக்களையும் பத்து மருக்கைகளையும்

மட்டும் அவன் நினைவாகத் தரும்படி கேட்டுக்கொண்டாள். கொண்டல் ஆடுகளுடன் ஆடுகளாகத் தன்னுடன் இருக்கட்டும் என்று அவள் நினைத்திருந்தாள் போல.

ஊரில் ஆடு மேய்க்கப் போகும் சென்னப்பனிடம் கூலி பேசி மேய்ச்சலுக்கு விட்டாள். முப்பது ஆடுகள் இப்போது அறுபது ஆடுகளாகப் பெருகிவிட்டன. மருக்கைகள் ஈனும் குட்டிகளில் சென்னப்பன் சரிபாதியாகப் பகிர்ந்து எடுத்துக் கொள்வான். அவனுக்குக் கூலி அது. ஆடுகளுக்கு மருந்துகளும் டாக்டர் வரும்போது தருகிற பணமும் அவளுடையது. சென்னப்பனுடன் ஜெயலெட்சுமியும் மேய்ச்சலுக்குப் பட்டியை ஓட்டிக்கொண்டு போவாள். அவள் கொண்டலின் சட்டையைப் போட்டுக்கொள்வாள். அவனது துண்டை உறுமால் கட்டிக்கொள்வாள். தொரட்டுக் கம்பைக் கையில் ஏந்திப் பிடித்துக் கொண்டு மேய்ச்சலுக்குக் கிளம்பிவிடுவாள். சென்னப்பன் அவளிடம் “நீ எதுக்குத் தாயீ வர்றே. வீட்டிலே இரு” என்று சொன்னான். “அன்னம்மா கிழவியும் ஆடு மேச்சுட்டு வந்துதான் என்னைப் பொத்துப்போட்டா சென்னப்பா. நானும் அவள் பெத்துப் போட்டவள் தான்” என்று கலங்கிய கண்களுடன் சொன்னாள். "கிழவி மாதிரி நீயும் இருக்கே. கருத்தா இருந்து பொழைச்சுக்கோ. நீ நல்லாயிருந்தால போதும் தாயீ” என்று வானத்தைப் பார்த்துக் கையெடுத்துக் கும்பிட்டுக்கொண்டான்.

ஜெயலெட்சுமியின் ஆடுகளைக் கரட்டுக்குப் பக்கமாகக் கொடாப்பு போட்டிருந்தான் சென்னப்பன். ஒவ்வொரு மாதமும் ஒவ்வொரு இடம். கரட்டுக்குப் பக்கத்தில் இப்போது புற்கள் ஆளுயரத்திற்கு வளர்ந்திருந்தன. போன மாதத்தில் மழை தண்ணீர் எங்குமில்லை. காற்றுக்குக் காய்ந்து போயிருந்தது. மலைக்கு ஓட்டிக்கொண்டு போனார்கள். மலைக்குப் பக்கமாக பாரஸ்ட்காரர்கள் வெள்ளாட்டை விடுவதில்லை. செம்மறிகளை மட்டும் அனுப்புவார்கள். ஜெயலெட்சுமியின் ஆடுகள் முழுக்க வெள்ளாடு. வெள்ளாடு மரமேறி கொழுந்திலிருந்து ஆரம்பித்து மரத்தை மேய்ந்துவிடும். பாரஸ்ட்காரர்களுக்கு பயந்து கொண்டு சென்னப்பன் வடக்குப்பக்கமாக ஓட்டிக் கொண்டுபோகிறேன் என்று ஓட்டிக்கொண்டு போனான். பட்டிக்குப்பின்பாக ஜெயலெட்சுமி தொறட்டுக் கம்பையும் தூக்குவாளியைப் பிடித்துக்கொண்டு சென்றாள். மலைப்பாதையில் வடக்குப் பக்கத்தில் மலையேறுவது கடினம். வழுக்குப்பாறை இருந்தது. இரண்டு குட்டைகளில்

பாசி படர்ந்திருக்கின்றன. மேய்ச்சலுக்கு வேறு இடமில்லை. பட்டிகளை ஓட்டிக்கொண்டு போனார்கள். வழூக்குப் பாறையில் தாவியேறிய வெள்ளாட்டம் குட்டி ஒன்று தவறி விழுந்துவிட்டது. அடிவாரத்தில் ரத்தத்தோடு துள்ளத்துடிக்க இழுத்துக் கொண்டு கிடந்தது. காப்பாற்ற முடியவில்லை. இறந்த இடத்தில் புதைத்துவிட்டு வந்தார்கள். பாரஸ்ட்காரனுக்கு விஷயம் தெரிந்து ஊருக்குள் வந்து திட்டிவிட்டுப்போனான். வெள்ளாட்டம் கறியை அவனுக்குத் தரவில்லை என்ற கோபம். அதற்குப் பிறகு கரட்டுக்குப் பக்கத்தில் பட்டிகளைக் கொடாப்பு அடைத்தார்கள்.

அதன் பிறகு அவர்கள் இருவரும் கரட்டிற்குப் பட்டியை ஓட்டிக்கொண்டு போகாமல் சொக்கத்தேவன்பட்டிக்குப் போனார்கள். ஊரில் மக்காச்சோளமும் கம்பும் நட்டியிருந்தார்கள். வரப்போரத்திலும் வெள்ளாமையில்லாத கட்டாந்தரையிலும் மேய்க்க ஊர்க்காரர்கள் சம்மதித்தார்கள். மேய்ச்சலுக்கு கூலித் துட்டாக ஆட்டுப்பால் கேட்டு வருபவர்களுக்கு பாலும் புழுக்கைகளை சாக்கில் கட்டிக் கொடுத்துவிடவேண்டியது என்று பேசிவைத்திருந்தனர். ஒரு மாதம் காலம் பட்டியை ஓட்டினார்கள். சொக்கத்தேவன்பட்டியில் மேய்ந்துகொண்டிருந்தபோதுதான் மழை வந்தது. வெள்ளம் போகிற அளவிற்கு மழை. இரண்டு நாட்கள் ஊரெல்லாம் மழை. பட்டியைக் கிளப்பிக் கொண்டு வரமுடியவில்லை. கீதாரியும் ஆட்டுக்காரர்களும் மொத்தமாக ஆடுகளை நிறுத்தி வைத்துவிட்டுச் சுற்றி நின்றார்கள். ஜெயலெட்சுமி கைக்கம்பை ஊன்றிக் கொண்டு நாடிக்கட்டை ஊன்றிக்கொண்டு விடிய விடிய ஆடுகளுடன் ஆடுகளாக நின்றாள். ஜெயலெட்சுமி கட்டியிருந்த உறுமால் துண்டு தலையில் மழைத்தண்ணீர் இறங்காமல் இருந்தது. ஆடுகள் ஒன்றுடன் ஒன்று ஒட்டிக் கொண்டு நின்றன. மழை விடாது விடிய விடியப் பெய்தது. தோட்டத்தில் வெள்ளம் புகுந்து வரப்பு உயரத்திற்குத் தண்ணீர் ஏறி நின்றது. ஆடுகளின் கால்கள் மழை நீருக்குள் நின்றன. சென்னப்பன் வயல் வரப்பில் கொளுச்சி இலைகளைப் படுக்கையாகப் போட்டு அதன் மேல் படுத்துக் கொண்டான். வெள்ளம் வரப்பில் இருபுறமும் கிளம்பிப் போனது. கொளுஞ்சியின் கணகணப்புக்கு பாம்புகள் வந்து அடைந்து கொள்ளும். விடிகாலை வெள்ளம் வடிந்து சென்னப்பன் வரப்பிலிருந்து எழுந்து கொண்டதும் கொளுச்சியைத் துப்புரவாக்கிய போது அடைசலில் சுருண்ட அரவம் நெளிந்து வயலுக்குள் போகும். ஆட்டுக்காரனை எந்தக் காலத்தில் அரவம் தீண்டியிருக்கிறது? எந்த ஆட்டு மேனியைப் பாம்பு தன் விஷக்கொடுக்கில் தொட்டிருக்கிறது?

ஆடுகள் கிருஷ்ணனின் உயிருக்கு உயிரான பிராணி என்று அதற்குத் தெரிந்திருக்கிறது. விடிவதற்குச் சிறிது நேரத்திற்கு முன்பாகத்தான் மழை ஓய்ந்தது. வெள்ளம் வடிந்ததும் ஊருக்கு ஓட்டிக் கொண்டு வந்தார்கள். ஆடுகள் தலையை உதறிக்கொண்டு நடந்து ஊர் வந்து சேர்ந்தது. அதன் பிறகு கரட்டில் புற்கள் துளிர்க்கத் தொடங்கியது. சென்னப்பன் வேறெங்கும் மேய்ப்பதற்குப் பட்டிகளை ஓட்டிக்கொண்டு செல்வதில்லை.

ஊருக்குள் சென்னப்பனையும் ஜெயலெட்சுமியையும் சேர்த்து வைத்து இப்போது வரை பேசுகிறார்கள். இது காளிமுத்துவுக்குத் தெரியும். காளிமுத்துவுக்கு சென்னப்பனைப் பற்றித் தெரியும். ஊர்க்காரர்கள் பேசுவதை அவர் நம்புவதில்லை. அப்படி இருந்தும் ஒருநாள் காளிமுத்து அவனிடம் கேட்டுவிட்டார். "ஏந்தங்கச்சியை நீ கல்யாணம் கட்டிக்கிடணுமின்னு ஆசைப்படுறய சென்னப்பா?". அப்படிக் கேட்டதும் அவனுக்கு வெட்கமாகவும் அசிங்கமாகவும் இருந்தது. காரணத்தோடுதான் கேட்டார். ஊர்க்காரர்களுக்குப் பயந்துகொண்டு கேட்கவில்லை. சென்னப்பனைத் தவிர தனது தங்கையுடன் வேறு யாரும் கரிசனமாக இருக்கமுடியாது என்று அவருக்குத் தெரியும். ஜெயலெட்சுமி நெருப்பு போல. எப்போதும் எரிந்து கொண்டேயிருப்பவள். சுலபமாக நீர் ஊற்றி அணைத்து விடமுடியாது. அவளுக்குள் எரிந்து கொண்டிருக்கும் நெருப்பை யாராலும் அணைத்து விடமுடியாது என்று காளிமுத்துவுக்குத் தெரியும்.

"ஊர்க்காரங்க மாதிரி நீயும் என்னைய நினைச்சிட்டேயே காளிமுத்து. இது உனக்கு நல்லதாப்படுதா?" என்று சென்னப்பன் கோபத்துடன் கேட்டான்.

காளிமுத்துவிற்கு என்ன பேசுவது என்று தெரியவில்லை. கொடாப்பிலிருந்த கிடாய்கள் இரண்டும் ஒன்றுடன் ஒன்று முட்டிக் கொண்டிருந்தன. மருக்கை ஒன்றை அவை எக்குவதற்கு வந்த தாவா. இரண்டு மூங்கில் கம்புகள் ஒன்றுடன் ஒன்று மோதிக் கொண்டது போல கொம்புகள் மோதிக் கொண்ட போது சத்தம் உண்டானது. மருக்கை ஏதுமறியாது கொடாப்பின் வேலியோரத்தில் நின்று கொண்டது. வேப்பமரத்தின் நிழலில் அவர்கள் பேசிக் கொண்டிருந்தனர். மரத்தின் நிழலும் காற்றும் சற்று முன்பாக வயிறு முட்டக் குடித்திருந்த பழைய கஞ்சியும் தெம்பாக இருந்தது. காளிமுத்து எதுவும் பேசாமல் அமைதியாக இருந்ததைக்

கண்டு "சிலமலையில பொண்ணு பார்த்து வைச்சிட்டேன். தை பிறக்கட்டுமின்னு காத்திட்டு இருக்கேன்" என்று வேகமாகப் பேசினான். அதோடு அந்தப் பேச்சு முடிந்தது.

சென்னப்பனுக்கும் அம்மாயிக்கும் திருமணம் முடிந்து ஐந்தாறு வருஷங்கள் ஓடிவிட்டன. அவனுக்கு இரண்டு பெண் குழந்தையும் ஒரு ஆண் குழந்தையும் இருக்கிறார்கள். பிள்ளைகள் பால் குடியை மறக்கவேண்டுமென்பதற்காக அம்மாயி ஜெயலெட்சுமியிடம் கொடுத்து வைத்தாள். "மதினி மாதிரி பிள்ளையை ஊட்டி வளர்க்கிறதுக்கு பத்து பிள்ளை பெத்திருக்கணும்" என்று அம்மாயி சொல்வாள். ஜெயலெட்சுமி முப்பது நாள் உயிர் தீட்டாகி ரத்தமாக வெளியேறியதை அப்போது நினைத்துக் கொள்வாள். ஒவ்வொரு வருஷமும் கொண்டல் இறந்து போன நாளில் சுருளிக்குப் போய் சாமியார்களுக்கும் பிச்சைக்காரர்களுக்கும் சோறு கொடுத்துவிட்டு வருவாள். அருவி நீரில் தான் செய்து கொண்டு போகும் சோற்றைக் கரைத்து விடுவாள். இரண்டு மாதங்கள் தன்னுடன் வாழ்ந்தவன் இன்னமும் தனது ஏக்கமாக இந்தக் காட்டிற்குள் ஏதோ ஒரு பூச்சியாக ஒரு அரவமாக ஒரு பூவாக இருப்பான் என்று அவள் நம்பினாள்.

***

சென்னப்பன் ராத்திரி காவல் முடிந்து கொடாப்பிலிருந்து வீட்டிற்குப் போவதற்கென நடந்து வந்து கொண்டிருந்தான். அன்னம்மா கிழவிக்கு பிறந்த வீட்டுப் பிள்ளைகள் பால் ஊற்றுகிறார்கள் என்று கேள்விப்பட்டு அங்கு சென்றான். கிழவியைக் கீழே இறக்கிப் போட்டிருந்தார்கள். கண் மூடியிருந்தது. வாயை ஒருத்தர் திறந்து வைத்துதான் பாலை ஊற்றினார்கள். நாக்கில் தெறித்து விழுந்த பால் அவளது முகத்தில் விழுந்தது. கோம்பை வைத்தியர் நாடித் துடிப்பை விரல் நுனியில் கேட்டுக் கொண்டிருந்தார்.

"அன்னம்மா நீ யாரையாவது பார்க்கணுமா. சொல்லு கூட்டியார்றோம்" என்று வைத்தியர் சொன்னார். அவர் நாடி பிடித்தபடி உட்கார்ந்திருந்தார். எந்நேரம் என்று சொல்லமுடியாது. பால் ஊற்றி முடித்தவர்கள் வீட்டை விட்டு வெளியே வந்து நின்று கொண்டனர். சுப்பம்மாவுக்கும் செளடம்மாவுக்கும் அழுகை வந்தது. சேலை முந்தியை வாயில் வைத்துக்கொண்டு குலுங்கிக் குலுங்கி அழுதனர்.

"ஒரு எட்டு வந்துட்டுப் போகச்சொல்லுங்க ஆத்தா. பெத்த

தாயீ சாகக்கிடக்கா. முண்டச்சிக்கு அம்முட்டு வீறாப்பு எதுக்கு. வரச்சொல்லுங்க." ஆண்களில் யாரோ சத்தமாகப் பேசியது தெரு முக்கு முடியக்கேட்டது. வீட்டு வாசற்படியை மிதித்து ஏறும்போது சென்னப்பனின் காதில் இந்த வார்த்தை விழத்தான் செய்தது. வார்த்தையைக் காதில் வாங்கிக்கொண்டு வீட்டிற்குள் சென்றார்.

"இந்தா சென்னப்பா வந்துட்டான். கூட்டியாரச்சொல்லுங்க" என்று வைத்தியரோடு இப்போது நாட்டாமையும் சேர்ந்து கொண்டார். பரமசிவம் ஒன்றும் பேசவில்லை . காளிமுத்து தன் முன் நின்றிருந்த சென்னப்பனின் கண்களைப் பார்த்துக்கொண்டிருந்தார்.

"சென்னப்பா, ஒரு எட்டு ஜெயலெட்சுமி வந்து கிழவியைப் பார்த்துட்டுப் போயிட்டா நிம்மதியா சாகும். அதுக்கோசரம்தான் இழுத்துக்கிட்டு இருக்கா" என்று காளிமுத்து சொன்னான். அவன் கூட்டத்தை விலக்கி விட்டு படுத்துக்கிடந்த கிழவியைப் பார்த்தான். கிழவியின் வாய் இன்னமும் திறந்திருந்தது. பால் ஊற்றி முடித்திருந்தார்கள். செம்புக் கிண்ணத்தில் சிறிது பால் இருந்தது. ஒரு வெற்றிலை மடித்து பாலை எடுத்து ஊற்றினான். பால் ஊற்றும்போது ஜெயலெட்சுமியை நினைத்துக்கொண்டான். மனதுக்குள் தாயே உன் மகளா என்னைய நினைச்சுக்கோ. உன் பிள்ளையா என்னைய நினைச்சுக்கோ என்று சொல்லிக்கொண்டான். பால் வாயோரம் வடிந்தது. வைத்தியர் நாடி பார்த்துக்கொண்டிருந்த கையைப் படுக்கையில் வைத்துவிட்டு வெளியேறினார். பரமசிவத்திடம் நாடி நின்றுவிட்டது என்று உதட்டைப் பிதுக்கினார். பெண்களின் அழுகைச் சத்தம் பலமாகக் கேட்டது.

சென்னப்பன் வீட்டை விட்டு வெளியேறினார். பந்தல்காரன் சின்னக் கடப்பாரையால் தெருவில் குழிதோண்டிக்கொண்டிருந்தான். அடுத்த தெரு பெண்கள் சென்னப்பனைக் கடந்து சென்றனர். சென்னப்பன் நேராக நடந்தான். அவனது கண்கள் கலங்கின. உதடுகள் துடித்துக்கொண்டு வந்தன. உள்ளங்கையை வைத்து வாயைப் பொத்திக்கொண்டான். ஜெயலெட்சுமியின் வீட்டிற்கு வந்தான். சென்னப்பனைப் பார்த்ததும் ஜெயலெட்சுமி கண்களைத் துடைத்துக் கொண்டாள். அதற்குள்ளாக அவளுக்கு யாரோ தாக்கல் சொல்லியிருந்தார்கள். அவள் எழுந்து வாசலுக்கு வந்து நின்று கொண்டாள். சென்னப்பனைத் திண்ணையில் உட்காரச்சொன்னாள்.

"குட்டி ஈனுற நேரத்தில மருக்கை ஒண்ணு இருக்கு. கஞ்சி

குடிக்க வந்தேன். வழியிலே கிழவியைப் பார்த்துட்டு வர்றேன்" என்று சென்னப்பன் அவளிடம் சொன்னான். சென்னப்பன் சொல்லும்போது வேறெங்கோ பார்த்துக்கொண்டு தனது அழுத கண்களைத் துடைத்துக்கொண்டு [1] "சச்சிஓயிததாயீ" என்று சொன்னான்.

சென்னப்பனால் அதற்கு மேல் நிற்க முடியவில்லை. திண்ணையில் உட்கார்ந்து கொண்டான். ஜெயலெட்சுமி அவனைப் பார்த்தாள். அவனது உடம்பும் குலுங்குவது தெரிந்தது. அவனது விசும்பலை அவளால் கேட்கமுடிந்தது. அவள், 2"துலுசாது சென்னப்பா" என்று சொல்லி விட்டு வீட்டிற்குள் சென்றாள். சென்னப்பனுக்கு கடுங்காப்பியைத் தம்ளரில் ஊற்றிக்கொண்டு வந்து தந்தாள். அவள் தனக்கு எதுவும் தெரியாது என்பதுபோல, "போன மாத்தைக்கு ஒரு குட்டி ஈனுச்சுன்னு சொன்னே" என்று கேட்டாள்.

"குட்டி ஈனுட்டு மறுநாளே ஓடிப்போயிருச்சு தாயீ. அப்புறம் அதைப் பிடிச்சி இழுத்துக் குட்டியோட சேக்குறதுக்குப் பட்டபாடு கொஞ்சமில்லை ஆத்தா" என்று காப்பி தம்ளரை வாங்கிக்கொண்டான்.

"ஏன் என்னா ஆச்சு சென்னப்பா."

"கரட்டுக்கு மேக்கால குவாரிக்காரங்க வெடி போட்டாங்க தாயீ. சத்தம் கேட்டு மருக்கை ஓடிப்போயிருச்சு. வெட்டியான் காட்டுக்குப் போற பாதையில ஆளுக பார்த்து தாக்கல் தந்தாங்க. நான் சைக்கிளை எடுத்துப்போய் தூக்கிப் போட்டு வந்தேன்."

"ஈத்தை மறந்து பட்டியில நின்னுச்சா"

"ஆமாம் தாயீ. நீ சொன்னது மாதிரி ஈத்தை மறந்து போச்சு. ஆசனவாயில விரலை விட்டதும் மருக்கை குட்டியைத் தேடுச்சு. ஈத்துக்குத் தடவி விட்டு முன்னாடி நிறுத்தினோம்" என்று கொடாப்பில் நடந்த விசயத்தைச் சொன்னான். சென்னப்பன் சொல்லியதை ஜெயலெட்சுமி கேட்டபடி நின்றிருந்தாள். ஊரில் கொடாப்பில் நடக்கிற விசயந்தான். மருக்கைகள் ஈத்தை ஈன்று விட்டு எதற்காகவாவது பயந்து கொண்டு ஓடிவிடும். பிறகு ஆசனவாயில் விரல் வைத்து அதற்குப் பிரசவ நோவை ஞாபகப்படுத்த வேண்டும். ஆசனவாயிலிருந்து சுரக்கும் நீரை ஈத்தின் மேல் தடவி குட்டியை இனம் காட்டவேண்டும். அதன்பிறகு குட்டி மருக்கையும்

ஒன்றாகிவிடும். மருக்கை தன் மடியில் முட்டி வைத்துப் பால் குடிக்கவிடும். தன் குட்டியைக் கொடாப்பில் கண்டு பால் குடிக்க மடியின் கண்களைத் திறந்து வைக்கும். மருக்கைகள் ஒவ்வொன்றும் தான் ஈன்றெடுத்த குட்டிகளை முகர்ந்து கொண்டு இனம் காணும் அழகு பிரமிப்பாக இருக்கும். கொடாப்பிலிருக்கும் உருப்படிகளின் லெட்சணங்களைக் கொண்டு கீதாரி பிரித்தெடுப்பது போல மருக்கைகள் தனது குட்டியை அறிந்து அதனிடம் போகும். இல்லை மடி முட்டவிடும்.

ஜெயலெட்சுமி தன்னையறியாமல் கண்கள் கசங்கிக் கொண்டு நின்றாள். [3] "சென்னப்பா ஓவாக்க மனசில்ல" என்று சொன்னாள். சென்னப்பன் எழுந்து கொண்டான். தனது தலையில் கட்டியிருந்த உருமாலை அவிழ்த்து உதறிக்கொண்டான். வாசலில் நின்றிருந்தவள் அவனிடம் மேற்கொண்டு எதுவும் பேசாமல் வீட்டிற்குள்ளாகச் சென்றாள். தோட்டத்திற்குச் சென்று கிணற்றுமேட்டின் அருகில் உட்கார்ந்து கொண்டாள். அவளறியாமல் அழத்தொடங்கினாள். அவளறியாமல் "அம்மா அம்மா" என்று குரலெடுத்து அழுதாள்.

---

1. சச்சிஓயிததாயீ= செத்துப்போச்சு தாயீ.

2. துலுசாது = தெரியும்.

3. ஓவாக்க மனசில்லை= போறதுக்கு மனசில்லை.

(9)

அன்னம்மா பாட்டி நூல் சேலை வேண்டுமென ரொம்ப நாட்களாகக் கேட்டுக்கொண்டிருந்தாள். சின்னாளப்பட்டியிலிருந்து நூல் சேலை விற்றுக்கொண்டு வந்தவனிடம் இலந்தைப்பழம் நிறத்தில் சன்னமான பட்டுக்கரை போட்ட சேலையைப் பார்த்து வைத்திருந்தாள். சேலை விற்கிறவன் “நானும் ஒவ்வொரு வருஷமும் திண்ணையில மூட்டையை இறக்கி வைக்கிறேன். நீயும் சேலையைப் பார்க்கிறே. காசை எடுக்கமாட்டேங்கிறேயே ஆத்தா. போ, நீ செத்த அன்னைக்குத்தான் சேலை எடுத்து உன் மேலே சாத்தப்போறாங்க பயபுள்ளைகள்” என்று பேசிவிட்டான். அவன் சொன்னது அப்படியே நடந்துவிட்டது. அன்னம்மா கிழவி இறந்து போனாள். அவளுக்காகத்தான் மழைவிடாமல் பெய்கிறது. பிறந்த வீட்டுச் சேலை எடுத்துப் போடுவதற்கு டவுன் ஜவுளிக்கடைக்குப் போயிருக்கிறார்கள்.

பரமசிவத்திடம் அவள் ஒருதடவை சொல்லியிருக்கிறாள். "நான் பொறந்தன்னைக்கு மழை. மழையின்னா ஒருநாள் இரண்டுநாள் மழை இல்லை. ஏழுநாளு விடாமல் பேஞ்சுக்கிட்டே இருந்துச்சு. சரி, பிறந்தன்னைக்குத்தான் அப்படின்னா, சடங்காகி குமரியாகி வீட்டில குத்தவைச்சு உட்கார்ந்தன்னைக்கும் மழை. மூணுநாளு மழை. வாயிக்கு ருசியா செஞ்சு ஏதும் சாப்பிடமுடியல. சொன்னா யாரும் நம்பமாட்டீங்கடா. உங்கப்பாரு எனக்குத் திருபூட்டி கூட்டிட்டுப்போறன்னைக்கும் மழைதான். மாமியாக்காரி மழையோட வந்துட்ட மவராசின்னு கேலி செஞ்சா. நீ வேணா பாரு பரமசிவம்,

நான் செத்த அன்னைக்கும் மழைவிடாமல் பேஞ்சுக்கிட்டேதான் இருக்கப்போகுது.”

அன்னம்மா கிழவி சொன்னது அப்படியே நடந்துவிட்டது.

செட்டியாரம்மா அந்த மழையிலும் வெற்றிலையை வாயில் அதக்கிக்கொண்டு துணைக்கு இரண்டு பொம்பளைகளை அழைத்துக் கொண்டு வந்திருந்தாள். முதல் மாலை அவள் போட்டதுதான். செட்டியாரம்மாவிற்குப் பிறகு வந்தவர்கள் அவளைச்சுற்றி உட்கார்ந்திருந்தனர். சங்கு ஊதுகிற தெம்மண்ணா அவர்கள் பேச்சு நின்று ஓயும் இடத்தில் சங்கை நீட்டி முழக்கினான். சங்கு ஊதுகிற சத்தத்திற்கும் செட்டியாரம்மாவிற்கும் ஜென்மப்பகை. காதைப் பொத்திக்கொண்டு, "ஈ எய்தனை நோடன்டனே. ஈ எய்தனை நோடன்டனே. ஆத்துரு ஆங்காரவாங்கே மாடுஸ்தானே” என்று திட்டினாள்.

தெம்மண்ணா உதடு குவித்து சங்கை வாயில் வைத்து தொண்டை நரம்பு புடைக்க ஊதுவான். புடைத்த நரம்பு ஆலமர விழுது அளவிற்குக் கழுத்தில் தெரியும். நெஞ்சு கூடுமேலேறி நிற்கும். அடிவயிறும் மேல் வயிறும் குழி விழுந்து விடும். மூச்சுவிட ஆரம்பிக்கும் பொழுதுதான் சகஜமாகும். ஒருபடி அரிசியும் இரண்டு சில்லுக்கருப்பட்டியும் பதினொரு ரூபாய்க் காணிக்கையும் கிழவியைக் குழியைப் போட்டு மூடிய பிறகு கிடைக்கும். அவன் ஆசையாக சில்லுக்கருப்பட்டி ருசியை நாக்கில் ஊற வைத்தபடி குத்தவைத்து உட்கார்ந்திருந்தான். அரிசி வாங்கிக்கொண்டு போகவென வைத்திருந்த அழுக்கு மஞ்சள் பையை அடிவயிற்றில் சொருகிவைத்திருந்தான்.

பொன்னம்மாவும் செல்வியும் கிழவியின் கால்மாட்டில் உட்கார்ந்திருந்தனர். முத்துமீனா அத்தைமார்களுக்குப் பக்கத்தில் உட்கார்ந்து அவர்களுடன் பேசிக்கொண்டிருந்தாள். சௌடம்மாவும் சுப்பம்மாவும் சத்தமாக ஏதோ பேசிக்கொண்டிருந்தார்கள். அவர்கள் எல்லாம் ஒருதடவை அழுததோடு சரி. பிறகு ஊர்க்கதை, உலகக்கதை என்று வேறுபேச்சுக்குப் போய்விட்டனர். அந்த பேச்சொலிக்கு இடையேதான் தெம்மண்ணா தம்கட்டி சங்கு ஊதினான். பரமசிவத்திற்கு அவன் வேலை எதுவும் பிடிக்கவில்லை. ஊர் சொல்லப்போகும்போதே அவன் மேல் கோபமாகத்தான் இருந்தார். டவுன்காரர்கள் போல வெள்ளைக் காகிதத்தில் எழுதிக்

கையெழுத்து வாங்கிக் கொண்டு வரவேண்டுமென்று பந்தலுக்குக் கீழே உட்கார்ந்திருந்தவர்களிடம் சொன்னார். அவர்கள் அனைவரும் நம்ம ஊர் தெம்மண்ணாவை நம்பாமல் யாரை நம்புவது என்று பரமசிவத்திற்கு சமாதானம் சொன்னார்கள்.

அன்னம்மா கிழவியை இறக்கிப் போட்டதிலிருந்து ஊர்ஊராகச் சொல்லிவிட்டு இப்போதுதான் ஓய்ந்திருந்தான். இழவு விழுந்துவிட்டது. இனி நீர்மாலைக்கு ஏற்பாடு செய்யவேண்டும். மயானக்கரையில் குழி வெட்டுவதற்கு ஏற்பாடு செய்யவேண்டும். காரியத்திற்கு ஊர் உறவு சொல்லவேண்டும். தெம்மண்ணாவுக்கு நிறைய வேலை இருந்தது. வயதான காலத்தில் அவனை ஊர்க்காரர்கள் வேலை சொல்லிக்கொண்டு இருந்தார்கள்.

எர்ணம்பட்டிக்காரர்களும் மணியம்பட்டிக்காரர்களும் இழவு வீட்டிற்கு வந்து சேர்ந்துவிட்டால் கிழவியைக் கொண்டு போய் அடக்கம் செய்துவிடலாமென்று பரமசிவம் காத்திருந்தார். முதல் பஸ்சுக்கு யாரும் வரவில்லை. இரண்டாவது பஸ்சுக்கு இன்னமும் நேரமிருந்தது. டவுனிலிருந்து காடாத்துணியும் சேலையும் வாங்கிக்கொண்டு வருவதற்கு டீக்கடை பாண்டியும் பொன்னுவும் போயிருக்கிறார்கள்.

"இரண்டு நாளைக்கு முன்னாடி கேப்பைப்புட்டு வேணுமின்னு கேட்டுச்சே. மழைக்கு கேப்பை மாவு அரைச்சிட்டு வரல அத்தை. இரண்டு நாள்ல மழை நின்னதும் மாவு அரைச்சுட்டு வந்து புட்டு அவிச்சித் தர்றேன்னு சொன்னேன். பாவிக்குத் தெரியாமப்போச்சே."

“அடி பாதகத்தி. என்கிட்டே கேட்டிருந்தாலும் ஒருபடி மாவு கொடுத்திருப்பேன். கிழவிக்கு வாய்க்கு ருசியாக அவிச்சித் தந்திருக்கலாம்” என்று செட்டியாரம்மா சேலை முந்தியை மடித்துக்கொண்டு சொன்னாள். செட்டியாரம்மா வீட்டிற்குள் உட்கார்ந்து கொண்டு ஊர்நாட்டாமைப் பேச்சுப் பேச ஆரம்பித்துவிட்டாள்.

இரண்டாவது பஸ் ஊருக்குள் வந்து நிற்கிற சத்தம் கேட்டது. தெம்மண்ணா பஸ்சிற்குள்ளிருக்கிறவர்களுக்குக் கேட்கட்டுமென்று ஓங்கி உரைத்து ஊதினான். டீக்கடைக்குப் போகிறவர்கள் எழுந்து நடக்கத் தொடங்கினார்கள். மழை இப்போது முன்னைவிட வலுத்துப் பெய்யத் தொடங்கியது. இரண்டாவது பஸ்சிலிருந்து இறங்கிய மணியம்பட்டி ஜனங்கள் பலரும் சாவு வீட்டை நோக்கி வந்தார்கள்.

அவர்களைப் பார்த்ததும் பரமசிவத்திற்கு சந்தோஷமாகப் போனது. இழவு வீட்டில் கூட்டம். நிற்பதற்கு இடமில்லை. எளசையில் பெய்த மழைக்கு நிறைய பேர் படுத்துவிட்டார்கள். ஊர்க்காரர்கள் பலரும் வீட்டுக்குள்ளே முடங்கிவிட்டனர். பஸ் பிடித்து வெளியூர்க்காரர்கள் இழவு வீட்டிற்கு வரமாட்டார்கள் என்று பரமசிவம் நினைத்தார். நிறைய பேர் வந்து விட்டார்கள். வெளியூர்க்காரர்கள்தான் அதிகமாகப் பந்தலடியில் உட்கார்ந்திருந்தனர். ஓட்டை விழுந்த தார்ப்பாயை வாடகைக்கு எடுத்துக்கொண்டு வந்து பந்தலுக்குக் கீழே விரித்திருந்தனர். பந்தல் போட்டவன் நெருக்கமாக கிடுகு போடாமல் அலசலாகப் பின்னிவிட்டான். கிடுகுக்கு இடைவெளியில் மழைதூறிக் கொண்டிருந்தது. தார்ப்பாய் முழுதும் மழை நீர் விழுந்தது. பாதையெங்கும் சேறும் சகதியுமாக இருந்தது. பந்தலுக்குக் கீழே உட்காரமுடியவில்லை. மண் சுவர் மேல் மழை விழுந்து கோடு போல நீர் வடிகிறது. தகரவீடுகளிலிருந்து சத்தம் பெரியதாகக் கேட்டுக்கொண்டிருந்தது. மழை ஊரை மாற்றிவிட்டது. கோழிகள் பஞ்சாரத்திற்குள்ளிருந்து வெளியேறவில்லை. தீவனத்தைத் தின்று விட்டு முடங்கிக்கொண்டன. பட்டி ஆடுகள் கொடாப்புகளிலும் மரத்தடியிலும் முட்டுச்சந்துகளிலும் மழைக்கு ஒதுங்கி நின்றன.

காளிமுத்து இரண்டுபேரைத் துணைக்கு வைத்துக்கொண்டு பாடைகட்டிக் கொண்டிருந்தார். காளிமுத்து மூங்கில் கம்புகளில் பாடை கட்டுவதில் கெட்டிக்காரர். பாடையை மயானத்திற்குப் போய்ச் சேர்ந்த பிற்பாடும் உடைப்பதற்கு யாராலும் முடியாது. பச்சை மூங்கில் பந்தலடியில் குமிந்து கிடந்தது. படுக்கைக்குத் தென்னம் கிடுகு போடவேண்டுமென பின்னிக்கொண்டிருந்தார்கள். மழை என்ற போதிலும் இழவு வீட்டில் வேலைகள் மும்முரமாக நடந்து கொண்டிருந்தன.

இரண்டாவது பஸ் திரும்பி ஊரைவிட்டுச்சென்றதும் இரண்டு குதிரை வண்டிகள் ஒன்றன் பின் ஒன்றாக வந்தன. குதிரை வண்டியைத்தொடர்ந்து மோட்டார் பைக்கும் வருவதை பரமசிவமும் ஊர்க்காரர்களும் பார்த்தார்கள். வெளியூர்க்காரர்கள் வருகிறார்கள் வழிவிடுங்கள் என்று கூட்டத்தில் யாரோ கத்தினார்கள். கூட்டம் இப்போது முன்னை விட கூடியது. காளிமுத்துவும் அவரோடு இருந்தவர்களும் பாடை கட்டி முடித்திருந்தனர். அலங்காரவேலை மட்டும்தான் மிச்சம். இதற்குள் கிழவியின் மேல் விழுந்திருந்த மாலை ஏராளமாகச் சேர்ந்திருந்தது. சுமை தாங்காது நாற்காலியோடு

கிழவியும் சேர்ந்து தள்ள மாடி விழுந்துவிடக்கூடாது என்பதற்காக பரமசிவம் மாலைகளை எடுத்துக்கொண்டு வந்து பந்தலடிக்குக் கீழே போட்டார்.

மழைக்கு ஒதுங்கி நிற்கக் கூட இடமில்லை. இந்த லெட்சணத்தில் மயானக்கரைக்கு எப்படி நடந்து போவது என்று கூட்டத்திலிருந்தவர்கள் யோசித்தார்கள். கூடியிருந்தவர்கள் பரமசிவத்தின் முகத்தைத்தான் பார்த்தார்கள். மழைக்கும் குளிருக்கும் கடுங்காப்பி குடிக்க ஆசைப்பட்டார்கள். செட்டியார் வீட்டுக் கொட்டத்தில் சமையல் வேலை நடந்து கொண்டிருக்கிறது. காலையில் உப்புமாவும் சர்க்கரையும். சமையற்காரன் கடுங்காப்பி போடுவதற்கு கருப்பட்டியைத் தட்டிக்கொண்டிருந்தான்.

காளிமுத்துவும் பரமசிவமும் கண் ஜாடையில் பார்த்துக்கொண்டார்கள். கூட்டம் இருக்கும்போதே கிழவியைக் குளிப்பாட்டி பாடை கட்டிவிடலாமென்பது அவர்களது நோக்கமாக இருந்தது. தாய்பிள்ளைகள் யாராவது வரவேண்டியது மீதமிருக்கிறதா என்று வீட்டிற்குள் சென்று பார்த்தார். வீடு முழுக்கப் பெண்கள் நிறைந்திருந்தார்கள். சுற்றிப் பார்த்துக்கொண்டார்.

"பரமசிவம் யாராவது வரணுமா" என்று பெரியதனம் கேட்டார்.

பரமசிவம் "அவ்வளவுதான் நீர்மாலைக்குப் போகலாம்" என்று சொன்னார்.

"முதலில் பொம்பளைங்க நீர்மாலைக்குக் கிளம்புங்க. இரண்டாவது ஆம்பளைங்க நீர்மாலைக்குக் கிளம்புறோம்" என்று காளிமுத்து பதில் சொன்னார்.

"நீர்மாலைக்கு சங்கு மட்டும் போதும். தெம்மண்ணா நீ முன்னாடி போடா."

இழவு வீட்டிற்கு வந்தவர்களும் இழவு வீட்டுக்காரர்களுமாக சேர்ந்து ஏற்பாடு செய்யத் தொடங்கினார்கள். பெரியதனமும் நாட்டாமையும் பந்தலடிக்குச் சென்றார்கள். மற்றவர்கள் அவர்கள் உட்கார்ந்து கொள்வதற்கு ஆட்கள் பெஞ்சில் இடம் தந்தார்கள். பெரியதனம் கூட்டத்திற்கு வந்த நேரம் சமையற்காரன் கடுங்காப்பியைக் கொண்டு வந்து தந்தான். "காப்பி நேரத்திற்கு ஆள் வந்துட்டாரு" என்று ஒருவர் பேசினார். "இரண்டு டம்ளரு வாங்கிக் குடிப்பாரு" என்று இன்னொருத்தர் பேசினார். பேசுகிறதைக் காதில்

வாங்கிக்கொள்ளாமல் நாட்டாமையோடு சேர்ந்து காப்பியைக் குடித்தார் பெரியதனம்.

செல்வி கூட்டத்தைப் பார்த்தாள். துரை வரவில்லையென்பது அவளுக்குத் தெரிந்துவிட்டது. ஜெயலெட்சுமி அத்தை வரமாட்டாள் என்று அவளுக்கு முன்கூட்டியே தெரியும். தன்னிடம் அத்தை சொல்லியது ஞாபகத்தில் இருந்தது. "கிழவி செத்தாலும் நான் அந்த வீட்டு வாசல்படியை மிதிக்கமாட்டேன்." அத்தைக்கு வீராப்பு. அவள் நினைத்ததை சாதித்துவிட்டாள். அத்தையைப் போல பெண்ணாகப் பிறக்கவேண்டும் என்று நினைத்துக்கொண்டாள். துரைக்கு ஆள் விட்டு இரண்டு தடவை சொல்லியும் அவன் வரவில்லை. செல்வி அவனுக்காகக் காத்திருந்தாள். துரை வந்துவிடுவான் என்றுதான் நம்பிக்கொண்டிருந்தாள். பாடையில் கிழவியைத் தூக்கி வைப்பதற்கு முன்பாகக் கூட அவன் வந்துவிடுவான் என்று நினைத்தாள். ஆனால் அவன் வரவில்லை. இனி வரமாட்டான் என்று அவளுக்குத் தெரிந்துவிட்டது. அன்னம்மா கிழவியை மயானக்கரைக்கு பாடைகட்டித் தூக்கிக் கொண்டு போனார்கள். அவள் மேல் மழை நீர் விழுந்தது. ஊர் ஜனங்கள் குடை பிடித்தும் முக்காடு போட்டுப் பாடைக்குப் பின்பாக நடந்து சென்றார்கள்.

***

"யார் யாருக்கு என்னென்ன வேணுமின்னு பேசிவைச்சிட்டிங்களா?" பெரியதனம் பேச்சைத் தொடங்கினார். மயானக்கரைப் போய் திரும்பியதும் பிறந்த வீட்டுப் பிள்ளைகள் சண்டையை ஆரம்பித்துவிட்டார்கள். பால்தெளிப்புக்குக் கூட இன்னமும் நேரம் குறிக்கவில்லை. அன்னம்மா வீட்டுப் பிறந்த பிள்ளைகள் சடவில் உட்கார்ந்திருந்தனர். பெண்கள் கூடிப் பேசி முடிவோடு இருந்தார்கள்.

பரமசிவம் தன்னுடன் பிறந்த பிள்ளைகளைப் பார்க்க விருப்பமில்லாமல் முகத்தை வேறு பக்கமாகத் திருப்பிக் கொண்டிருந்தார். பாகவஸ்திரம் எழுதுவதற்கு ஊர் நாட்டாமையோடு கணக்குப்பிள்ளையும் அவருடன் தலையாரியும் இரண்டு பேனாக்காரர்களும் வந்திருந்தார்கள். பேனாக்காரர்கள்தான் விலாவாரியாக எழுதுவது. சொத்து மொத்தத்தையும் அதன் மதிப்பு தவறாமல் சொல்லி இந்தப் பிள்ளைக்கு இந்தச் சொத்து என்று மனப்பூர்வமாக எழுதி வாங்கிக்கொள்வார்கள். ஊர் பஞ்சாயத்தில்

முடிவான பிறகு டவுன் சப்ரிஜிஸ்டர் ஆபீசுக்குப் போய்ப் பதிந்து கொள்வது வழக்கமாக இருந்தது.

அன்னம்மா வீட்டில் தளவாடச் சாமான்கள் நிறைய இருந்தன. மரக்கட்டில் மூன்று. மரபீரோ மூன்று. மரநாற்காலியும் மேஜையும் மூன்று. இருபத்தியெட்டு குத்துவிளக்கு. ஒன்பது தாம்பாளத்தட்டு. பனிரெண்டு பித்தளைத்தட்டு. மூன்று சில்வர் தட்டு. தம்ளரில் எல்லாமே சில்வர் வகை. மூன்று பெரிய பித்தளை அண்டா. மூன்று பெரிய குத்துசர்வம். மூன்று பெரிய செம்பு. சின்னச் செம்பு மூன்று. சில்வர் செம்பு வகையில் எதுவுமில்லை. இதுபோக கிண்ணம் தட்டுமுட்டுச்சாமான்கள் கரண்டி அரசலைப்பெட்டி உப்பு ஜாடி ஊறுகாய் ஜாடி எண்ணெய் ஜாடி என ஒவ்வொன்றிலும் ஒவ்வொன்று. போர்வை ஜமுக்காளம் துணி வகையறாக்களில் பட்டுச்சேலை மொத்தம் எட்டு. இதில் அகலக்கரை போட்டது நான்கு. சன்னக்கரை போட்டது நான்கு. பருத்தி நூல் சேலையில் மொத்தம் ஐந்து. உள்பாவாடை ரவிக்கை ஜம்பர் துண்டு விதத்தில் மூன்று. போர்வையில் நான்கும் ஜமுக்காளம் நான்கும் உபயோகம் செய்யும் விதத்திலிருக்கிறது. பேனாக்காரர்கள் எழுதி முடித்து வாசித்ததும் பெண்கள் அமைதியாகக் கேட்டுக்கொண்டார்கள். எதுவும் பதில் பேசவில்லை.

மூத்த பெண் சுப்பம்மா ஏற்கனவே தனது சகோதரிகளுடன் பேசிவைத்திருந்தாள். அவர்கள் பொருட்களாக பண்டபாத்திரங்களாக சேலை துணிமணியாக எதுவும் வாங்கிக்கொள்ளக்கூடாது. அண்ணன் தம்பிகள் சொத்தைப் பிரித்துக்கொண்டு சொத்தைக் கட்டிக்கொண்டு அழட்டும். தங்களுக்கு ஆளுக்கு இவ்வளவு என்று காசு பணத்தைக் கொடுத்து விடவேண்டும். அப்போதுதான் பத்திரத்தில் கையெழுத்துப்போடமுடியும் என்று ‘கட்டன்ரைட்டாக’ பேசிவிடவேண்டுமென்று முடிவு செய்திருந்தனர். சுப்பம்மா பேச்சுக்கு சௌடம்மாவும் காமாட்சியும் மறுப்பேதும் சொல்லவில்லை. அவர்களுக்கும் அதுதான் சரி என்று மனதில் பட்டது. காசுதான் முக்கியம் என்று முடிவு செய்தனர்.

பெரியதனம், “பொம்பளைகளுக்கு இதிலே எதுவேணுமின்னா கூச்சநாச்சமில்லாமல் கேட்டு வாங்கிக்கங்கம்மா. பின்னாடி இது இல்லை, அது இல்லைன்னா பஞ்சாயத்தில வந்து நிக்கக்கூடாது. சுப்பக்கா உனக்கு எது வேணும்?” என்று கேட்டார்.

“பிறந்த வீட்டுப் பொம்பளைகளுக்கு எதுவும் வேண்டாம்.”

"அப்படிச் சொல்லக்கூடாது தாயீ. அன்னம்மா சொத்தை சரிக்குச் சரியா எல்லாருக்கும் கொடுக்கணுமின்னு சொல்லியிருக்கா.”

"எங்களுக்கு துட்டு காசுதான் வேணும்.”

“இரண்டாவது பிள்ளை சௌடம்மா உனக்கு?”

"எனக்குந்தான்.”

“மூணாவது பிள்ளை காமாட்சி உனக்கு?”

"எனக்குந்தான்.”

கூட்டம் அமைதியானது. ஒருவர் முகத்தை ஒருவர் பார்த்துக்கொண்டனர். மூவரும் சொல்லிவைத்ததுபோல பேசியதைக் கேட்டு பொன்னம்மாளும் செல்லமும் ஆச்சரியப்பட்டுக் கொண்டார்கள். பரமசிவம் தான் இருக்கிற வீட்டிற்கு ஆபத்து வந்துவிடக்கூடாது என்பதில் கவனமாக இருந்தார். காளிமுத்துதான் தனக்கு எதிராக இருப்பான் என்று நினைத்தார். இப்போது தங்கைகள் மூவரும் சேர்ந்து கொண்டது அவருக்குக் கோபத்தை உண்டாக்கியது. பேனாக்காரர்கள் தாங்கள் எழுதி வைத்திருந்ததை நிறுத்தி வைத்திருந்த இடத்திலிருந்து திரும்பவும் வாசித்தனர்.

“நூறுரூபாய் நோட்டில் பனிரெண்டும் ஐம்பது ரூபாயில் பத்தும் இருபது ரூபாயில் இருபத்தி ஐந்தும் பத்து ரூபாயில் நாற்பத்தி ஏழும் ஆக மொத்தம் இரண்டாயிரத்து அறநூத்தி எழுபது ரூபாய்.”

“இந்தப் பணத்தை செல்விக்குக் கொடுக்கணுமின்னு சொல்லியிருக்கு. சாட்சி பக்கத்து வீட்டு தனலெட்சுமியும் செட்டியாரம்மாவும் கணக்குப்பிள்ளையும். பொம்பளைகளுக்கு ஏதேனும் மறுப்பேதும் இருக்கா?” என்று ஊர் நாட்டாமை கேட்டார். பிறந்த வீட்டுப்பிள்ளைகள் ஒத்துக்கொண்டார்கள். பெரியதனம் அவர்களது எண்ணத்தைப் புரிந்து கொண்டார். பிள்ளைகள் மூவரும் பெரிய தொகைக்கு ஆசைப்படுகிறார்கள். அவர்கள் அதற்காகத்தான் விட்டுப்பிடிக்கிறார்கள் என்று நினைத்தார். நாட்டாமை கோபத்துடன் “அண்டா பாத்திரம் சேலை துணிமணி எதுவும் வேண்டாமுன்னு சொன்னீங்க. சரி, துட்டும் வேணாமுன்னா எப்படி. வேறே என்னதான் வேணும்? சொன்னாத்தானே தெரியும்” என்று சத்தம் போட்டார்.

“வீடு வாசல் தோப்பு வயலுன்னு இன்னைக்கு தேதிக்கு இருபது லட்சத்துக்கும் எங்க அம்மா பேரிலே சொத்து இருக்கு. அதை சரிக்குச் சரியா பிரிச்சுக்கொடுங்க. அதை விட்டுட்டு சின்னப்பிள்ளைக்குக் கொடுக்கிறது மாதிரி கொடுத்து ஏமாத்தப்பார்க்கிறீகே" என்று சுப்பம்மா சொன்னதும் செல்லம்மா பிடித்துக்கொண்டாள்.

“யாரடி நாங்க ஏமாத்துறோம். மரியாதையா பேசு.”

“பொம்பளைங்க பேச்சைக்கொறைங்க. பெரியவங்க நாங்க எதுக்கு இருக்கோம்.”

“மேற்கொண்டு பேசுங்கப்பா."

“இருபது லட்சம் ரூபாயின்னு கிரயம் பேசி வித்துட்டு ஆறு பங்கா போட்டுக் கொடுங்க”

“சொத்தை விக்குறதுக்கு நீ யாரு.”

“நாங்க கேட்காமல் வேறே யாரு கேட்கப்போறாங்க. சொத்துக்கு உறுத்தானவங்க கேட்கிறோம். தகராறு செய்யாமல் கொடுங்க."

“வீட்டை காட்டை தோப்பை எதையும் விக்கமுடியாது. காசு தரமுடியாது."

“பரமசிவம் அப்படிப் பேசக்கூடாது. பொம்பளைங்க கேட்கிறாங்க. அவங்களுக்கு எடுத்துச்சொல்லிப் புரியவைக்கணும். ஆட்டைக் கூறு போடுறமாதிரி சொத்தைக் கூறு போட்டா திரும்ப ஒன்னு சேக்கமுடியாதுப்பா. அப்படியே ஒன்னு சேர்த்தாலும் அதுக்கு உசுரு இருக்காது.” பெரியதனம் தான் மிகப்பெரிய விஷயத்தைச் சொல்லிவிட்டது போல கண்ணீர் வடித்தார். அவருக்குக் கண்கள் கலங்கவில்லை. இருந்த போதிலும் கண்களைத் துடைத்துக்கொண்டார்.

"ஆளுக்கு ஒரு லட்சம் கொடுத்துருங்க. எப்போதும் போல நாங்க வந்துட்டுப் போயிட்டு இருக்கோம். சொத்தை அண்ணன் தம்பிகள் எப்படி வேணுமின்னாலும் பங்கு போட்டுக்கிரட்டும்” என்று சௌடம்மா முதல் தடவையாக வாயைத் திறந்து பேசினாள்.

பொன்னம்மாவும் செல்லம்மாவும் விக்கித்துப்போனவர்களாக அப்படியே நின்றார்கள். அவர்களுக்கு என்ன பதில் பேசுவது என்று தெரியவில்லை. பெரியதனத்தையும் நாட்டாமையையும் மாறி மாறிப் பார்த்துக்கொண்டார்கள். காளிமுத்து எதுவும்

பேசிக்கொள்ளவில்லை. தனக்குப் பிள்ளைகள் எதுவுமில்லை. இனிமேலும் பிறக்கப்போவதில்லை. சொத்தை வைத்துக்கொண்டு தான் ஒன்றும் செய்யப்போவதில்லை. பெரியவர்கள் பேசி முடிவெடுக்கட்டும் என்று ஒதுங்கிக்கொண்டார்.

“பரமசிவம், உன்னுடைய அபிப்ராயத்தைச் சொன்னாத்தான் மேற்கொண்டு பேசிமுடிக்க முடியும். சின்னவன் ஏற்கனவே பஞ்சாயத்துக்குக் கட்டுப்படுறேன்னு சொல்லிட்டான்.”

பரமசிவம், “அவனுக்கு சரி. பிள்ளை இருக்கா குட்டி இருக்கா? இரண்டு பொம்பளைப் பிள்ளையை வைச்சிருக்கேன். என் கடைசிக் காலம்வரைக்கும் அதுகளை நாந்தான் காப்பாத்தி ஆகணும். ஒருத்தி வாக்கப்பட்டுப் போய் திரும்பி வீட்டில இருக்கா. அதுக்கு வழிசெய்யணும். உருப்படாத பயல் ஒருத்தன் வீட்டில இருக்கான். எனக்கு இந்தச் சொத்தை விட்டா வேறு வரும்படி என்ன இருக்கு? பெரியவங்க எனக்கு ஒரு வழி சொல்லுங்க" என்று முடிவை அவர்கள் பக்கம் திருப்பி விட்டார்.

“எங்களுக்கும் இனிமேற்பட்டு யார் இருக்கா. எதுன்னாலும் நாங்க யார்கிட்டே போய் நிப்போம்” என்று சுப்பம்மாவும் காமாட்சியும் கண்களைக் கசிந்து கொண்டு கூட்டத்தைப் பார்த்துப் பேசினார்கள்.

“இப்படி ஏட்டிக்குப்போட்டியா பேசிட்டு இருக்கக்கூடாது. யாராவது ஒருத்தர் இறங்கி வந்தால்தான் பேசி முடிக்கமுடியும்.”

“பேசிட்டே இருந்தா முடியாது பெரிசு. விஷயத்தை வெளியே கொண்டு வரணும்.”

“வெளியேன்னா?”

“ஊர் பொதுவிலேதான். பஞ்சாயத்தை வீட்டில வைக்காமல் வெளியே வைச்சத்தான் நாலு பேருக்குத் தெரியும். நாலு பேர் சிரிப்பாங்க. நாலு பேரு நல்லது சொல்லுவாங்க. நாலுபேரு யோசனை சொல்லுவாங்க” என்று நாட்டாமை கேலியாகச் சொன்னார்.

"எதுக்கும் நாங்க ரெடியாத்தான் இருக்கோம்” சுப்பம்மா சேலை வரிந்து கட்டிக்கொண்டு முன்னால் வந்து நின்றாள். அவளுக்குப் பின்பாக சௌடம்மாவும் காமாட்சியும் வந்து நின்றார்கள்.

“பிறந்த வீட்டிலிருந்து கொடுத்துவிட்டாங்கன்னு தாம்பாளத்தட்டைக் கொண்டு போய் புருஷன்காரங்கிட்டே கொடுத்தா யாருக்கு

மரியாதை கெட்டுப்போகும்? எங்களுக்கா? உங்களுக்கா? அதுக்குப் பஞ்சாயத்துக்குப் போய் நிக்குறது பரவாயில்லை."

"அவங்க சொல்லுறதில நியாயம் இருக்கு பரமசிவம். கொஞ்சம் யோசி."

"இதிலே என்னா யோசிக்கிறதில இருக்கு. பேசுங்க, பேசி ஒருமுடிவுக்கு வாங்க. என்னால இப்போ ஆளுக்கு ஒரு லெட்சம் தரமுடியாது. அவ்வளவு ரூபாயும் இல்லை. வித்துக்கொடுக்கிறதுக்கு எனக்கு சம்மதம். எதை விக்கிறதுன்னு சின்னவனைக் கேட்டுட்டு முடிவு செய்யுங்க. ஆனா இனிமேற்பட்டு அவங்க யாரும் இந்த வீட்டிற்குள்ள அடியெடுத்து வைக்கக்கூடாது. நான் சாகிறன்னைக்கு என் முகத்தைக்கூட பார்க்கக்கூடாது. இப்போ சொல்லிட்டேன்" என்று பரமசிவம் தனது தோளில் கிடந்த துண்டை உதறி வெளியேறினார்.

பரமசிவம் வீட்டை விட்டு வெளியேறியதும், காளிமுத்துவும் வெளியே நடந்தார். அவர்கள் ஒருவரையொருவர் பார்த்துக்கொண்டு பிரிந்தனர். வாசலில் நின்றிருந்த தெம்மண்ணாவுக்குப் பழைய சோறு போடுவதற்கு வந்த பொன்னம்மா அவனுக்குப் பித்தளை குண்டா நிறைய சோறையும் குழம்பையும் கொடுத்தனுப்பினாள். அவன் வாங்கிக்கொண்டு வீட்டிற்குச் சென்றான். அவனைத் தொடர்ந்து வண்ணான் பொம்பளையும் அவளுடன் இரண்டு கழுதைகளும் தெருவுக்கு வந்தது. வண்ணாத்திக்குப் பழைய சோத்தையும் குழம்பையும் கொடுத்துவிட்டுப் பாத்திரங்களைத் தேய்ப்பதற்கென எடுத்துப்போட்டாள். சாம்பலை வைத்து பாத்திரங்களைத் தேய்க்கத் தொடங்கினாள். முத்துமீனாவும் செல்வியும் அவளுக்கு உதவியாகத் தண்ணீர் பிடித்து ஊற்றவும் துலக்கிய பாத்திரங்களை வீட்டிற்குள்ளாக எடுத்து வைப்பதுமாக இருந்தார்கள். அக்கா தங்கைகள் மூவரும் கோபமாகத் தாங்கள் கொண்டு வந்த துணிகளைப் பைக்குள் எடுத்து வைத்துக்கொண்டு ஊருக்குப் புறப்பட்டுச் செல்லத் தயாரானார்கள்.

அவர்களைப் பெரியதனமும் நாட்டாமையும் சமாதானம் செய்தார்கள். அதையும் மீறி அவர்கள் ஊருக்குப் புறப்பட்டனர். மதியம் ஒருமணி பஸ்சுக்கு பெட்டியைக் கட்டிக்கொண்டு மரத்தடியில் நின்றனர். சாப்பிடாமல் கூட அவர்கள் வீட்டைவிட்டுச் சென்றது பொன்னம்மாவிற்கு சஞ்சலமாக இருந்தது. மதிய சாப்பாட்டிற்கு வந்த பரமசிவத்திற்குக் கேட்டதும் சங்கடமாக இருந்தது. சாப்பிட உட்கார்ந்தவருக்கு கஷ்டமாகப் போனது. ரோட்டு முக்கில் பேருந்து

வந்து போகிற சத்தம் கேட்டது.

பரமசிவம் தான் அமர்ந்திருந்த வீட்டையும் அதன் வாசலையும் பார்த்துக்கொண்டார். திண்ணையின் இரு பக்கமும் இருந்த மரத்தூண்களையும் வரிசையாக இருந்த இரும்புக் கிராதிகளையும் பார்த்துக்கொண்டார். வாசலிலிருந்து பார்த்தால் கொல்லைப்புறம் வரை துணுக்காகத் தெரிகிறபடி கட்டிய வீடு. வீட்டிற்குள்ளே தூண்கள் யானையின் கால்களைப் போல நின்றிருந்தன. இரண்டு பேர் சேர்ந்து கட்டிக்கொள்ளவேண்டும். மழைக்காலத்தில் அதிலிருந்து வரும் வாசம் வீடு முழுக்க மணக்கும். ஜாதி மரம். கருத்துப்போய் நின்றிருந்தது. நிலைப்படியில் இருந்த பொம்மைகளின் கண்கள் அச்சு அசலாக அப்படியே இருந்ததை ஊருக்கு வருகிறவர்கள் பலரும் வேடிக்கை பார்த்துவிட்டுச் சென்றிருக்கிறார்கள்.

தனது பூர்வீக வீட்டை விற்றுவிட்டு வேறு எங்குபோவது? வயலை விற்க வேண்டும். இல்லையென்றால் தென்னந்தோப்பை விற்க வேண்டும். பெண்கள் மூவருக்கும் ரூபாய் கொடுத்துவிட்டு மிஞ்சியதை வைத்துக்கொண்டு பிழைக்க வேண்டுமா? தன்னால் பிழைத்துக்கொள்ள முடியுமா? தனது தங்கைகள் ஏன் இப்படித் தன்னிடம் நடந்து கொள்கிறார்கள். அவர்களுக்கு இந்தச் சொத்தைப் பிரிக்க ஏன் இவ்வளவு ஆத்திரம் என்று யோசித்தபடி இருந்தார். அவருக்கு உறக்கம் வரவில்லை. செல்வியும் முத்துமீனாவும் மாறி மாறி அவரது கண்களுக்கு வந்து சென்றனர்.

(10)

கொடாப்பில் இரண்டு நாட்களுக்கும் மேலாக ஆடுகள் செருமலாக இருந்தது. சொணங்கி விழுந்தது. தவங்கியது. நிழலுக்கு இடந்தேடி அலைந்தது. யாராவது தங்களை ஏறெடுத்துப் பார்க்கமாட்டார்களா என்று முகம் பார்த்து நின்றது. யாரும் ஆடுகளைப் பார்க்கவில்லை. மேய்ச்சலுக்கு வயிறு நிறைந்திருக்கிறதா என்று வயிற்றைப் பார்த்து விட்டு ஓட்டினார்கள். தொரட்டியில் புட்டத்தைக் குத்தி விரட்டினார்கள். அப்படியிருந்தும் மேய்ச்சல் சொணக்கமாவதை முதலில் கண்டது பரமசிவம்தான். புழுக்கையைக் கையில் ஏந்தி கழிசலும் புழுவும் இருக்கிறதா என்று பார்த்தார். பிறகு ஒவ்வொரு உருப்படிகளைப் பிடித்து உடம்பையும் கால்களையும் முகத்தையும் தேய்த்து உண்ணியெடுத்தார். ராத்திரியில் மண் சட்டியில் விறகு போட்டு தீ மூட்டி கருவாட்டைப் போட்டு புகைவிட்டார். புகையில் ஆடுகள் அடைந்து மூச்சு வாங்கியது. ஆனாலும் செருமல் குறையவில்லை. வயிறு பிடிக்கவில்லை. தவங்கியது தவங்கியதுதான். பரமசிவத்திற்கு என்ன நோக்காடு என்று கண்டுபிடிக்கமுடியவில்லை.

கருவாட்டுப் புகைக்கு உண்ணிகள் உதிர்ந்து கொடாப்பு முழுக்கக் கிடந்தன. கூட்டி அள்ளி சுத்தம் செய்வதற்குப் பொழுது ஓடிவிட்டது. காய்ந்த புழுக்கையைச் சேகரித்து கூடையில் இட்டார். இரண்டு மூன்று உருப்படிகள் திடீரென வேகங்கொண்டு ஓடின. பரமசிவம் அவற்றின் வயிற்றை அப்போதுதான் பார்த்தார். பெருத்துப் போயிருந்தது. அவருக்குத் தெரியும். இது தீனியால் பெருத்த வயிறு இல்லை. உருப்படிகளுக்கு என்னமோ ஏதோ என்று வீரபாண்டிக்கு நேர்ந்து கொண்டார்.

“கொடாப்பு உருப்படிகளைக் காப்பாத்து தாயே. உனக்குக் கொடாப்பிலிருந்து கிடா ஒண்ணை விட்டுப் பொங்க வைக்கிறேன்.”

அன்று பிற்பகல் வேளைக்குப் பிறகு ஓடிய ஆடுகள் திரும்பவில்லை. பட்டிக்கு மசங்குகிற நேரத்திற்கு வந்துவிடுமென மேய்ச்சல் பூமிக்குச் சென்று பார்த்தார். சொணங்கிப்போய் பத்துக்கு மேலான உருப்படிகள் வீழ்ந்து கிடந்தன. பரமசிவத்திற்கு மனம் அடித்துக் கொண்டது. விபரம் தெரிந்தவர்கள் யாராவது வந்து கோளாறு சொல்லமாட்டார்களா என்று ஆட்களைத் தேடினார். வரப்பில் நடமாட்டம் இல்லை. ரோட்டுப் பக்கம் போய் யாரையாவது அழைத்துக் கொண்டு வரவேண்டும். கஞ்சிக்கு யாராவது ஊர் பக்கம் போய் வரும்போது சொல்லிவிட வேண்டுமென நினைத்துக் கொண்டார். காளிமுத்து வரும் நேரந்தான். அவரிடம் ஒரு பீடிக் கட்டு மட்டும்தான் இருந்தது. தீப்பெட்டியில் பத்துப் பதினைந்து குச்சிகள் இருந்தன.

தூரத்தில் இரண்டு உருப்படிகள் ஒன்றையொன்று துரத்திக் கொண்டு ஓடிவருவது போல ஓடி வந்தது. பரமசிவத்திற்குப் புலப்படவில்லை. கிடா சமயத்தில் ஒன்றையொன்றை முட்டிக் கொண்டு துரத்துமென்று கவனிக்கவில்லை. தூசி பறக்க ஓடிவந்த மருக்கைகள் இரண்டும் வாயில் திரவம் ஒழுகத் தவறி விழுவது போல விழுந்தன. ஆகாயத்தைப் பார்த்து வாய் திறந்து மூடிக்கொண்டன. பற்கள் நீலமும் வெள்ளையுமாக இருந்தது. நாக்கு உள்ளே மடிந்து கிடந்தது. அதன் கண்கள் திறந்து மூடிக்கொண்டதை பரமசிவத்தினால் பார்க்க முடிந்தது.

பரமசிவம் ஓடிப்போய் பார்த்தார். மருக்கைகள் இரண்டும் அடங்கியிருந்தன. அவரறியாது அவரது கண்களிலிருந்து நீர் கசிந்தது. நெஞ்சு அடித்துக் கொண்டது. அய்யோ என்று கதறினார். அருகிலிருந்த கொடாப்பில் யாருமில்லை. ரோட்டுக்குப் போய் யாரை அழைத்துக் கொண்டு வருவது. ஊரிலிருந்து ஆட்கள் வரும் வரை காத்திருக்க வேண்டும். கொடாப்பை விட்டுப் போவதற்கு மனமில்லாமல் உருப்படிகளுடன் உட்கார்ந்து கொண்டார். இரண்டு மருக்கைகள் யாருக்கும் இல்லாமல் அடங்கிவிட்டதை அவரால் தாங்கிக்கொள்ள முடியவில்லை. பரமசிவம் இந்தப் பட்டியை வெறும் பத்து ஆட்டுக்குட்டிகளுடன் மேய்ச்சலுக்குத் தொடங்கியவர். பத்து பன்னெண்டாகி இருபதாகி ஐம்பது உருப்படிகளுடன் பரமசிவத்தின்

பட்டி கொழுத்து நிற்கிறது. யார் கண் பட்டுப் பொசுங்கியது என்று தெரியவில்லை.

காகத்தின் கூப்பாடு தொடர்ந்து கேட்டது. சுப்பன் ஊர்தலையாரியுடன் மோட்டார் வண்டியில் வருவதை பரமசிவம் பார்த்தார். அவர்கள் இருவரும் கொட்டாப்புக்குத்தான் வருகிறார்கள் என்று தெரிந்தது. அவர்கள் பட்டிக்கு அருகில் வண்டியை நிறுத்தி விட்டு இறங்கிக் கொண்டார்கள்.

காகத்தின் இரைச்சலைக் கண்ட சுப்பன் பட்டிக்குள் உருப்படிகளுக்கு ஏதேனும் சீக்குப்பிடித்திருக்கிறதா இல்லை அடிவிழுந்து ரத்தக் கட்டு உண்டாகியிருக்கிறதா என்று நோட்டமிட்டார். ஊர்தலையாரி வேட்டியைத் தூக்கிக் கட்டிக் கொண்டு தரையில் கிடந்த வேப்பங்குச்சியை எடுத்துக்கொண்டார்.

"யாருக்கு எந்தக் கெடுதல் செஞ்சேன். எனக்கு இப்படி வந்து விடிஞ்சிருக்கு" என்று பரமசிவம் புலம்பினார்.

சுப்பனுக்குத் தெரிந்துவிட்டது. பரமசிவத்தின் பட்டியில்தான் உருப்படிக்கு ஏதோ நோக்காடு வந்திருக்கிறது என்று யூகித்துக் கொண்டார். பட்டிக்குள் காலடி எடுத்து வைத்து நடந்தார். மண் இறுக்கமாக இருந்தது. புழுக்கைகளின் வீச்சத்தில் பால் கவுச்சியோ கொளுந்து கவுச்சியோ இல்லை. பதிலாக, அழுகிய புண்ணின் வாடை குமட்டிக் கொண்டு வந்தது. இந்த வீச்சத்தில் பரமசிவம் எப்படிப் படுத்திருக்கிறான் என்று ஊடே நகர்ந்த வெள்ளாட்டைத் தூக்கினார்.

துள்ளலும் துடிப்புமாக ஓடிக் கொண்டிருந்த ஆடுகள் பலவும் வேத்து ஆளின் நடமாட்டத்தால் ஓரிடத்தில் நின்று கொண்டன. சுப்பன் வெள்ளாட்டின் குரலைக் கவனித்தார். இரண்டு மாதங்களுக்கு முன்பாக இதே போல தான் சுப்பனின் பட்டியில் இரண்டு ஆடுகள் அடங்கின. நோக்காடு என்னவென்று தெரியவில்லை. சீக்கு வந்திருந்தாலும் வைத்தியம் செய்திருப்பார். திடுதிப்பென்று ஓடிப்போய் விழுந்து அடங்கிவிட்டது. கால்கள் மடங்கவில்லை. வாய் மட்டும் இரண்டு தடவை திறந்து மூடிக்கொண்டது. ஊருக்குத் தெரியாமல் டவுனிலிருக்கும் கறிக்கடைக்காரனுக்கு போன் போட்டு வரச்சொன்னார். பாதிக்குப் பாதியாக விற்றுப் பணத்தை வாங்கிக்கொண்டார். கறிக்கடைக்காரன் ஓலைப்பாயும் கசாப்புக் கடை கத்தியுமாக வந்திருந்தான்.

"அம்மாபட்டியிலும் இப்படித்தான் மூணு உருப்படிகள் விறைச்சுப்போய்க் கிடக்குது. நட்டமா நின்னது மாதிரி அடங்கிப் போச்சு. என்ன நோக்காடு, என்ன சீக்குன்னு வைத்தியரு வாயைத் திறந்து பார்த்துட்டு இருக்காரு. பார்த்துட்டு இருங்கடான்னு வந்துட்டேன். அடங்கிப்போச்சா , கறிக்கடைக்காரனைக் கூட்டிட்டு வந்து விலையைப் பேசி வித்துட்டு போகவேண்டியதுதானே" என்றவன் கொண்டு வந்த குத்துக் கத்தியை எடுத்து அடங்கிய ஆட்டின் குரவளையை அறுத்தான். ரத்தம் பச்சைவாடையோடு தரையில் ஒழுகியது. அறுத்தவுடன் அதன் நீர் பிரிந்தது. புட்டத்திலிருந்து புழுக்கைகள் சிதறி நாலாபக்கமும் விசிறியடித்தது. ரத்தம் தரையில் ஒழுகி நின்றது. கறிக்கடைக்காரன் புழுக்கைகளை எடுத்து அமுக்கிப் பார்த்தான் பிசுபிசுவென நீர் போல கையில் ஒட்டிக்கொண்டது. கறிக்கடைக்காரன் மோட்டார் வண்டியிலிருந்த ஓலைப்பாயை விரித்துப் போட்டான்.

ஆட்டின் கண்கள் இரண்டும் மேலாகக் குத்தி நின்றதும் முற்றிலுமாக உயிர் அடங்கியது. விருட்டென்று அதன் தலையை பிடித்து முண்டத்தை அறுத்துப் போட்டான். தலை வேறு முண்டம் வேறாக உருப்படி பிரிந்ததும் கசாப்புக் கடைக்காரன் விறுவிறுவென்று அறுத்துப் போட்டான். "வாங்க அண்ணே, கொஞ்சம் ஒத்தாசை செய்யுங்க. இல்லைன்னா கறி பழசு மாதிரி இறுகிப் போயிரும். வித்துக் காசாக்க முடியாது. ஹோட்டல்காரன் முந்தி மாதிரி இல்லண்ணே. தின்னு பார்த்துட்டுத்தான் காசு தர்றான்" என்று வயிற்றை வகிர்ந்தான். குடல் பிதுங்கிக்கொண்டு வெளியே தள்ளியது. அந்தக் கறிக்கடைக்காரன் சொல்லியிருந்தான். துள்ளி விழுந்ததும் போன் செய்துருங்க வந்துர்றேன். உசிரு அடங்குறதுக்குள்ளே அறுத்து கறியாக்கிக் காசாக்கிடணும் என்று போன் நம்பர் கொடுத்துவிட்டுச் சென்றிருந்தான்.

சுப்பனிடம் கசாப்புக்கடைக்காரனின் போன் நம்பர் இருந்தது. பரமசிவத்திடம் எதுவும் கேட்காமலேயே போன் செய்தார். பரமசிவம் புரிந்து கொண்டவராக கையமர்த்தினார். "வேண்டாம் சுப்பண்ணா. அடுத்தவன் திங்கிறதுக்கு நம்ம ஊர்க்காரன் தின்னுட்டுப் போகட்டும். ஊருக்கு சாட்டு கொடுத்து ஊர்க்கறி போட்டுக் கொடுத்துருறேன்" என்று சொன்னார்.

பரமசிவம் தனது டவுசர் ஜோப்பிலிருந்த செல்போனை எடுத்து போன் போட்டார். "நாந்தான் பரமசிவம் பேசுறேன். பக்கத்தில என்

சம்சாரம் பொன்னம்மா இருந்தா கூப்பிடுங்க" என்றார். பரமசிவத்தின் வீட்டுக்குப் பக்கத்திலிருந்த மளிகைக்கடையில் ஒரு ரூபாய் போன் இருந்தது. அந்த நம்பருக்குத்தான் அவர் அழைத்தார். பொன்னம்மா காட்டு வேலைக்கு எதுவும் போகாமல் ஊர் யோகத்திற்கு வீட்டில் இருந்தாள். அவள் வாய் நிறைய வெற்றிலை சாறோடு 'ஹலோ', 'ஹலோ' என்று கத்தினாள். பரமசிவத்திற்கு காது 'நெய் நெய்' என்று சத்தம் கேட்பது போலிருந்தது.

"நாந்தான் பேசுறேன்."

"சொல்லுங்க மாமா. கொடாப்பிலே இருந்து இன்னைக்கு ராத்திரிக்கு வர்றீங்களா?"

"இல்லைடீ. இரண்டு ஆடுகள் சீக்காயிப் போச்சு. ஊர்க்காரங்களுக்கு யாருக்கும் சொல்லாதே. கார்காரன் அடிச்சிட்டுபோயிட்டான்னு பொய்ச் சொல்லு. அழகுப்பயலை ஓலைப்பாயையும் ஈயச்சட்டியையும் எடுத்துட்டு வரச்சொல்லு. அறுத்துக்கிட்டு இருக்கேன். கறியை வாங்கிட்டுப்போகச் சொல்லு" என்று சொல்லி போனை வைத்தார். பரமசிவம் வேட்டியை அவிழ்த்து தூர வைத்தார். மேல்சட்டையை அவிழ்த்து சுருட்டி புற்களுக்கு மேலாக வைத்தார். சுப்பனும் பரமசிவமும் உருப்படியைக் கூறு கறி போட்டார்கள். பரமசிவம் உருப்படிகளின் கால்களைத் துண்டாகப் பிரித்தெடுத்துக் கொச்சையில் கட்டினார். ஊர்தலையாரி கொடாப்பு ஓரமாக உட்கார்ந்து கொண்டு வேடிக்கை பார்க்க ஆரம்பித்தார்.

பரமசிவத்திற்குப் பழைய சம்பவங்கள் ஞாபகத்திற்கு வந்தன. அப்போது அவர் பள்ளிக்கூடத்திற்குச் சென்று கொண்டிருந்தார். ஜெயலெட்சுமி பிறந்து மூன்று மாதம் முடிந்திருந்தது. இதே போலத்தான் மறிக்குட்டிகளுக்கு நோக்காடு வந்து தவங்கித் தவங்கி விழுந்தன. அப்பாரு வைத்தியத்திற்கு எதுவும் கட்டுப்படவில்லை. வேப்பிலை சாறெடுத்து வாயில் ஊற்றிப்பார்த்தார்கள். எதற்கும் கட்டுப்படவில்லை. தவங்கிய குட்டிகள் விழுந்தன. அழகுமுத்து சாவதற்கு முன்பாக அறுத்துக் கறி போட்டுவிடலாமென மேய்ச்சல்காரர்களுடன் முடிவு செய்தார். ஊர் கறிக்கு ஆட்கள் வந்து நின்றார்கள். பத்து ஆட்டை உரித்துப் போட்டார்கள். ஈரலும் குடலுமாக ஆடுகள் உருக்குலைந்து தலை வேறு முண்டம் வேறாக ஓலைப்பாயிலும் ஈயச்சட்டியிலும் கிடந்தன.

அன்னம்மா சேலையை வரித்துக் கட்டிக்கொண்டு அடுப்பை

மூட்டினாள். சோளச்சோறு பொங்கினால் கறிக்குழம்புக்கு நன்றாக இருக்குமென்று வெள்ளைச் சோளத்தை வாங்கிக்கொண்டு வந்து உலை வைத்தாள். சட்டியில் கறி வெந்து கொண்டிருந்தது. பரமசிவமும் காளிமுத்துவும் அடுப்பின் முன்பாக வந்து உட்கார்ந்து கொண்டார்கள். மூத்த பெண் சுப்பம்மாவோடு சௌடம்மாவும் காமாட்சியும் சேர்ந்து கொண்டார்கள். அவர்கள் தாம்பாளத்தட்டை எடுத்து தங்கள் முன்பாக வைத்துக் கொண்டார்கள். கறி வெந்து சட்டியை இறக்கி வைத்ததும் ஆளாகப் பறந்தார்கள். கறி பூவாக வெந்து மலர்ந்திருந்தது. சௌடம்மா தாம்பாளத்தட்டில் விழுந்த ஈரலையும் மாங்காத்துண்டையும் எடுத்து காளிமுத்துவுக்கும் பரமசிவத்திற்கும் கொடுத்தாள். சுப்பம்மா சட்டியில் கரண்டியை விட்டுக் கிண்டி கறித் துண்டில் பெரிதாக இருந்த ஒன்றை எடுத்துப் பிய்த்துப் போட்டாள். அன்னம்மா பிள்ளைப்பால் கொடுத்துக் கொண்டிருந்தாள். அவளுக்கு கறிச் சோறு சாப்பிடக்கூடாது. கறிச் சோறு சாப்பிட்டால் பிள்ளைக்கு மந்தமாகி வயிறு பொருமிக்கொள்ளும்.

சுப்பம்மாதான் வீட்டு வேலை செய்தாள். ஜெயலெட்சுமி அழுதாள். பால் கொடுத்துவிட்டு உறங்கச்செய்யவேண்டும். அவளைக் குளிக்க வைத்து தொட்டில் கட்ட வேண்டும். பட்டிக்கு காவலுக்குப் போகிற ஆம்பளைகளுக்குச் சோறாக்கித் தரவேண்டும். அன்னம்மா கூன் விழுந்து வேலை செய்தாள். சுப்பம்மாவுக்குத் துணை சௌடம்மா. சௌடம்மாவுக்குத் துணை காமாட்சி. அழகுமுத்து வீட்டுப்பிள்ளைகள் நாலாவது ஐந்தாம் வகுப்பு படிப்புக்கு மேல் பள்ளிக்கூடத்திற்குப் போகவில்லை. வீட்டில் இருந்து கொண்டார்கள். அன்னம்மா சொல்லச்சொல்ல சமைத்துப்போடுவார்கள். துணி துவைப்பார்கள். பாத்திரம் தேய்ப்பார்கள். சுப்பம்மாவுக்கும் சௌடம்மாவுக்கும் பரமசிவத்தின் மேல் பிரியம். பழைய சோற்றைப் பிழிந்து வைத்து தயிர் ஊற்றித் தருவார்கள். பள்ளிக்கூடத்திற்கு பரமசிவத்தை அனுப்பி வைக்கும் வேளை அவர்களுக்கு. பள்ளிக்கூடத்திலிருந்து மதிய சாப்பாட்டு நேரத்திற்கு வரும்போது சுடுசோறு தயராக இருக்கும். கத்தரிக்காய் புளிக்குழம்பு காளிமுத்துவுக்கு உயிர். பழைய சோற்றுக்கு ஊற்றித் தின்பான் என்று தினமும் புளிக்குழம்பு வைத்துத் தருவாள் சுப்பக்கா. அப்படியிருந்தவள்தான் இப்போது சொத்தைப் பங்கு போடு என்று வாதாடுகிறாள் என்று நினைத்துக்கொண்டார் பரமசிவம். அந்த ஆசையெல்லாம் எங்கு போனது என்று தெரியவில்லை.

பரமசிவம் அவரது தங்கைகளைப் பார்த்து ஆறு மாதத்திற்கும் மேலாகிவிட்டது. அன்னம்மா கிழவி இறந்த அன்று வந்து சென்றவர்கள். பால்தெளிப்புக்கு ஆள் சொல்லிவிட்டும் வரவில்லை. பத்தாவது நாள் காரியத்திற்கும் வரவில்லை. சொத்து அவர்களை மீது வெறுப்பாகவும் அதேநேரம் அவர்களைப் பார்க்கவேண்டுமென்கிற ஏக்கமாகவுமிருந்தது. யாரிடம் போய் தன் கவலையைச் சொல்ல என்று விட்டுவிட்டார்.

கொடாப்புக்கு சற்றுத்தொலைவில் அழகுமுத்துப்பயலும் அவனுடன் கருத்தய்யனும் சைக்கிளில் வந்து கொண்டிருப்பது தெரிந்தது. கருத்தய்யன் சைக்கிள் பின்பாக அமர்ந்து பெரிய குத்துச்சட்டியைத் தலையில் கவிழ்த்தி வைத்திருந்தான். ஓலைப்பாயை சைக்கிள் குறுக்காகக் கட்டியிருந்தது தெரிந்தது. காகங்கள் ஆலமரத்தில் கும்பலாக உட்கார்ந்திருப்பதை அவர் பார்த்துக்கொண்டார்.

***

“ஒவ்வொரு ஆடா இப்படி சீக்காயி சீக்காயி செத்தா அப்புறம் எங்கே போறாது. டவுனுக்குப் போயாவது இதுக்கு வழியை கண்டுக்கிட்டு வாங்கப்பா” வெற்றிலைச் சாறு வடிய பெரியவர் ஆங்காரத்துடன் பேசிக் கொண்டிருந்தார். ஊரில் பஞ்சாயத்து கூடியிருந்தது. கொடாப்புக்காரர்களும் கிதாரிகளும் பட்டியோட்டி களுமாக அமர்ந்திருந்தனர். பாண்டியிடமும் வைரமணியிடமும் ஐந்தாறு ஆட்டுக்குட்டிகள் இருந்ததால் அவர்களும் பஞ்சாயத்துக்கு வந்திருந்தனர்.

பாண்டி வாயை வைத்துக்கொண்டு சும்மா இருக்காமல் “பாஸ்டர்கிட்டே போய் யோசனை கேட்போம். அவரும் பிரேயர் செஞ்சா சரியா போயிடுமுன்னு நினைக்கிறேன்” என்று சொன்னான்.

"அடேயேய் மாப்பிளே, உனக்கு கடலோரக் கவிதைகள் படத்திலே வர்ற ரேகா மாதிரி பொம்பளை கேட்குதாக்கும். கிறிஸ்துவச்சியைக் கல்யாணம் செய்துக்கணுமின்னா நீயும் அந்தாளோட போடா இவனே. அதுக்கு நாங்கதான் கிடைச்சோம்” என்று ஒருவர் அவனுக்குப் பதில் சொன்னார். அவர் குடித்துவிட்டு வந்திருப்பது அவர் பேசிய தினுசிலிருந்து தெரிந்தது. பஞ்சாயத்தில் சலசலப்பும் சத்தமும் கூடியது.

ஊர்தலையாரி கையசைத்தார். ஜனங்கள் அமைதியானார்கள். அவர்

“வெட்டியா பேசிட்டு இருக்கக்கூடாது. கரெட்க்கட்டா பேசணும். அப்படிப் பேசுறதா இருந்தா பேசு. இல்லைன்னா இடத்தைக் காலி செஞ்சுட்டு போ. என்ன செய்யலாமுன்னு டக்குன்னு ஒத்தை வாக்கியத்திலே பதில் சொல்லணும்” என்று கோபமாகச் சொன்னார்.

டீக்கடை பாண்டி தன் பேச்சுக்கு மரியாதை இல்லையென்றதும் சபையை விட்டு ஒதுங்கிக் கொண்டான். வைரமணி எதுவும் பேசவில்லை. ஆள் ஆளுக்கு ஏதேதோ பேசிக்கொண்டிருந்தார்கள்.

“ஊருக்குப் பொதுவில வீரபாண்டிக்குக் கிடா வேண்டிக்கிருவோம். பொங்க வைப்போம். வரி போட்டு பட்டு எடுத்துக் கொடுப்போம்” என்று ஒருத்தர் சொன்னார். தலையாரி "சரி, அடுத்து வேறென்ன சொல்லுங்கப்பா” என்று அவசரப்படுத்தினார். வேறு யாரும் பேசவில்லை. வைரமணி துணிச்சலாக "டவுனில இருந்து டாக்டரை வரச்சொல்லி ஊசி போடுறதுக்கு ஏதாவது செய்யுங்க. ஆயிரம் ரெண்டாயிரம் செலவழிஞ்சாலும் பிரயோஜனமாக இருக்குமில்ல” என்று சொன்னான்.

"ஏய் ஈஸ்வரி மகனே, ஊசி போட்ட ஆடு இரண்டும் செத்துப் போச்சப்பா. நீ என்னமோ பெரிசா யோசனை சொல்ல வந்துட்டே. டாக்டருங்க எந்த ஊசியைப் போடுறதுன்னு டவுனிலே கூட்டம் போட்டுப் பேசுறாங்களாம்” என்று நக்கலாகப் பேசினார்கள். அவர் பேசி முடித்தும் சிரித்துக் கொண்டார்கள். வைரமணிக்கு என்னவோ போலிருந்தது. பாண்டி "டேய் மாப்பிளே, மூடிட்டு இருடா” என்று அரட்டினான். அவர்கள் இருவரும் ஒருவரையொருவர் பார்த்துக் கொண்டார்கள். அவர்கள் எழுந்து கொண்டார்கள். யாருக்கும் தெரியாமல் எழுந்து கூட்டத்தை விட்டு வெளியேறினார்கள்.

பரமசிவம் ஊர் கறிச் சோறு போட்டு ஒருவாரத்திற்கும் மேலாகிவிட்டது. அதற்குப்பிறகு யாரும் ஊர் கறி போடவில்லை. ஆட்டை விலை பேசி டவுன் கறிக்கடைக்காரனுக்குக் கொடுத்துவிட்டார்கள். பரமசிவம் மனசு யாருக்குமில்லை என்று பேசியதோடு சரி. ஊர் ஜனங்கள் வாயில் நல்ல வார்த்தை வாங்குவதற்கு எத்தனை சிரமம். ஊர் ஜனங்கள் வாயில் விழாமல் இருக்க எத்தனை பாடுபடவேண்டியதாக இருக்கிறது என்று வைரமணி யோசித்தான்.

“கால்நடைத் துறை அமைச்சர் யாருடா? அவருக்குத் தந்தி அடிச்சு விஷயத்தைச் சொன்னா என்னடா?”

"தந்தியை எடுத்து ஒரு வருஷத்திற்கும் மேலாச்சு மாப்பிள்ளை. தபால் ஆபீசிலே தந்தி அடிக்கிறதுக்கு மிஷினே இல்லை இப்போ. எல்லாம் செல்போனிலேதான் பேசுறாங்க. செல்போனிலேதான் எல்லாமும். நீ எந்தக் காலத்தில இருக்கே?"

"நம்ம எம்.எல்.ஏகிட்டே போய் மனு கொடுத்தா என்னடா?"

"அவரு இப்போ ஏலத்தோட்டம் காப்பித்தோட்டமுன்னு திரியிறாரு."

"அப்போ யாருக்கிட்டேதான் சொல்லுறது. யாருதான் இதுக்கு சரிசெய்யுறது"

"நீ எதுக்குடா மாப்பிளே துடிக்கிறே. கடலைக்காட்டில கொசைட்டி சாம்பலை வீசிட்டுத் தட்டாம் பயறு பச்சை பயறுன்னு தோட்டத்து வெள்ளாமையைப் பாருடா."

"மனசு கேட்கலை மாப்பிளே. கவுர்மெண்ட்காரங்க நினைச்சாங்கன்னா ஏதாவது செய்யலாமுடா. அதுக்கு அவங்களுக்கு வழி வாய்ப்பு இருக்குடா. கவுன்சிலர் பயபுள்ளே கூட வந்து எட்டிப் பார்க்கமாட்டேங்கிறான். இதுக்குத்தான்டா சொந்தக்காரங்களுக்கு ஓட்டுப் போடக்கூடாதுன்னு சொல்லுறது. காசு வாங்கிட்டு பிராய்லர் கோழிக்கறி தின்னுட்டு ஓட்டுப் போட்டா இப்படித்தான்டா நடக்கும்."

"ஊருல ஒருத்தன் தவறாமல் காசு வாங்கிட்டுத்தான் கவுன்சிலருக்கு ஓட்டுப் போட்டான். சாதி கணக்கெடுத்து தான் காசுக்குப் பெயர் எழுதுறான். தெருவுக்குள்ளாறே யாரு யாரு எந்தெந்த சாதி, யாருக்கிட்டே பணத்தைக் கொடுத்து ஓட்டுவாங்குறதுன்னு அவனுக்குத் தெரியுது."

"இதுக்குத்தான் மாப்ளே நானு மிலிட்டரிக்குப் போகணுமின்னு சொன்னது. லெட்ச ரூபாய் கொடுத்து மிலிட்டரிக்கு அனுப்பமாட்டேங்குறாங்க. லெட்ச ரூபாய் கொடுத்து சைக்கிள் கடை வைச்சித்தர்றாங்க. சரி, பிடிச்ச வேலைக்குத்தான் அனுப்பலைன்னா, பிடிச்ச பொண்ணையாவது கல்யாணம் செஞ்சுத்தரமாட்டேங்குறாங்க. தலைவிதி" என்று வைரமணி புலம்பினான். அவர்கள் நடந்து டீக்கடைக்கு வந்தார்கள். டீக்கடையின் முன்பாக பாஸ்டர் நின்றிருந்தார். அவர் யாருக்காகவோ காத்திருந்தது தெரிந்தது. டீக்கடை பாண்டியைப் பார்த்ததும் "கடைசி பஸ்சு வர்ற நேரமா பாண்டி" என்று கேட்டார். பாண்டி தனது செல்போனை எடுத்துப்

பார்த்துக் கொண்டான். “இந்நேரம் வந்திருக்கணும். வரலைன்னா நேர் ரூட்டிலே ஒருவேளை தேவாரத்திற்குப் போயிருக்குமுன்னு நினைக்கிறேன். எதுக்கும் நில்லுங்க. தேவாரத்திற்குப் போகணுமா” என்று கேட்டான்.

“இல்லை, டவுனுக்குப் போகணும்” என்று சொன்னார். டீக்கடை பெஞ்சில் அவர்கள் அமர்ந்து கொண்டார்கள்.

“பாஸ்டர், இந்த ஆடுகளெல்லாம் திடீருன்னு நோக்காடு வந்து சாகுது. இதுக்கு நீங்க ஏதாவது செய்யக்கூடாதா?” என்று வைரமணி கேட்டான்.

பாஸ்டர், “ஜெபக்கூட்டத்திற்கு ஏற்பாடு செய்யுறேன். எல்லாரும் வாங்க. கூட்டமா ஜெபம் செய்வோம். கர்த்தர் நமக்குத் தர்றதுக்கு தானே இருக்காரு. அவரை விட்டா நமக்கு யாரு வழி. நம்மளை விட்டாலும் அவருக்கு வேறே கதி இல்லை. வாங்க” என்று சொன்னார்.

பஞ்சாயத்து முடிந்து கூட்டம் கலைந்தது. ஜனங்கள் பலரும் டீ குடிக்க கடைக்கு வந்தார்கள். "இதுக்குத்தான் மாப்பிளே காத்திருந்தேன். இரண்டு லிட்டர் தண்ணி. ஒரு லிட்டர் பாலு. அடிச்சு சூடேத்தி ரெடியா வைச்சிருக்கேன். வாடா வந்து ஒத்தாசை செய்யுடா” என்று வைரமணியை அழைத்தான். வைரமும் எழுந்து டீக்கடைக்குள் சென்றான்.

பஞ்சாயத்து முடிந்து வந்தவர்கள் பஞ்சாயத்துக் கூட்டத்தில் பேசாத வார்த்தைகளை எல்லாம் டீக்கடையில் உட்கார்ந்து பேச ஆரம்பித்தார்கள். பஞ்சாயத்தில் வாயை மூடிக் கொண்டிருந்தவர்கள் இப்போது பேசுகிறார்கள். டீ போட்டுக் கொடுத்தபடி அவர்கள் பேசுவதைக் கவனித்தான். வெள்ளிக்கிழமை ஊர் சாட்டு. ஊர் பொங்கலுக்கு ஜனங்கள் தயாராகிவிட்டார்கள். இரண்டு ஆடு மூணு சேவக்கோழி பொதுவில் அறுத்துவிடவேண்டியதாகப் பேசியிருக்கிறார்கள். எல்லாம் அவன் கேட்காமலேயே ஜனங்கள் டீயைக் குடித்துக்கொண்டு பேசினார்கள்.

“போன வருஷம் அன்னதானமுன்னு புளியோதரையும் தக்காளி சாதமும் போட்டாணுங்கப்பா. வாயில வைக்கமுடியல. அன்னதானமுன்னா என்னா? சோறு போட்டு சாம்பார் ஊத்தி அப்பளம் வைச்சு சாப்பிடவேண்டாமா? பஞ்சாயத்தில சொன்னா

தலைக்கட்டு வரி சரியா வசூல் செய்யமுடியலைன்னு குத்தம் சொல்லுறாங்க.”

“இந்தத் தடவை அன்னதானம் இல்லைப்பா. தொன்னையில பொங்கலோட சரி.”

“தலைக்கட்டு வரியை மட்டும் எதுக்கு எச்சா வசூலிக்கிறான்னு தெரியலை. இரண்டு ஆடு வாங்கவும் கோழி வாங்கவும் இவ்வளவு காசா. வரைமுறை இல்லையா?”

“இதெல்லாம் நீ அங்கே பேசவேண்டியதுதானே. வாயை மூடிட்டு இருந்துட்டு இங்கே வந்து ஓசி டீயைக் குடிச்சிட்டு புலம்புறநே.”

“டேய் யாருயாரு என்னென்ன பேசுறான்னு குறிக்கிறாங்கடா. கவுன்சிலர்கிட்டே சொல்லி தோட்டத்துக்கு கரண்ட்டைக் கட் செஞ்சாலும் கட் செஞ்சிருவான்.”

“இந்த பயமிருக்கில்ல. அப்புறம் எதுக்குப் பேசுறே?”

“ஓசி கரெண்ட்டு ஓசி டிவி ஓசி வண்டி ஓசி பொண்டாட்டி ஓசி ஸ்கூலு ஓசி மருந்து மாத்திரை ஆனா ஓட்டுப் போடுறதுக்கு உனக்குக் காசு கொடுக்கணும்.”

“ஆயிரத்து ஐநூறு ரூபாயும் அரை பிளேட் கர்ணா ஹோட்டல் பிரியாணியும் ஆர்சி குவார்ட்டர் பாட்டிலும் பத்து மணிக்கு வந்த பிறகுதான்டா நீ சாவடிக்குப் போனேன். எதுக்குக் கை நீட்டி ரூபாய் வாங்குனே. கவுன்சிலர் லெட்ச லெட்சம்மா சம்பாதிக்கிறான். டூவீலரில வந்தவன் இப்போ எதில போறான். யார் வீட்டுப் பணம். அங்கே ஜெயலலிதா உட்கார்ந்துட்டு பார்த்துட்டுத்தான்டி இருக்காங்க. என்னைக்கு டவுசர் கிழியப் போகுதுன்னு தெரியல.”

டீக்கடை பாண்டிக்குப் பால் தீர்ந்து போனது. மேற்கொண்டு இந்நேரத்தில் பால் வாங்க முடியாது என்று பால் சட்டியைக் கழுவுவதற்கு ஊற வைத்தான். அடுப்பு ஸ்டவ்வை அணைத்தான். முன் விளக்கை அணைத்தான். எத்தனை டீ விற்றிருக்கிறது, எத்தனை பேர் கடனுக்கு டீ குடித்திருக்கிறார்கள் என்று கணக்குப் போட ஆரம்பித்தான். லாபக் கணக்கை மனதில் எழுதிப் பார்த்துக்கொண்டான்.

(11)

துரை மாந்தோப்பில் அமர்ந்திருந்தான். அவனது கூட்டாளிகள் பலரும் சீட்டாட்டத்தில் மும்முரமாக இருந்தனர். மாந்தோப்பு முழுக்க சத்தமும் சிரிப்புமாக இருந்தது. துரைக்கு வருத்தமாக இருந்தது. தன்னை யாரும் விசாரிப்பதில்லை. தன்னுடன் யாரும் சரியாகப் பேசுவதில்லை என்று தவிதாயப்பட்டான். 'ஏன்டா உன் பொண்டாட்டிய விட்டுட்டு நீ தனியா இருக்கே' என்று யாரும் தன்னைத் திட்டுவது கூட இல்லை என்று நினைத்தான். அவர்களுக்குத் தான் யார்? தனக்கும் அவர்களுக்கும் என்ன உறவு? அவர்கள் சொல்லித்தான் செல்வியைப் பார்க்கவேண்டுமா? செல்வியை இப்போது போய் அழைத்தாலும் வந்துவிடுவாள். அவளும் தன்னைப் போலத்தான் தவித்துக்கொண்டிருப்பாள் என்று துரை நினைத்தான். அவனுக்குத் தினமும் செல்வியின் ஞாபகம். அவளுடன் சண்டையிட்டு வந்ததிலிருந்து ஏதோ தொலைந்து போனது போலிருந்தது. எதுவென்று தெரியவில்லை. மனமும் உடம்பும் முன்போலில்லை. யாரிடம் சொல்வது? யாரிடம் கேட்பது? யார் தன் மனமறிந்து செய்துதருவது?

செல்வியைத் திருமணம் செய்து முடிக்க அவளது ஊருக்குப்போனது, திருமணம் முடிந்து கிடா முட்டுச் சண்டை நடந்து முடிந்தது என்று ஒவ்வொன்றையும் நினைத்துப் பார்க்கும்போது அவனுக்குக் கனவு போலிருந்தது. இருட்டுக்குள் சென்று வருவதுபோலிருந்தது - பயமாக இருந்தது- இனிமேற்பட்டுத் தன்னால் எதுவும் செய்ய இயலாது என்று வருத்தப்பட்டுக்கொண்டான். இனிமேற்பட்டு

வாழ்க்கை முழுவதும் இப்படியாகத்தான் இருக்கவேண்டுமா? செல்வி இல்லாமல் தனியாகத் தன்னுடைய வாழ்க்கையை வாழ்ந்து கழித்துவிடமுடியுமா? செல்வி தன்னை நினைத்து எவ்வளவு வேதனை கொண்டிருப்பாள்? அவளைத் தவிக்கச்செய்துவிட்டு வந்துவிட்டோமோ என்று வருந்தினான்.

செல்வியை அவளது ஊரில் வெள்ளாட்டம் குட்டி என்று செல்லமாக அழைப்பது அவனுக்குத் தெரியும். பெண் பார்க்கப்போன போது அவனை அங்கிருந்த சொந்தக்காரர்கள் வெள்ளாட்டம் குட்டிக்கு ஏத்தக் கிடாயை பரமசிவம் கூட்டியாந்துட்டான் என்று கேலி பேசினார்கள். அவனுக்கு வெட்கமாக இருந்தது. கல்யாணம் முடிந்து நான்கு நாள் கழித்து செல்வியிடம் அவன் கேட்டான். “உனக்கெதுக்கு வெள்ளாட்டம் குட்டியின்னு பேர் வைச்சிருக்காங்க செல்வி?” அவளுக்கும் வெட்கமாகத்தான் இருந்தது. முகத்தைப் பொத்திக் கொண்டாள். அவளுக்கு எப்படிச் சொல்வது என்று தெரியவில்லை. அவனைத் திட்டினாள். “நாலு நாள் ஆச்சு, இன்னும் மாப்பிள்ளைக்குத் தெரியல. தெரியலையா, இல்லை இருட்டில பார்க்கலயா” என்று சொன்னாள். துரைக்கு அப்போதும் புரியவில்லை. துரை அவளது அருகே சென்று மண் சுவரில் எறும்பு ஊர்கிறதைப் பார்க்கிறவன்போல பார்த்தான். முகம் மூக்கு காது வாய் உதடு நெஞ்சு துருத்தித் தெரியும் மார்பு கை கைவிரல் என்று பார்த்தான். வெள்ளாட்டம் குட்டி என்று எதற்கு இந்த ஊரில் அவளுக்குப் பெயர் வைத்திருக்கிறார்கள் என்று அவனுக்கு இன்னும் புரியவில்லை.

“சொல்லு செல்வி.”

அவனது கெஞ்சலை அவளால் ரசிக்கமுடிந்தது. சிரித்துக்கொண்டாள். நான்கு நாட்கள் கழித்து அவள் தன் வெட்கம் மறந்து தன்னை முழுவதுமாகத் திறந்தாள். துரைக்கு அப்போதுதான் புரிந்தது. வெள்ளாட்டம் குட்டி என்று அவளது நிறத்தை வைத்துப் பெயர் வைத்திருக்கிறார்கள். வெள்ளாடும் அவளும் ஒரே நிறம் தான். கண்களைப் பார்த்தான். அவளது வெட்கம் இமைப்பதில் தெரிந்தது. அதற்குப் பிறகு அவளது நிறத்தையெல்லாம் மொத்தமாக அள்ளியெடுத்துக்கொள்பவன் போல அணைத்துக்கொண்டான். அவளது உடம்பும் அவளது நிறமும் அவனுக்குள் புகுந்து கொண்டது. அவன் அவள் மேல் கிறக்கம் கொண்டான். பசித்த குழந்தைக்கு சோற்றைப் போட்டு ஊட்டிவிடுவது போல அவனுக்குத் தன்னைத்

தந்தாள். துரை தன்னை மறந்தான். அவன் திக்குமுக்காடிப் போய் நின்றான். தொரட்டிகொண்டு கொடாப்புக்காரன் கிளைகளை இழுத்துப்போட்டு குட்டிகளுக்குத் தீவனம் தருவது போல அவள் தன்னை வளைத்து வளைத்து அவனுக்குக் கொடுத்துக் கொண்டிருந்தாள். ஆற்று நீர் தெளிந்து ஓடுவது போல துரையின் உடலுக்குள் அவள் ஓடிக்கொண்டிருந்தாள்.

துரைக்கு அவளை இப்போதே பார்க்கவேண்டுமென்ற எண்ணம் தோன்றியது. அவனுக்குத் தெரிந்தவர்களிடம் அவளைப் பற்றி ரகசியமாக விசாரிப்பான். அவளை எங்காவது தனியாகப் பார்க்க முடியுமா என்று யோசித்தான். சந்தையில் பார்த்துவிடலாம். இல்லை வீரபாண்டி கோயிலில் பார்த்துவிடலாம். அதுவுமில்லையென்றால் தோட்டத்துக்குப் போய் பார்த்துவிடலாமென ஊருக்கும் கோவிலுக்கும் அலைந்தான். அவள் வீட்டை விட்டு வெளியேறுவது குறைந்து போனது. அவளது ஊரிலிருக்கிற குளத்திற்கு என்றாவது ஒருநாள் போய் வருவதைக் கொடாப்புக்காரர்கள் சொன்னார்கள். அவன் ஒருமுறை அவளது ஊருக்குப் போய் குளத்தங்கரை முடிய போய் பார்த்துவிட்டு வரலாமெனச் சென்றான்.

ஒருநாள் முழுக்கக் காத்திருந்தான். செல்வி செல்வி என்று அவனது மனம் இரைந்து கொண்டிருந்தது. சதா மே மே என்று குட்டி தாய்க்காகக் கத்துவது போல அவன் உடம்பும் மனமும் கத்தியது. அவள் அன்று வரவில்லை. யாரிடம் கேட்பது என்று தெரியாமல் நடந்தான். வெட்கமும் அவமானமும் பயமும் ஆசையுமாக அவன் நடந்தான். வீட்டிற்கு வா செல்வி என்று அழைத்துக் கொண்டு செல்வதற்கு எவ்வளவு நேரமாகப்போகிறது? அவளை அழைத்தால் வராமலா போகப்போகிறாள். அவளும் தன்னைப்போல காத்துக்கொண்டுதானிருப்பாள். தனக்காக ஏங்கிக்கொண்டுதானிருப்பாள். தனக்காக அழுதுகொண்டிருப்பாள். அவளுக்கும் ஆசை மண்ணைக் கிளறிக் கிளறி ஊர்ந்து போகும் புழுவைப்போலத்தான் மனதுக்குள் நெளிந்து கொண்டிருக்கும். புழுவைப் போல நெளியும் ஆசை. கண்முன்பாகத் தெரிவது சிறுக சிறுக ஊர்ந்து சற்று நேரத்தில் கண் எட்டாத தொலைவு நோக்கி எங்கோ சென்றுவிடும். எட்டிப்பிடிக்க முடியாது. தேடமுடியாது. செல்வியைத் தொலைக்கக்கூடாது. அவள் தனக்குக் கிடைக்கவில்லையென்றால் தன் வாழ்க்கை முடிந்துவிடும். பச்சை ஆடு தோற்கக்கூடாது. அழகுவிடம் தோல்வி கண்டால் தானும்

செல்வியும் இனிமேற்பட்டு ஒன்றாகவே வாழமுடியாது. அழகு தனக்காக முட்டுச்சண்டையை விட்டுக்கொடுக்க மாட்டானா? பச்சை எத்தனை முட்டுச் சண்டைக்குப் போய் கோப்பைகளைப் பரிசுத்தட்டுகளையும் வாங்கிக்கொண்டு வந்திருக்கிறது. பச்சையின் திடகாத்திரமும் வளமையும் வளர்ப்பும் உயரமும் யாரிடம் தோற்கக்கூடியது? பச்சை எதற்காகத் தோற்றுப்போனாய்? என்னைப் பழிவாங்கவா? எத்தனை கிடாய்களிடம் முட்டுப்பெற்றிருக்கிறேன். முட்டுப் பெற்று கால் ஒடிந்து உனக்குப் பெயர் வாங்கிக் கொடுத்திருக்கிறேன். அந்த வலியை நீ செல்வியால் அனுபவிக்க வேண்டுமென்று தானே அழகுவிடம் தோற்றுப்போனாய். பச்சை நீ தோற்கவில்லை. என்னை முட்டித் தூக்கி எறிந்திருக்கிறாய். செல்வியிடமிருந்து பிரித்துத் தூர எறிந்திருக்கிறாய். அவளை விட்டு நெடுந்தொலைவு வந்துவிட்டேன் பச்சை. இனிமேற்பட்டு என்று அவள் அருகே செல்வேன்? நீ ஜெயிக்கவேண்டும். நீதான் என்னை அவளிடம் கொண்டு போய்ச் சேர்க்கவேண்டும். அழகுவை முட்டித் தூக்கிப்போடவேண்டும்.

துரை பச்சைக்கு வைராக்கியம் வரவேண்டுமென்பதற்காக தினமும் வைக்கப்படப்பு மட்டும் போட்டுக்கொண்டு வந்தான். ஒவ்வொரு தடவை வைக்கப்படப்பை பச்சையின் முன்பாக உதறிப் பிரித்து வைக்கும்போது பச்சையின் கண்கள் நீராகாரத்திற்கு ஏங்கும். வடிகஞ்சிக்கும் பழைய சோத்துக்கும் முன்னங்காலை எக்கிக்கொண்டு நிற்கும். அகத்திக்கீரைக் கட்டிற்காக மரத்தைப் பார்க்கும். குழிதானிக்கு அருகில் போய் முகர்ந்து பார்த்து விட்டு நக்கிவிட்டு வரும். காய்ந்த குழிதானியில் ஈ மொய்த்துக் கொண்டிருக்கிறது.

தங்கராசுவிடம் சொல்லிவிட்டான். “வைக்கப்படப்பைத் தவிர வேறெதுவும் தரக்கூடாது. இரண்டு வேளை ஆகாரம். இரண்டு வேளை தண்ணி. நிழலுக்குப் பழக்கப்படுத்தக்கூடாது. வெயிலில் கட்டிவைக்கவேண்டும். அடிவயிறு வற்றி நெஞ்சு எலும்பு தெரியவேண்டும். உடம்பிலிருக்கிற கொழுப்பு குறைய வேண்டும். எதற்காகத் தனக்கு இத்தனை தண்டனை என்று மண்டை மூளைக்குள் எண்ணம் ஓடவேண்டும். அந்த வைராக்கியத்தில் தான் முட்டுச்சண்டையில் அழகு தூக்கி எறியவேண்டும். அழகு சாகவேண்டும்.”

பச்சையின் வயிற்றில் புண் முழுதாக ஆறியிருந்தது. தழும்பில் உதிர்ந்த மயிர் இன்னமும் வளரவில்லை. புண் விழுந்த இடத்தில்

மயிர் வளராது என்று வைத்தியன் சொல்லிவிட்டான். மஞ்சள் பற்றுப்போட்டு கட்டிய இடத்தில் தடம் இன்னமும் தெரிந்தது. ஒருவேளை அதற்கு வடிகஞ்சி கொடுத்து விட்டால் கூட தெம்பாகிவிடும். ஆனால் துரை அதற்குச் சம்மதிக்கவில்லை. ஒருவேளை குடித்துவிட்டு மறுவேளைக்கு அடம்பிடிக்கத் தொடங்கிவிடும். வைக்கப்படப்பின் மேல் மூத்திரமிருந்துவிட்டு தின்னமறுக்கும். புழுக்கையை வேண்டுமென்று படப்பின் மேல் போடும். அதற்குக் கஞ்சியைக் கண்ணில் காட்டக்கூடாது. இதுதான் தனக்கு ஆகாரம் என்று தெரியவேண்டும். இந்த ஆகாரம் எதற்கு என்று பச்சைக்குத் தெரியவேண்டும்.

பச்சையின் முகத்தைப் பார்த்து பத்து மாதங்களுக்கும் மேலாகிவிட்டது. துரை இத்தனை நாட்களும் புண் விழுந்த இடத்தைப் பார்த்துவிட்டுத் திரும்பிவிடுவான். வேறு ஊர் முட்டுச் சண்டைக்கு ஒத்துக்கொள்ளவில்லை. குணமாகி முதல் முட்டுச்சண்டை அழகுவிடமாகத்தான் இருக்கவேண்டுமென்று முடிவு செய்து வளர்த்து வந்தான். பச்சைக்கு எல்லாம் தெரிந்திருந்தது. அவனது இருப்பைக் கண்டு கத்தியது. அவனது உருவத்தைப் பார்த்து முன்னங்காலைத் தூக்கி எக்கி நின்றது. அவன் அதன் முகம் பார்க்கவில்லை. முகங்கொடுத்து அருகில் நிற்கவில்லை. சண்டைக்காரனைப் பார்த்து முகம் திருப்பிக்கொள்வதைப்போல நடந்து கொண்டான். பகையாளியைப் பார்த்து முறைப்பவன்போல முகத்தை வைத்துக்கொண்டான். பச்சைக்கு எல்லாம் தெரிந்திருந்தது. அதுவும் முட்டுச் சண்டைக்காகக் காத்திருந்தது.

துரை மாந்தோப்பை விட்டு வெளியேறினான். அவனை யாரும் எதுவும் கேட்டுக்கொள்ளவில்லை. அவனது நிழல் அவனுக்கு முன்பாக நீண்டு விழுந்தது. தன்னைத்தானே எத்திக்கொள்வது போல நிழலை எத்திக்கொண்டு நடந்தான். மிதித்துக்கொண்டு நடந்தான். அவனால் அதைத்தான் செய்ய முடிந்தது.

***

துரையை அவனது வீட்டின் பின்பாக அமர்ந்திருந்தான். கயிற்றுக்கட்டிலின் மேல் காகிதம் விரிந்திருந்தது. அதில் அரிசி முறுக்கும் கடலைமிட்டாயும் வாழைப்பழமும் இருந்தது. துரை குடித்தான். தங்கராசு டவுனிலிருந்து பிராந்தி பாட்டிலை வாங்கிக்கொண்டு வந்து கொடுத்தான். காலையில் வயற்காட்டுக்கு

மருந்தடிக்கப் போகவேண்டும். வாடகைக்கு மிஷின் வாங்கிக்கொண்டு வைத்திருந்தனர். கருப்பணன்தான் மருந்தடிக்கிற வேலைக்குப் போகிறவன். தேனிக்குப் போய் மருந்து டப்பா வாங்கிக்கொண்டு வந்து வைத்துவிட்டான். கரையான் புத்துக்குத் தனியாக எறும்புப் பொடியும் வாங்கி வைத்திருந்தான். வயற்காட்டு வரப்போரத்தில் கரையான் புத்து வளர்ந்து விட்டது என்று புல்லறுக்கப்போனவர்கள் சொன்னார்கள். தினமும் காலையில் வயற்காட்டுக்குப் போய் பார்த்துவிட்டு வருகிறதை வழக்கமாக வைத்திருந்தான். ஆனால் ஊர் திருவிழா முடிந்த பிறகு அவன் வீட்டைவிட்டு வெளியே எங்கும் செல்வதில்லை. தினமும் ராத்திரியில் குடிக்க ஆரம்பித்து விட்டான். மூன்று வேளை சாப்பாடு இல்லை. சாயங்காலத்தில் மட்டும் காப்பி குடிப்பான். பகலெல்லாம் வீட்டின் பின்பாகக் கட்டிலைப் போட்டுப் படுத்துக்கிடப்பான். வேப்பமரத்து நிழலுக்குக் கீழே அவன் கட்டிலைப் போட்டு வைத்திருந்தான்.

துரையுடன் யாரும் பேசுவதில்லை. குடிக்கிற நேரத்தில் கூட யாரும் பக்கத்தில் நிற்பதில்லை. கருப்பணன் வயலுக்கு மருந்தடிக்கப்போகிறேன் என்று சொல்லிவிட்டு வாசலுக்கு வந்துவிட்டான். தங்கராசு முறுக்கையும் வாழைப்பழத்தையும் வாங்கிக் கொடுத்துவிட்டு வந்துவிட்டான். துரைக்குப் பசித்தது. இரண்டு தம்ளர் பிராந்தி வயிற்றுக்குள் சென்று நிரம்பியதும் பசி கூடியது. வயிறு எரிய ஆரம்பித்தது. வாழைப்பழத்தைப் பிய்த்துத் தின்றான். முறுக்கை உள்ளங்கையில் வைத்து நொறுக்கித் தின்றான். பசியடங்கவில்லை. வீட்டுக்குச் சென்று சமையலறையைப் பார்த்தான். எதுவுமில்லை. முன் அறையில் விளக்கு எரியவில்லை. வீட்டில் யாருமில்லை. வாசலில் யாருமில்லை. அம்மா எங்கே போயிருக்கிறாள். பழமை பேச பக்கத்து வீட்டுக்குப் போயிருக்கிறாளா? வாசலுக்கு வந்து எட்டிப்பார்த்தான். அந்நேரத்தில் தெருக் குழாயில் தண்ணீர் பிடித்துக்கொண்டு இரண்டு பெண்கள் நின்றிருந்தனர். தெரு விளக்கு எரிந்து கொண்டிருந்தது. மாட்டுவண்டியை ஏர்கால் இறக்கி நிறுத்தி வைத்திருந்தனர்.

துரை வீட்டின் பின்பாக வந்து கட்டிலின் மேல் அமர்ந்து கொண்டான். மேலும் தம்ளரில் ஊற்றிக் குடித்தான். அவனுக்கு உறக்கம் வரவேண்டும். ராத்திரி நேரத்தில் செல்வியை மறந்து உறங்கவேண்டும். இன்னுமொரு தம்ளரை ஊற்றிக் குடித்தான். வேப்பமரத்துக் காற்று வீசியதை அவனால் உணர்ந்து கொள்ளமுடிந்தது. கட்டிலின் மேல்

கிடந்த தின்பண்டங்கள் முழுவதும் தீர்ந்து போயிருந்தன. ஆனால் இன்னமும் கால் பாட்டில் பிராந்தி மீதம் இருந்தது. தின்பதற்கு ஒன்றுமில்லை.

திருமணத்திற்குப் பிறகு வேளைக்கு சாப்பாட்டை செல்வி கொடுத்துவிடுவாள். அவளே சைக்கிளை எடுத்துக்கொண்டு வயற்காட்டுக்கு வந்துவிடுவாள். அவள் சைக்கிள் ஓட்டிக்கொண்டு வருகிறதைப் பார்ப்பதற்கு அழகாக இருக்கும். துரையைப் பின்கேரியலில் வைத்து அவள் இரண்டு கிலோமீட்டர் தூரம் ஓட்டியிருக்கிறாள். அதை இப்போது துரை நினைத்துக்கொண்டான். அவனுக்கு அழுகை வந்தது.

“எளசை ஊர் பெண்கள் எலுமிச்சநிறத்தில இருப்பாங்கன்னு சும்மாவா சொல்லுறாங்க” துரை அவளிடம் சைக்கிள் ஓட்டும் போது இடுப்பைப் பிடித்துக்கொண்டு வம்பிழுத்தான். அவள் பிரேக் போட்டு நிறுத்தி அவனை இறக்கிவிட்டாள். “நடந்தே வீட்டுக்கு வாங்க” என்று அவனை நடுரோட்டில் விட்டுவிட்டுப் போய்விட்டாள். சேலையை இறுக்கிக் கட்டிக்கொண்டு அவள் எக்கி எக்கி சைக்கிள் ஓட்டுவதை அவன் பார்த்தான். அவனுக்கு ஆசையாக இருந்தது.

“தினமும் நீ என்னைய வயற்காட்டுக்கு சைக்கிளில கொண்டு வந்து விடுறயா செல்வி.”

“ஏன் இடுப்பைப் பிடிக்கிறதுக்கு வேற ஆளு உனக்குக் கிடைக்கலையாக்கும்.”

“உன் இடுப்புத்தான் எலுமிச்சைப்பழம் நிறத்தில இருக்கு.”

செல்வி போர்வையைத் தூக்கி அவன் மேல் வீசிவிட்டு வெளியே போய்விட்டாள். இரண்டு தினங்களுக்குப் பிறகு ஊர் திருவிழாவுக்குப் புறப்பட்டுச் செல்லும்போது “சைக்கிளை எடுத்துட்டு வரவா செல்வி” என்று கேட்டான். அவள் சிரித்துக்கொண்டாள். அதற்குப் பிறகு அவள் சிரித்து அவன் பார்க்கவில்லை.

(12)

குலவைச் சத்தம் கேட்டு தொட்டில் குழந்தைகள் வீறிட்டு அழத்தொடங்கின. தெருவில் மேய்ந்து கொண்டிருந்த சேவக்கோழிகள் இறக்கைகளை விசிறியடித்து ஓடின. கட்டுக்கால் கயிற்றை மீறி ஓடமுடியாத கோழிகள் பஞ்சாரக்கூடைப் பக்கமாகப் போய் ஒளிந்து கொண்டன. பயந்த காளைமாடுகள் மிரட்சியுடன் கத்தத்தொடங்கின. கன்றுகள் மரங்களுக்குப் பின்பாகவும் குளுதானிக்குப் பின்பாகவுமாக ஒளிந்து கொண்டன.

ஊருக்குள் குலவையிடும் சத்தத்தைக் கேட்டு தென்னை மரத்தின் மேலிருந்த தேங்காய் வெட்டுபவன் வெட்டருவாளோடு கீழே இறங்கி ஊருக்குள் வந்தான். குலவையிடும் சத்தம் பருத்திக்காட்டுக்குக் கேட்டிருக்கவேண்டும். பருத்தி எடுத்து மடி நிறைத்துக் கொண்டிருந்த பெண்கள் பலரும் வேலையை விட்டுவிட்டு ஊருக்குள் வந்தனர். அங்கிருந்து வந்த பெண்கள் குலவையிட ஆரம்பித்தனர். தங்களது மனதிலும் உடலிலும் மறைந்திருந்த வேதனைகளைக் கூட்டி ஒன்று சேர்த்துக்கொண்டனர். நாக்கைச் சுழட்டி தங்களது வேதனையை ஒலியாக வெளியேற்றினர். அவர்களறியாது அவர்களது கால்கள் நடந்து பெரியதனத்தின் வீட்டின் முன்பாக நின்றது.

பெரியதனத்திற்கு சாமி இறங்கியிருந்தது. பொழுது சாய்ந்திருக்கவில்லை. பெரிய வீட்டில் உலைவைக்கும் பொழுது. வயலிலிருந்து நாற்றுநடவுக்குச் சென்றிருந்த பெண்கள் கூலித்துட்டு வாங்கிக்கொண்டு திரும்பிக் கொண்டிருந்தார்கள். தூக்குவாளியோடு அவர்கள் பெரியதனத்தின் வீட்டைக் கடக்கும் போது குலவைச் சத்தத்தில் தங்களை மறந்து பசியை மறந்து நின்றுவிட்டார்கள்.

குலவைச்சத்தம் முதலில் அவர்களது தலையை ஆட்டங்கொள்ளச் செய்தது. நாக்கை மடித்து வைத்துக்கொண்டு உள்ளங்கைகளை மடித்துக்கொண்டு தலையைக் குலுக்கிக்கொண்டார்கள். அவர்களது கூந்தல் அவிழ்ந்தது. உடல் ஆட்டம் போடத்தொடங்கியது. தங்களை மறந்தவர்களாக அவர்கள் குலவையிட்டு ஆடினர்.

விடிந்தால் ஆடி பதினெட்டு. ஆடுகளுக்கு லெட்சணமிடுகிற சடங்கு ஆரம்பித்துவிடும். அதற்குள்ளாக பெரியதனத்திற்கு சாமி இறங்கியதைக் கேள்விப்பட்ட ஊர்க்காரர்கள் அவரைத் தேடிவரத் தொடங்கினார்கள். கோயிலுக்கு வாசிக்கும் தவில்காரரும் நாயணக்காரரும் கூடவே தண்டோராப்போடுபவனும் கோயில் பூசாரியை அழைத்து வந்திருந்தார்கள். அவர்கள் அங்கு வந்து சேர்ந்த போது ஊரில் திருவிழா தொடங்கிவிட்டது என்று நினைக்கத் தோன்றியது. வந்தவர்கள் பெரியதனத்திற்கு சாமி இறங்கியதைப் பார்த்து மேளம் முழங்கத் தொடங்கினார்கள்.

வாத்தியக்காரர்களை யாரும் தடுத்து நிறுத்தவில்லை. சிறுவர்களும் சிறுமிகளும் வாத்தியத்தின் ஓசைக்குத் தகுந்தாற்போல தங்களது உடல்களை அசைக்க முடியாமல் அசைத்து சிரமத்துடன் ஆட்டம் போட்டுக்கொண்டிருந்தனர். பெண்கள் பலரின் கூந்தல் அவிழ்ந்திருந்தது. அவர்கள் அதைப் பொருட்படுத்திக் கொள்ளவில்லை. தங்களை மறந்து குலவையிட்டு சாமியாடிக் கொண்டிருந்தனர். அவர்களது ஆட்டத்தைக் கட்டுப்படுத்த பூசாரி விபூதித் தட்டுடன் கூட்டத்திற்குள்ளாக அலைந்து கொண்டிருந்தார். எத்தனை பெண்களுக்குத்தான் அவர் விபூதி போடுவார்.

பெரியதனத்தின் வீட்டிற்குள்ளிருந்த சத்தம் வெளியேறி ஊர் முழுக்கப் பரவியது. காற்றில் கசப்பான வாசம் பரவியிருந்தது. காற்றில் ஏதோ விஷக்காற்று ஊருக்குள் பரவிவிட்டது என்று கூட்டத்தில் யாரோ பேசிக்கொண்டார்கள். பெரியதனம் காலையில் பல் துலக்கியிருக்கமாட்டார் என்றும் அவரது வாயிலிருந்து வரும் எச்சில் வாடையில்தான் இப்படி வீச்சம் வீசுகிறது. என்னதான் சாமி வந்து இறங்கினாலும் பெரியதனத்தின் வாயும் பற்களும் பெரியதனத்துடையதுதானே என்று அவர்கள் தங்களைச் சமாதானப்படுத்திக் கொண்டார்கள்.

“குப்புசாமிக்கு சாமி இறங்குனா ஊரிலே வேப்பப்பூ வாசம் மணந்திரும். அப்படியொரு வாசம். கசந்து போயிருக்கும். விரல்

சப்புறப்பிள்ளைகள் கூட இரண்டு மூன்று நாளைக்கு விரல சப்பாமல் இருக்கும். பால் கசக்குமய்யா. கடுங்காப்பியை வைச்சித்தான் குடிக்கணும். ஓடுற ஆத்துத்தண்ணியைத் தவிர மத்தது எல்லாம் கசக்குமுன்னா பார்த்துக்கோ. ஆனா இந்தக் குண்டிகழுவாதவனுக்கு சாமி இறங்குனா மட்டும் கெட்ட நாத்தமய்யா" என்று கூட்டத்தில் நின்றிருந்தவர்கள் பேசத்தொடங்கினார்கள்.

"அடேய் அப்படிப் பேசாதே. சாமியோட காதில விழுந்திரும். பெரியதனம் இப்போ சொல்லுறது அம்புட்டும் எழுதி வைச்சது மாதிரி நடக்கும் தெரியுமா. மூடிக்கிட்டு சும்மா இரு. சும்மாவா இத்தனை ஜனங்களும் வேலவெட்டிய விட்டுப்போட்டு வந்து நிக்குது. வாடைய அடக்கிக்கிட்டு காத்திட்டு இருக்கிறது காரணமில்லாமலா?" என்று அவனைச் சமாதானப்படுத்தினார்.

வாசலில் நின்றிருந்தவர்கள் பலரும் வீட்டிற்குள் செல்வதற்கு முண்டியடித்தனர். கூட்டத்திற்குள் தன்னை ஒடுக்கிக்கொண்டு நின்றிருந்த கோயில் பூசாரி தனக்கும் சாமி இறங்கியதைப் போல நாக்கை மடித்துக்கொண்டு இடுப்பிலிருந்த சுருக்குப்பையை எடுத்து விபூதியை அள்ளிக் கூட்டத்தின் மேல் வீசினார். பலருடைய கண்களிலும் விபூதி ஒட்டிக்கொண்டது.

பூசாரியின் அருகில் நின்றிருந்த குழந்தைக்கு முகம் முழுக்க விபூதி அப்பிக்கொண்டது. அக்குழந்தையைத் தூக்கிக்கொண்டு அவளது அம்மா வீட்டிற்குப் போக முயன்றாள். தனது பவுடர் முகத்தை சாமி விபூதி போட்டு கெடுத்துவிட்டது என்று அக்குழந்தை அழுதது. அவளது இரட்டை ஜடையும் ரிப்பனும் கூட்டத்தில் நின்றிருந்தவர்களின் கையில் பட்டு இழுபட்டது. இரட்டை ஜடை அவிழ்ந்து கூந்தலாக விரிந்து அவளது இடுப்பு வரை நீண்டது. அவளது விபூதி முகமும் அவளது அழுகையும் அவிழ்ந்த கூந்தலும் நெற்றியில் இட்ட திலகமும் பார்க்கவே பயங்கரமாக இருந்தது. கூட்டத்தில் யாரோ பயந்து போய் அவளைத் தொட்டு வணங்கிக்கொண்டார்கள். பயந்தவளைத் தொடர்ந்து பலரும் அவளிடம் ஆசி வாங்க கூட்டத்தை விலக்கிவிட்டு வந்தார்கள். அக்குழந்தையின் அம்மா, "அய்யோ சாமி எல்லாம் வர்றலைங்க. சும்மாதான் அழுதுட்டு இருக்கு" என்று அவர்களைத் திட்டி விரட்டினாள். ஆனாலும் வந்தவர்கள், அவளைத் தொட்டு வணங்காமல் போகவில்லை. ஒரு பெண் தனது சேலை முந்தானை விரித்து மடிப்பிச்சையேந்தியபடி அழுதுகொண்டு வந்தாள். விபூதி

அப்பிய தனது முகத்தை அம்மா துடைத்துவிடவில்லை என்ற ஆங்காரத்தில் அழுது கொண்டிருந்த குழந்தை ஏதோ ஆத்திரத்தில் அம்மாவிடமிருந்து தாவி மடியேந்திய பெண்ணிடம் தோள் மாறியது. மடியேந்திய பெண் சந்தோஷத்துடன் "எனக்கு இந்த வருஷம் புள்ள பெறந்துரும்" என்று குழந்தையைக் கட்டிக்கொண்டு அழுதாள். சாமி இறங்கிய குழந்தைக்கு ஆத்திரப்பட்ட சிலர் பால் பழம் வாங்கிக்கொண்டு வந்தார்கள்.

"ரொம்ப நேரமாகக் காத்துட்டு இருக்கோம். பெரியதனத்தை வெளியே கூப்பிட்டுவாங்கப்பா. என்ன ஏதுன்னு ஊர்க்காரங்களுக்குத் தெரியவேண்டாமா" என்று கூட்டத்தில் நின்றிருந்த வயதானவர் கோபத்தில் பேசினார். அவருக்கு ஊரில் ஆறு மாதமாக மழை பெய்யவில்லை என்ற கவலை. வேலைக்கு ஆள் கிடைப்பது அரிதாக இருந்தது. தோட்டத்து வேலைக்குப் போகாமல் டவுனுக்கு வேலைக்குப் போகிறார்கள். அவருக்கு மூன்று ஏக்கர் காட்டில் மக்காச்சோளத்தைப் போட்டு கம்பெனிக்காரனுக்கு மூடை மூடையாக லாரியில் ஏற்றிவிடவேண்டுமென்கிற ஆத்திரம். "ஒக்காளி பெரியதனம், வீட்டுக்குள்ளேயே காசை வாங்கிட்டு குறி சொல்லிட்டு இருக்கான்யா" என்று காறித்துப்பினார்.

"வர்றாங்க வர்றாங்க."

"வர்றாங்க வர்றாங்க" வீட்டின் வாசல்படி நின்றிருந்தவர்கள் சத்தமிட்டனர். அந்தச் சத்தத்தைத் தொடர்ந்து கூட்டத்திலிருந்தவர்கள் ஆளாளுக்குப் பேசத்தொடங்கினார்கள்.

"வழியை விடுங்கப்பா. வழியை விடுங்கப்பா. கோயில் பூசாரியைக் கூப்பிடுங்க."

"நான் எங்கே போகப்போறேன். இங்கேயேதான் குத்தவைச்சுட்டு காத்திட்டு இருக்கேன். கன்னிப்பிள்ளையைக் காவக்காக்கிறது மாதிரி இருக்கேன். என்னையே ஏன் தேடிட்டு இருக்கீங்க?"

"சரிய்யா பூசாரி, கோவிச்சுக்காதே. பொசுக்குன்னு கோபம் வந்துரும்."

"பூசாரிக்கு இந்த வருஷம் திருவிழாவுக்கு கைத்தறி வேட்டி வேண்டாமாம். பதிலா மினிஸ்டர் வேட்டியும் சட்டையும் வேணுமாம்."

"ஏய் கட்டாரி மகனே, நா எப்படா உங்கிட்டே வேட்டி கேட்டேன். நான் சாமியாடி நீ பார்த்ததில்லை. அம்முட்டு லேசா வராது.

வந்திருச்சு அம்புட்டு லேசா போகாதுப்பா. ஒழுங்கா பேசு" என்று நாக்கைத் துருத்தி அவனை எச்சரிப்பது போல பேசினார். அவன் பதிலுக்கு, "ஒரு கேலிக்குப் பேசினேன் பூசாரி. ஓங்கோபம் கழுதைக்கு நீட்டிட்டு வர்றது மாதிரி இல்லை வருது."

"அடியேய், பொம்பளைங்க இருக்கிற இடத்தில பார்த்து, பேசுடீ மாப்பிள்ளை "

"எல்லாம் நம்ம பொம்பளைங்கதான் மாமா."

"வந்துட்டாங்க. வந்துட்டாங்க. வழிவிடுங்க."

பெரியதனம் உடம்பு முழுக்க சந்தனமும் மஞ்சளும் அப்பியிருந்தது. நெற்றியில் திட்டுத்திட்டாக குங்குமம் ரத்தத்தைப் போல வியர்வைத் துளியில் நனைந்து வடிந்து கொண்டிருந்தது. அவருக்குப் பின்பாக அவருடைய மூத்தமகன் சாம்பிராணி கரண்டியைக் கையில் ஏந்தியபடி நின்றிருந்தான். சாம்பிராணிப்புகை அவருடைய தலைக்குப் பின்பாக வந்து கொண்டிருந்தது. அவரைப் பார்த்ததும் குலவையிட்டு ஓய்ந்திருந்த பெண்கள் ஆவேசமானார்கள். திரும்பவும் ஆங்காரத்துடன் குலவையிடத் தொடங்கினார்கள். ஆண்களும் வெட்கமற்று உடல் முறுக்கி உச்சத்தில் குலவையிட்டனர். குலவையிடத் தெரியாத ஆண்கள் உடலை வில்லாக வளைத்து மரத்திலிருந்து விழும் தென்னங்காயைப்போல் சொத்தென்று தரையில் விழுந்து அமர்ந்து கொண்டனர். கணப்பொழுதிற்குப் பிறகு முடிச்சு அவிழ்ந்தது போல துவண்ட உடலைத் தூக்கிக் கொண்டு எழுந்து நின்று கொண்டார்கள்.

"இந்த வருஷம் யாரும் ஆட்டையும் கோழியையும் அறுத்துவிடக்கூடாதுன்னு ஆத்தா சொல்லியிருக்கு. மீறுனா ஊர் குத்தமாகிப்போயிடும். ஆத்தாக்கிட்டே வாக்கு வாங்கவர்றவங்க, விபூதி வாங்கவர்றவங்க வாங்க. காணிக்கையை மனசா கொடுங்கப்பா" என்று சாம்பிராணிப்புகைக்குப் பின்பாக நின்றுகொண்டு யாரோ குரல் கொடுத்தார்கள்.

"ஊர்க்காரங்க எல்லாரும் ரொம்ப நேரம் காத்திட்டு இருக்காங்க. பொசுக்குன்னு இப்படிச் சொன்னா எப்படிங்க."

"ஆத்தா மலையேறப்போறா, ஆத்தா மலையேறப்போறா"

"ஆத்தா மயித்தைப்புடுங்கப்போறா. ஆத்தா மயித்தைப்புடுங்கப்போறா.

போய்யா அந்தப்பக்கம். செரைக்கிறதை விட்டுட்டு கடையையும் மூடிட்டு நீயெல்லாம் முன்னாடி நின்னா இப்படித்தான் ஆத்தா பேசுவா."

"ஏன் சாமி அம்பட்டையன் சாமி கும்பிடக்கூடாதா? அவனுக்கும் புள்ளை குட்டியெல்லாம் கிடையாதா? உங்களுக்கு மட்டும்தான் ஆத்தாவா எனக்கும் ஆத்தா இல்லையா? என்கிட்டே தலைக்கட்டுவரின்னு வாங்குறீங்க."

"இருப்பத்தியொரு ரூபாயை குடுத்துட்டு ஒருமணிநேரமா பேசிட்டு இருக்கே. வாயை மூடுறா."

"ஏய் பேசாமல் இருங்கப்பா. தலைக்கட்டுவரி ஊர் பொதுவில வாங்குறது. அவனும் நம்மளை மாதிரிதான். நீ நில்லு ராசு."

"சரிங்க சாமி."

"ஆத்தா ஏன் இந்தவாட்டி கவுச்சி வேண்டாங்குது. ஏதும் குத்தமாயிடுச்சா. ஜனங்களுக்கு விளக்கமாச் சொன்னாத்தான் தெரியும். ஆத்தாக்கிட்டே எடுத்துச் சொல்லுங்க பூசாரி."

கோயில் பூசாரி உறுமாக்கட்டிக்கொண்டு கூட்டத்திலிருந்து விலகி முன்னால் சென்றார். அவருக்கு உண்மையாகவே உடம்பு நடுங்கியது. கை கால் நடுங்க ஆரம்பித்தது. துணைக்கு யாராவது இருந்தால் நல்லது என்று தன்னுடன் நாயணக்காரனையும் அழைத்துக் கொண்டார். நாயணக்காரன் தவில்காரனையும் தவில்காரன் தண்டடோரா போடுபவனையும் அழைத்துக்கொண்டு போனார்கள். கூட்டம் அவர்களுக்கு விலகி வழிவிட்டது. அவர்கள் பெரியதனத்திற்கு முன் நின்றனர்.

"ஆத்தா ஊரில ஆடுகளையும் சேவக்கோழியையும் உன்னை நம்பித்தான் வளர்க்கிறோம். உன்னை நம்பித்தான் ஆத்தா ஜாதிஜனம் பத்து தலைமுறையா இந்த ஊரில வாழ்ந்துட்டு வருது. கவுச்சி வேணாமுன்னா ஜாதிசனத்தோட கட்டுக்கோப்பு கலைஞ்சு போகுமுன்னு தெரியாதா ஆத்தா?"

பெரியதனம் நாக்கைத் துருத்திக்கொண்டு உடம்பை முன்னும் பின்னும் நகர்த்திக் கொண்டிருந்தார். வேப்பங்கொழுந்தை அரைத்துக்கொண்டு வந்தார்கள். செம்பு நீரில் போட்டு அதற்குள் மஞ்சளைப் போட்டுக் கரைத்தார்கள். பெரியதனத்தின் வீட்டிலிருந்த பெண்கள் குலவையிட்டுக் கொண்டபடி செம்பு மஞ்சள் நீரை

அவர் முன்பாக வைத்து வணங்கினார்கள். பெரியதனம் கண்களை மூடிக்கொண்டு அவர்களது நெற்றியில் கை வைத்து முணங்கினார். கூட்டத்திலிருந்த செல்வியும் அவளது அம்மாவும் பரமசிவமும் எட்டி எட்டிப் பார்த்துக் கொண்டார்கள். விபூதியைச் சேலை முந்தானையில் துடைத்துக்கொண்ட குழந்தை அழுது ஓய்ந்திருந்தது.

பெரியதனம் ஆவேசத்துடன் "ஊருக்கு ஒருமழை பெரியமழை ஐப்பசி ஐப்பசி தவறாமல் தந்துட்டு இருக்கேன் ஜனங்களா" என்று கரகரத்த குரலில் சொன்னார்.

"ஆத்தா மழையைக் காட்டுறே. பயிரைக் காட்டுறே. சொகத்தைக்காட்டுறே. நாங்க உனக்குப் படையல் வைக்கவேண்டாமா? கவுச்சியைக் கண்ணில் காட்டவேண்டாமா? ஊர் செய்த குத்தத்தை பெரியமனசோட மறந்துடு தாயே."

"ஊருக்கு ஒருமழை பெரிய மழை ஐப்பசி ஐப்பசி தவறாமல் தந்துட்டு இருக்கேன் ஜனங்களா." என்று வாயிலிருந்து எச்சில் துளிகள் பூசாரியின் முகத்தில் விழுவது போல மறுபடி கரகரத்த குரலில் பெரியதனம் பேசினார்.

பூசாரி தனது முகத்தைத் துடைத்துக்கொண்டு, "ஆத்தா தாயே மகமாயி எங்களை சோதிச்சது போதும். ஆத்தா தாயே மகமாயி" என்று பெரியதனத்தின் காலில் விழுந்த பூசாரி தனது கடைசி அஸ்திரத்தைத் தொடுத்தார்.

பெரியதனம் இதற்காகத்தான் காத்திருந்தவர் போல, தனது உள்ளங்கையிலிருந்த விபூதியை அவரது தலையில் போட்டார். பூசாரியின் பின்னந்தலை முழுக்க விபூதி அப்பிக்கொண்டது. எழுந்தவர் தலையை உதறினார். விபூதி கூட்டத்திலிருந்தவர்களின் மேல் தெறித்துவிழுந்தது. பலரும் கண்களை மூடிக்கொண்டனர். பூசாரியைத் தொடர்ந்து அங்கு நின்றிருந்தவர்கள் "கவுச்சி இல்லைன்னா எப்படி ஆத்தா திருவிழா கொண்டாடுறது. ஆத்தா கவுச்சியை வேண்டாமுன்னு சொல்லாத. ஆத்தா கவுச்சியை வேண்டாமுன்னு சொல்லாத" என்று கூச்சலிட்டனர். பெண்கள் குலவையிட்டதோடு சாமி ஆடவும் செய்தனர். வயலிலிருந்து வந்த பெண்களின் தூக்குவாளிகள் குலுக்புலுக் என்று ஆட்டம் கொண்டன.

"ஊருக்கு ஒருமழை பெரிய மழை ஐப்பசி ஐப்பசி தவறாமல் தந்துட்டு இருக்கேன் ஜனங்களா."

“ஆமாம் ஆத்தா, நாங்க இல்லைன்னு சொல்லல. கவுச்சி இல்லாமல் எப்படி ஆத்தா திருவிழா? ஆட்டை வெட்டாமல் கோழிக்குஞ்சை அறுக்காமல் எப்படி ஆத்தா திருவிழா முடியும்?”

பெரியதனம், “ஊருக்கு ஒருமழை பெரியமழை ஐப்பசி ஐப்பசி தவறாமல் தந்துட்டு இருக்கேன் ஜனங்களா. இப்போ அதுவும் நின்னுறப் போகுது ஜனங்களா” என்று நாக்கைத் துருத்தி ஆவேசத்துடன் கத்தியபடி துள்ளிக் குதித்துக்கொண்டு சாமியாடினார்.

ஜனங்கள் பலரும் அவரது ஆட்டத்தைக் கண்டு பயந்து போயினர். சிறுவயது முதல் அவரது சாமியாட்டத்தைப் பார்த்துப் பழகியிருந்த வயதானவர் ஒருவர், "டேய், இது ஆத்தா செல்லாயீ கட்டளை. பெரியதனத்து மேலே செல்லாயீ இறங்கியிருக்கு. காலில் விழுந்து விபூதி வாங்குங்கடா” என்று கத்தினார். கூடியிருந்தவர்கள் அவர் சொன்னது போல காலில் விழுந்து எழுந்தனர். செல்லாயீ நாக்கைத் துருத்திக்கொண்டு "ஊருக்கு ஒருமழை பெரிய மழை ஐப்பசி ஐப்பசி தவறாமல் தந்துட்டு இருக்கேன் ஜனங்களா. இப்போ அதுவும் நின்னுறப்போகுது ஜனங்களா” என்று கத்தினார்.

“ஆத்தா அப்படிச் செய்துடாதே ஆத்தா. நாங்கள் ஏழைங்க. குடிக்கக் கஞ்சியில்லாமல் எங்கே போவோம். எங்களைக் காப்பாத்து” என்று திரும்பவும் காலில் விழுந்தார்கள்.

"ஆடுகளைப் பட்டியில அடைச்சு வை. கோழியைக் கூடையில மூடு. தண்ணி ஆறா ஓடும். விதைச்சவன் நெல் அவிப்பான். படைச்சவன் நான் பார்த்துக்கிறேன்" என்று ஆத்தா செல்லாயீ விபூதியைத் தன் எதிரே நின்றிருந்தவர்கள் மேலே போட்டுக் கொண்டாள். ஆத்தா மலையேறிட்டா ஆத்தா மலையேறிட்டா என்று சாம்பிராணிப் புகை போட்டுக்கொண்டிருந்தவன் சொன்னதும் பெரியதனம் கீழே விழுந்தார். தயாராக இருந்த நான்கு பேர் அவரைத் தூக்கிக் கொண்டு வீட்டிற்குள் சென்றனர்.

கூட்டம் சிறிது சிறிதாகக் கலையத்தொடங்கியது. வயல் வேலை முடிந்து வீடு திரும்பிய பெண்கள்தான் முதலில் கூட்டத்திலிருந்து புறப்பட்டனர். அவர்களுக்கு அதற்கு மேல் நிற்கமுடியவில்லை. தூக்குவாளியை ஆட்டிக்கொண்டு நடந்து சென்றனர். அவர்களது கொசுவம் அவிழ்ந்திருந்தது. கோணக்கொண்டையும் கோடாலிக் கொண்டையும் அவிழ்ந்திருந்தது. பெரியதனத்தின் வீட்டு முற்றம் இப்போது வெறுமையாக இருந்தது. ஊருக்குப் போகும் பாதையில்

ஜனங்கள் நடந்து கொண்டிருந்ததைப் பார்க்கமுடிந்தது.

செல்வியும் பரமசிவமும் வீட்டிற்கு வந்தார்கள். அவளது அம்மா மாடக்குழி விளக்கை ஏற்றி வைத்துவிட்டுக் கவலையுடன் திண்ணையில் அமர்ந்து கொண்டாள். தங்களது இரண்டு ஆடுகளும் கயிற்றை அவிழ்த்துக்கொண்டு ஓடியிருப்பதை செல்வி பார்த்தாள். குட்டியிலிருந்து ஊரையும் வீட்டையும் தெருவையும் பழகி வைத்திருக்கும் ஆடு. திருவிழாவுக்கு ஆடு வெட்டுவதாக எதுவும் நேர்த்தியில்லை. பிறகு எதுக்கு ஆடு வீட்டை விட்டு ஓடியிருக்கிறது என்று பரமசிவம் தனக்குள்ளாகப் பேசிக்கொண்டார். அரிக்கேன் விளக்கையும் கம்பையும் எடுத்துக்கொண்டு அவர் ஒற்றையடிப்பாதை வழியாக நடந்தார். அவருக்குப் பின்பாக செல்வியும் சென்றாள்.

“நான் போயி பார்த்துட்டு வர்றேன் தாயீ. நீ வீட்டில இரு. விளக்குப் போட்ட நேரம்” என்று பரமசிவம் சொன்னார்.

“சும்மாதானே அப்பா இருக்கேன். நானும் வர்றேன். கோவிலுக்குள்ளேதான் போயிருக்கும். கூட்டத்தைப் பார்த்ததும் பொங்கச்சோறு தர்றாங்கன்னு கோயிலுக்குள்ளே போயிருக்கும்.”

"பெரியதனத்து மேலே செல்லாயீ வந்திருக்கான்னு தெரிஞ்சதும் எனக்குப் பயமாகப் போச்சு செல்வி. செல்லாயீ சொன்னா சொன்னபடி நடக்கும். அவள் சொன்னதையே திரும்பத் திரும்பச் சொல்லிட்டு இருப்பா. நீ வேணா பாரு, இந்த வருஷம் மழை வர்றது சந்தேகம்தான்.”

“பெரியதனத்து மேலே எப்பவும் கருப்பசாமிதானே வந்து ஆடுவாரு. இல்லைன்னா சின்னக்கருப்பன் வருவாரு. இப்போ என்ன புதுசா செல்லாயீ வந்துருக்கு அப்பா!”

“செல்வி, பெரியதனத்தை இலேசுப்பட்ட ஆளுன்னு நினைச்சிட்டு இருக்காதே. கல்யாணத்துக்கு அன்னைக்கு, தாலி கட்டுறதுக்கு கொஞ்ச நேரத்துக்கு முன்னாடி கூட அவருக்கு கருப்பசாமி வந்துருச்சு தெரியுமா. நான்தான் முன்னாடி நின்னுருந்தேன். அப்போ எனக்குப் பதிமூணு வயசுருக்கும். கருப்பசாமி வந்து ஆடுறாரு ஆடுறாரு, அப்படியொரு ஆட்டம் ஆடுறாரு. தாலி கட்டுறதுக்கு காத்திட்டிருந்த பொண்ணுப்பிள்ளை பயந்து போயிட்டா. அழுதுட்டு ஓடுனவளை நாங்கதான் சமாதானப்படுத்தி அழைச்சிட்டு வந்தோம். சாமி இறங்கி சொன்னா சொன்னது போல் நடக்கும். அப்படியொரு வாக்கு.

அப்படியொரு சக்தி. ஊருக்கு நல்லது செய்யுறதுக்குத்தான் சாமியைக் கும்புடுறோம். சாமி சொல்லுறதை எப்படி மீறி நடக்குறது."

அவர்கள் இருவரும் கோவிலின் வாசலுக்கு வந்து நின்றார்கள். வாசலுக்கு முன்பாக இருந்த இரண்டு உயரமான திண்ணையில் ஆட்டுக்குட்டிகள் அமர்ந்திருந்தன. அவர்கள் கோயிலுக்குள்ளே சென்றார்கள். செல்வி தங்களது ராமம் போட்ட ஆட்டுக்கிடாயைத் தேடினாள். வில்வ மரத்திற்குப் பின்பாக பெரிய விளக்கு ஒன்று எரிந்து கொண்டிருந்தது. அதற்கு மஞ்சள் வர்ணக் காகிதத்தைக் கட்டியிருந்தார்கள். மரமும் அதன் இலைகளும் மஞ்சள் நிறத்தில் தெரிந்தது. வில்வ இலைகள் தரையில் உதிர்ந்து கிடந்ததைத் தாண்டி செல்வி நடந்தாள். கோயிலில் இரண்டு மூன்று பேர் மட்டும் தான் இருந்தனர். பூசாரி இல்லை. வாத்தியக்காரர்கள் யாரும் இல்லை. உண்டியலின் மேல் அணில்பிள்ளை ஓடியது. செல்வியின் நடமாட்டத்தைத் தெரிந்து மரமேறியது. சற்றுத்தொலைவில் கோயிலின் வெள்ளை மதிற்சுவரின் அருகே ஆடு நின்றிருப்பது தெரிந்தது. அவள் ஆட்டைப் பார்த்தாள். சத்தம் போட்டபடி அவள் அந்த இடத்திற்குச் சென்றாள்.

"கோயிலிலே உனக்குத் தினமுமா பொங்கச்சோறு தருவாங்க" என்று ஆட்டின் முதுகில் இரண்டு சாத்து சாத்தினாள். ஆடுகள் அவளது குரலைக்கேட்டு முகம் பார்த்துக்கொண்டன. பின் கோயில் வாசலை நோக்கி நடக்கத்தொடங்கின.

கோயிலுக்கு வெளியே நின்றிருந்த பரமசிவம் "நாளைக்கு ஆடி பதினெட்டு. ஊருக்குள்ளே ஆட்டுக்குட்டிகளுக்கு லெட்சணம் போடுற வேலை ஜரூரா நடக்கும். புத்துக்குப் பால் ஊத்தி காதறுத்துப் போட என்னைய கூப்பிட்டாங்க. நான் வர்றலைன்னு சொல்லிட்டேன்"

"போயிட்டு வரவேண்டியதுதானே" என்று செல்வி அவரைப் பார்த்துச் சொன்னாள்.

"ஆடுகளுக்கு லெட்சணம் போட்டுட்டு வந்தா அந்த வருஷம் நம்ம கொடாப்பிலே குட்டிகள் விருத்தியடைய மாட்டேங்குது" என்று வெட்கத்துடன் பரமசிவம் தனது மகளிடம் சொன்னார். செல்வி அதைப் புரிந்து கொண்டவளாக அவருக்குப் பின்பாக நடந்து சென்றாள்.

***

புத்துமேட்டில் பால் நீராக வடிந்து ஓடியது. மஞ்சளும் குங்குமமும் புத்து மண்ணுக்கு வைத்து பத்திக்குச்சி பொருத்தி சூடமேற்றி சாம்பிராணிப் புகை போட்டு சாமி கும்பிட்டுக்கொண்டிருந்தனர். லெட்சணமிடாத ஆட்டுக்குட்டிகள் வரிசையாகவும் மந்தையாகவும் நின்றிருந்தன. லெட்சணமிடுவதற்கு காளிமுத்து நின்றிருந்தார். அவரது கையில் வெட்டுக்கத்தியும் மற்றொரு கையில் சூரிக்கத்தியும் இருந்தது. ஒவ்வொருவரும் தங்களது வீட்டு லெட்சணங்களை அவரிடம் சொன்னார்கள். காளிமுத்து இடது காது வலது காது முன்நெற்றி வலது நெற்றி இடது நெற்றி என்று ஒவ்வொரு அடையாளம் போட்டுக்கொண்டு வந்தார். ராமம் சூலாயுதம் பொட்டு நிலாப்பிறை நட்சத்திரம் வட்டம் சதுரம் என்று அடையாள லெட்சணங்கள் மாறி மாறி வந்தபடி இருந்தது. நுனி காதறுப்பை மட்டும் அறுத்து புத்தில் போட்டு விட்டுப் போய்விடுகிற குடும்பம் ஊரில் உண்டு. காணிக்கை வாழை இலையில் விழுந்து கொண்டிருந்தது. மாவிளக்கு வெற்றிலைப்பாக்கு வாழைப்பழம் தந்து காணிக்கைத் துட்டைத் தந்தார்கள்.

“எனக்கு வட்டம் போடு” என்று நடுத்தெருவிலிருந்த பரமன் சொன்னான்.

“வட்டம் உங்க தெருவுக்கு இல்லை. சூலாயுதம் போட்டுட்டுப்போ பரமா. மேற்கொண்டு வட்டம் இந்த வருஷம் செல்லப்பனோட கொடாப்பு ஆடுகளுக்குப் போட்டுட்டேன்” என்று காளிமுத்து சொன்னார்.

பரமன் தனக்கு வட்டக்குறி வேண்டுமென்று பிடிவாதம் கொண்டதும் அங்கிருந்தவர்கள் அவனைச் சமாதானப்படுத்தினார்கள். அவன் முரண்டுபிடித்தான். சூலாயுதக்குறி தனக்கு ராசியில்லை, வட்டக்குறி போடவேண்டுமென்று சொன்னான். அவர்களது பிரச்சினையை பெரியதனத்திடம் கொண்டு போய்ச் சேர்த்தார்கள். பெரியதனம் யோசித்துப் பார்த்து ஒருவழி சொன்னார். வட்டத்திற்கு ஒரு சூலாயுதத்தைப்போடு எல்லா சரியாகிடும் என்றார். காளிமுத்து சிரித்துக்கொண்டு அவர் சொன்னது போல கத்தியில் கோடு கிழித்துவிட்டான். ரத்தக்கறையோடு பரமனின் உருப்படிகள் மிரண்டு போய் மே மே என்று கத்திக்கொண்டு நடுத்தெருவுக்குச் சென்றது.

“சாக்கலை வானித்த காட்டிலும் மேக்கலை வான்டு மேலுன்னு எங்க அஜ்ஜி சொல்லுறது சரியாப்போச்சு” என்று காளிமுத்து

யாரிடமோ சொல்வது போல பேசினார். ஒவ்வொரு வருஷமும் காளிமுத்துவுக்கு இந்த வேலையைப் பஞ்சாயத்தார்கள் கொடுத்திருந்தார்கள். தனக்குக் கிடைக்கிற காணிக்கைத் துட்டை காளியம்மன் கோவிலுக்கும் பிள்ளையார் கோவிலுக்கும் செல்லாயீ கோயிலுக்கும் கொடுத்துவிடுவார். வாழைப்பழத்தை தெருவில் விளையாடுகிற பிள்ளைகளுக்குப் பங்கு போட்டுக்கொடுப்பார்.

ஆடுகளுக்கு லெட்சணக்குறி போட்டுவிட்ட ராத்திரியில் அவருக்கு உறக்கம் வருவதில்லை. அன்று யாருக்கும் தெரியாமல் ஒருபாட்டில் பிராந்தி வாங்கி வைத்துக் குடிப்பார். குடிப்பதற்கு தெம்மண்ணா வீட்டுக்குப் போய் உட்கார்ந்துகொள்வார். தெம்மண்ணா வீட்டுக்கு யார் வரப்போகிறார்கள்? தெம்மண்ணா அவர் பேசுகிறதையெல்லாம் கதவடைத்துக் கொண்டு காதடைத்துக் கொண்டு கேட்பான். தெம்மண்ணாவிடம் பேசுகிற விஷயம் அவன் உடம்பைத் தாண்டி வேறெங்கும் போகாது. அன்றிரவு தெம்மண்ணா வீட்டில் சாப்பாடு. சில்லமரத்துப்பட்டியில் இப்போது புதிதாக ஹோட்டல் கடை ஆரம்பித்திருக்கிறார்கள். அங்கிருந்து புரோட்டாவும் முட்டைப் பொரியலும் வந்துவிடும். தின்றுவிட்டு ராத்திரியெல்லாம் புலம்புவார்.

“எனக்கு ஒத்தைப்புள்ளையை சாமி கொடுத்திருந்தா கவலையில்லையே. தெம்மண்ணா டேய் தெம்மண்ணா நானு யார்கிட்டே போய் நிப்பேன்” என்று அழுவார். ராத்திரியெல்லாம் அழுகை ஓயாது. தெம்மண்ணா ஒரு தம்ளர் குடித்துவிட்டுப் பொத்தி உறங்கிவிடுவான். அவனது குறட்டைச் சத்தம் உம் உம் என்று காளிமுத்துவுக்குக் கேட்கும். தன் பேச்சைக்கேட்கிறான் என்று விடிகிற வரையில் பேசிக்கொண்டிருப்பார். விடிந்ததும் எழுந்து வீட்டுக்குச் சென்றுவிடுவார்.

ராத்திரி எதுவும் நடக்காதது போல அவர்கள் இருவரும் சந்தித்துப் பேசிக்கொள்வார்கள். காளிமுத்துவும் தெம்மண்ணாவும் ஒன்றாகப் படித்தவர்கள். வீட்டுக்குள் காட்டுக்குள் தோட்டத்துக்குள் வாடா போடா என்று பேசிக்கொள்வார்கள். ஊர் பொதுவில் காளிமுத்துவைப் பார்க்கும் போது டீக்கடையில் ஐயா சாமி என்று தெம்மண்ணா அழைப்பான்.

“இன்னொரு கல்யாணம் செய்துக்கடா காளி.”

“அப்புறம் செல்லத்தை யாருடா பார்த்துக்கிருவா. வர்றவளை எப்படின்னு சொல்லுறது. எப்படி நம்புறது. இரண்டும்

ஒத்துப்போச்சுன்னா பரவாயில்லை. ஏறுமாடாவும் இறங்குமாடாவும் போச்சுன்னா வண்டி ஓட்டுறவன் பாடு பெரும்பாடுன்னு உனக்குத்தெரியாதா?”

“ஆமாப்பா, இருக்கிற நிம்மதியும் போயிரும். புள்ளையில்லைன்னா என்னா. சந்தோஷமா பொண்டாட்டி கூட இரு” என்று கேலி செய்வான் தெம்மண்ணா. காளிமுத்து சிரித்துக்கொள்வார்.

காளிமுத்து லெட்சணக்குறி போட்டு முடித்து வீட்டுக்குப் புறப்பட்டார். தெம்மண்ணா வந்து நின்றான். அவர்கள் ஒருவரையொருவர் பார்த்துக்கொண்டார்கள். தெம்மண்ணாவின் கையில் காளிமுத்து ரூபாய் நோட்டைக் கொடுத்தார். தெம்மண்ணா “நான் சில்லமரத்துப்பட்டிக்குப் போய் வாங்கிட்டு வந்துருறேன். நீ குளிச்சிட்டு வாசலுக்கு முன்னாடி உட்காரு. மாங்காய் ஊறுகாயும் கோதுமைக் களியும் வீட்டுக்குள்ளே இருக்கு. பசிச்சா போய் சாப்பிடு” என்று பிரியமாகச் சொன்னான். காளிமுத்து சரி என்று வீட்டை நோக்கிச் சென்றார்.

(13)

தெம்மண்ணா சாணத்தோடு காகிதத்தையும் காய்ந்த வைக்கோலையும் சேர்த்து உருட்டிக் கொண்டிருந்தான். மதிய நேர வெயில் கண்களைக் கூசச் செய்தது. அவனது வீட்டுக்கு எதிரே சக்கரகுடம் உடைந்த மாட்டு வண்டி சாய்ந்து நின்றிருந்தது. அதன் நிழலில் கோழிகள் படுத்துக் கிடந்தன. தெம்மண்ணா உருட்டிய சாண உருண்டைகளை வீட்டு மதிலின் மேல் வரட்டியாகத் தட்டினான். வரிசை வரிசையாக எடுத்து வைத்து தட்டி முடித்தான். கை கழுவிக் கொள்வதற்கு தண்ணீர்த் தொட்டிக்கு அருகில் வந்து நின்றான். தெரு முக்கில் பாஸ்டரும் ஞானமும் நடந்து வந்து கொண்டிருப்பதைக் கை கழுவிக் கொண்டு பார்த்தான். அவர்கள் தான் குடியிருக்கும் தெருவுக்குள் எதற்காக வருகிறார்கள் என்று நினைத்துக் கொண்டான். யாரையாவது பார்க்க வருவார்கள் என்று தன்னை சமாதானப்படுத்திக் கொண்டவன் வீட்டிற்குள் சென்றான்.

தெம்மண்ணாவின் வீடு ஒத்தை வீடு. வீட்டில் அவனைத் தவிர வேறு யாருமில்லை. அவனுக்கு இரண்டு மனைவிகள். மூத்தவள் பிள்ளைப்பேற்றின் போது குளிர் காய்ச்சல் வந்து இறந்து போனாள். பிறந்த பிள்ளையையும் வீட்டையும் பார்த்துக் கொள்ள இரண்டாவது திருமணம் செய்து கொண்டான். இரண்டாவது மனைவி வீராயி கோபக்காரி. பிறந்த பிள்ளைக்கு பீ துணி அலசவும் குண்டி கழுவவும் மாட்டுச் சாணத்தை வரட்டித் தட்டவும்தான் தன்னைத் திருமணம் செய்து கொண்டு வந்திருக்கிறான் என்று தெரிந்ததும் அவனுடன் சண்டை போட்டாள். வீராயி எதற்கெடுத்தாலும் அவன் மேல் எரிந்து

விழுந்தாள். அவளுக்குப் பிள்ளையை வளர்க்கத் தெரியவில்லை. அழுத பிள்ளைக்குப் பால் கொடுக்க யாருமில்லை.

தெம்மண்ணா ஊர் ஊருக்கு இழவு சொல்லப் போகவேண்டும். இல்லையென்றால் வயக்காட்டுக்கு கதிரறுக்கவும் நாத்து நடவுக்கு ஆள் கூப்பிடப் போகவேண்டும். உரமூடை தூக்குவதற்கு போடிக்குப் போய் வரவேண்டும். சின்னமனூர் சந்தைக்குத் தவிடு வாங்கிக் கொண்டுவரவேண்டும். அவனுக்கு ஊர் வேலைகள் இருந்தன. பொழுது விடியும் நேரத்தில் வீட்டைவிட்டு வெளியேறுகிறவன் பொழுது அடைகிற வேளையில் திரும்புவான். வீராயி அவனைப் பக்கத்தில் நிற்கவிடவில்லை. பேசவிடவில்லை. சோத்துத் தட்டை முன்னால் தூக்கி வைத்துவிட்டு திண்ணைக்கு விரட்டி விட்டாள்.

தெம்மண்ணா அவளுடன் 'சேருவதற்கு' தனது தாய் பிள்ளைகளை அழைத்து வந்து பஞ்சாயத்து பேசினான். வீராயி அவனுடன் வாழமுடியாது என்று தீர்மானமாகச் சொன்னாள். அவளை 'அறுத்துவிட்டு' ஒத்தை வீட்டில் தனியாக இருந்தான். வீராயி எளசையை விட்டு தேனி மந்தைக்குப் போனாள். டவுன்காரனைக் கல்யாணம் செய்து கொண்டாள். வாய் நிறைய வெற்றிலை போட்டுக் கொண்டு அந்த வருஷத்து எளசை ஊர் பொங்கலுக்கு வந்தாள். ஜிகினா சேலையும் பவுடர் முகமுமாக ஆளே வேறுமாதிரியாக இருந்தாள். ஊர்க்காரப் பெண்கள் அவளை முறைத்துப் பார்த்தார்கள். வீராயி யாரிடம் பொங்கல் கேட்டு வாங்கிச் சாப்பிடமுடியும்? யார் வீராயிக்குப் பொங்கல் தருவார்கள்? சாமியைக் கும்பிடுவதற்கு யாரும் வழிவிடவில்லை. வீராயி வந்த வழி பார்த்து ஊருக்குப் போனாள். அதன் பிறகு அவள் எளசைக்கு வருவதில்லை.

தெம்மண்ணாவின் மகள் மாரிக்கு ஊர்க்காரர்கள் பால் ஆட்டை வாங்கிக் கொடுத்தார்கள். தெம்மண்ணா பால் பீய்ச்சி பிள்ளையை வளர்த்தான். பதினாலு வருடங்கள் அப்பனும் மகளுமாக ஒத்தை வீட்டில் தனியாக வாழ்ந்தார்கள். மாரி ஊர்ப் பொங்கலுக்கு கோயிலுக்கு முன்பாகக் கோலம் போடுவாள். ஆடுகளை ஓட்டிக் கொண்டு காட்டுக்குப் போய் வருவாள். புளியந்தோப்பிற்குப் போய் புளியடித்து கூடை நிறைத்துக் கொண்டு வருவாள். வயக்காட்டு வேலைக்குப் போவாள். சடங்காகி வீட்டுக்குள் உட்கார்ந்தபோது ஊர்ப் பெண்கள் வந்து குமரிக்கு சோறாக்கிப் போட்டார்கள். புதுப்புடவை எடுத்துக் கொடுத்தார்கள். தெம்மண்ணா அவளுக்குப் புலிக்குத்தியில் மாப்பிள்ளை பார்த்துக் கல்யாணம் முடித்தான்.

மாப்பிள்ளையும் மாரியும் புலிக்குத்திக்குப் போகும் போது தெம்மண்ணாவைத் தங்களுடன் அழைத்தார்கள். தெம்மண்ணா சோறு போட்ட ஊரை விட்டு வரமாட்டேன் என்று சொல்லிவிட்டான். கடைசிக் காலத்திற்கு தெம்மண்ணா இங்கதான் இருப்பான். அவனை விட்டா நமக்கு யாரு. நம்மை விட்டா அவனுக்கு யாரு' என்று ஊர்க்காரர்கள் அவனை மெச்சிக் கொண்டார்கள்.

மாரியம்மாள் புலிக்குத்திக்குச் சென்ற பிறகு தெம்மண்ணாவிற்கு சோறாக்கிப் போடுவதற்கு யாருமில்லை. அவனாகத்தான் சோறாக்கினான். ஏதாவது வீட்டில் சோறு. ஊர் பொங்கலுக்கு வெள்ளை வேட்டித் துண்டு. வெற்றிலை பாக்கு பணம். ஊர் பொங்கல் சமயத்தில் வெற்றிலை போட்டுக்கொள்வான். யாரும் கேட்கமாட்டார்கள். இளந்தாரிகள் சிலர் பிராந்தி பாட்டில் வாங்கிக் கொடுப்பார்கள். ஒத்தை வீட்டிற்குள் வந்து மண் பானைத் தண்ணீரோடு ஊற்றி ஈய தம்ளரில் குடிப்பான். குடித்து விட்டு ராத்திரியெல்லாம் ஊமை அழுகையாக அழுவான். ஆம்பளை அழுகை ஊமை அழுகை. யாருக்கும் கேட்காது. கண்ணீராக வடியும். தூங்கினாலும் கண்ணீர் வடியும். மனசு அழுகும். மூத்தவள் மாமா மாமா என்று தன்னை அழைப்பது போல அவனுக்குக் கேட்கும். ஊர் பொங்கலுக்கு வந்த மாரியிடம் "உங்க ஆத்தாக்காரி என்னைக் கூப்பிடுறமாறி இருக்கு மாரியம்மா. உனக்கோசரம் இருக்கேன். உனக்கொசரம் இருக்கேன்" என்று அழுவான். அப்பனுக்காக அவள் சின்னமனூர் சந்தையிலிருந்து கோழியை வாங்கிக் கொண்டு வந்து சமைத்துப் போடுவாள். மாப்பிள்ளையும் அப்பனும் குடித்துவிட்டு உளறிக் கொண்டு சாப்பிடுவதை அவள் வேடிக்கை பார்ப்பாள்.

தெம்மண்ணா "நான் செத்துப்போனா தாக்கல் யாரு தாயீ உனக்கு சொல்லிவிடுவா?" - மாரியிடம் கேட்டிருக்கிறான். அவள் அவனைக் கட்டிப்பிடித்துக் கொண்டு அழுவாள். "நீ பேசாமே ஏங்கூட வந்திரு. ஊர் பஞ்சாயத்தில காலுக்கு விழுறேன்" என்று சொன்னாள். ஊர்க்காரர்கள் அவனைத் திட்டினார்கள். இழவுக்குச் சொல்ல, ஊர் வேலையைப் பார்க்க இளந்தாரிகள் வந்துவிட்டார்கள். அவனைப் புலிக்குத்திக்குப் போகச் சொன்னார்கள். தெம்மண்ணா தான் தின்ற சோத்தை மறக்கவில்லையென்று வீம்பாக இருந்தான். எளசை ஊரில்தான் சாகவேண்டும். எளசை மண்ணில்தான் தன்னைப் புதைக்கவேண்டுமென்று ஊர்க்காரர்களிடம் காலில் விழுந்து சொன்னான். அவனுக்கு அன்று துண்டு போட்டார்கள். பழைய

துண்டு தான். செட்டியார் கழுத்தில் கிடந்த துண்டு தெம்மண்ணா கழுத்திற்கு வந்துவிட்டது. மாரிக்கும் புலிக்குத்தி மாப்பிள்ளைக்கும் பெருமையாக இருந்தது. தெம்மண்ணாவை எளசையில் விட்டுவிட்டு அவர்கள் ஊருக்குப் போனார்கள். தெம்மண்ணா தன்னையும் எளசை ஊரையும் நினைத்துக் கொள்ளும்போது கண்ணீர் கசிந்துவிடும். ஆனால் உடம்பும் மனசும் பூரித்துப்போகும்.

தெம்மண்ணா நிமிர்ந்து பார்த்தான். வாசலில் பாஸ்டரும் ஞானமும் நின்றிருப்பது தெரிந்தது. அவர்கள் தன்னைத்தான் பார்க்க வந்திருக்கிறார்கள் என்று தெரிந்ததும் எழுந்து வாசலுக்கு வந்தான். வேட்டியைக் கீழே இறக்கிவிட்டான். கைகூப்பி நின்றான். பாஸ்டரும் பதிலுக்குக் கைகூப்பி வணக்கம் என்று வாய் திறந்து சொன்னதும் “என்ன சாமி, நீங்க எனக்கு கும்பூடு போட்டு வணக்கம் சொல்லுறீங்க” என்று வெட்கத்துடனும் பயத்துடனும் கேட்டான். அவனுக்கு உடம்பு நடுங்கியது. வாசலை எட்டிப் பார்த்துக் கொண்டான். வேறு யாருமில்லை.

பாஸ்டர் தயக்கத்துடன் வாசலில் நின்றிருந்தார். ஞானம் தைரியமாக அவனிடம் பேசினாள். “குடிக்கக் கொஞ்சம் தண்ணி கொடுங்க” என்று கேட்டாள். தெம்மண்ணாவுக்குக் கூச்சமாக இருந்தது. விருந்தாளிகளுக்கு என்று வைத்திருக்கும் தம்ளரில் தண்ணீர் கொண்டு வந்து கொடுத்தான். ஞானம் அவனிடம் “உங்க மகளுக்கு இன்னமும் குழந்தை உண்டாகலைன்னு நீங்க கவலையா இருக்கிறதா சொன்னாங்க. ஏன் கவலைப்படுறீங்க தெம்மண்ணா. ஜெபக்கூட்டத்திற்கு வந்து பிரேயர் செய்யுங்க. உங்க கவலையெல்லாம் கர்த்தர் நீக்கிடுவாரு. இன்னைக்கு சாயங்காலம் நடக்கிற கூட்டத்தில வந்து பிரேயர் செய்யுங்க” என்று சொன்னாள். தெம்மண்ணாவுக்கு அவள் பேசியது புரியவில்லை. அவர்களது முகத்தைப் பார்த்துக் கொண்டு நின்றான். பாஸ்டர் அதைத் தெரிந்து கொண்டவர் போல "ஜெபக்கூட்டத்திலே வந்து சாமி கும்புடுங்க. உங்க மகளுக்கு சீக்கிரத்திலே பிள்ளை பாக்கியம் கிடைச்சிரும். உங்க மகளையும் கூட்டிட்டு வாங்க” என்று சொன்னார்.

தெம்மண்ணா சிரித்துக் கொண்டான். சரி என்பது போல தலையாட்டினான். அவர்கள் விடை பெற்றுக் கொண்டு தெருவில் இறங்கினார்கள். "ஊர்க்காரங்க திட்டுவாங்கன்னு பயப்படாதீங்க தெம்மண்ணா. யார் வேணுமின்னாலும் ஜெபக்கூட்டத்துக்கு வரலாம். பிரேயர் செய்யலாம். கர்த்தர் பொதுவானவர்” என்று பாஸ்டர்

சொல்லிவிட்டு நடந்தார். அவருக்குப் பின்பாக ஞானம் நடந்து சென்றாள். அவர்கள் இருவரும் தெருவைத் தாண்டிப் போகும் வரை தெம்மண்ணா வாசலில் நின்றிருந்தான். அவர்கள் தெரு முக்கில் நின்று ஏதோ பேசிக் கொண்டார்கள்.

"தெம்மண்ணா இன்னைக்கு ஜெபக்கூட்டத்திற்கு வந்திருவாரா?"

"பார்ப்போம். கூட்டத்திற்கு ஆள் சேர்க்கிறதுக்கு கஷ்டமாத்தான் இருக்கு. கர்த்தர் மேலே சுமையை இறக்கி வைச்சிட்டு கூட்டத்தை நடத்த வேண்டியதுதான்" என்று பாஸ்டர் சொன்னார்.

"வேற யாரைப் போய்ப் பார்க்கலாம்" - ஞானம் அவரிடம் கேட்டாள். பாஸ்டருக்கு ஜெயலெட்சுமியின் ஞாபகம் வந்தது. அவளிடம் "அடுத்த தெருவில ஜெயலெட்சுமியைப் பார்க்கலாம். அவங்களும் இதுபோல தனி ஆள் தான். தனியாக இருக்கிறவங்களுக்குத்தான் பயம் ஜாஸ்தியா இருக்கும். கூடவே யாராவது பேசமாட்டாங்களா பழகமாட்டாங்களான்னு ஏக்கம் வரும். அவங்களைத்தான் நாமே 'செலக்ட்' செய்யணும்" என்று பாஸ்டர் சொன்னார்.

"ஜெயலெட்சுமிக்குப் புருஷன் குழந்தைன்னு யாருமில்லையா?"

"அவங்களோட புருஷனை கிடாச் சண்டையில யாரோ கொன்னுட்டாங்கன்னு பேசிக்கிட்டாங்க. வேறொரு தகவலும் தெரியாது. நீதான் அவங்க கூட பேசி ஜெபக்கூட்டத்திற்கு அழைக்கணும்" பாஸ்டர் நம்பிக்கையாகப் பேசினார். அவர்கள் ஜெயலெட்சுமியின் தெருவைப் பார்த்து நடந்தார்கள். வெயில் மேற்குப் பக்கமாக சாய்ந்திருந்தது. பள்ளிக்கூடம் முடிந்து பிள்ளைகள் ஒருவர் பின் ஒருவராக நடந்து வந்து கொண்டிருந்தார்கள்.

"கோயிலில பொங்கல் தர்றது மாதிரி ஜெபக்கூட்டத்திலேயேயும் ஏதாவது தரணும் பாஸ்டர். அப்போதான் பள்ளிக்கூடத்துப் பசங்களைக் கொண்டு வரமுடியும்."

"சர்க்கரைப் பொங்கல் போடமுடியாது. ஏன்னா அது கோயிலோட 'டிரேடு மார்க்'. அதை நாம் எடுத்துட்டோமுன்னு நமக்கும் அவங்களுக்கும் வித்தியாசமில்லாமல் போயிடும். பதிலா வெஜிடேபிள் ரைஸ். பிரியாணி. தயிர்சாதம். கேக். மிட்டாய் இதுமாதிரி ஏதாவது தரலாம்" என்று பாஸ்டர் சொன்னார். ஞானம் சிரித்துக் கொண்டாள்.

***

சைக்கிளை ஓட்டிக் கொண்டு பள்ளிக்கூடத்துப் பிள்ளைகள் ஒருவர் பின் ஒருவராகச் சென்றனர். பாஸ்டரும் ஞானமும் அவர்களுக்குப் பாதை விட்டு விலகி நின்றனர். சைக்கிள் வண்டி சற்றுத் தொலைவு சென்றதும் பாஸ்டர் அவர்களைப் பார்த்துக் கொண்டு "எனக்குக் குழந்தை பெறந்திருந்தா இந்நேரம் இவங்களைப் போலத்தான் சைக்கிளில ஸ்கூலுக்குப் போயிட்டு இருப்பாங்க" என்று வருத்தத்துடன் சொன்னார். ஞானம் அவரது முகத்தைப் பார்த்தாள். ரோஸியைப் பற்றியும் பாஸ்டரைப் பற்றியும் அவளுக்கு முழுதாகத் தெரியும். பாஸ்டரும் ரோஸியும் ஏன் பிரிந்திருக்கிறார்கள் என்பது கூட அவளுக்குத் தெரியும். தனக்குத் தெரிந்ததை அவள் ரகசியமாக வைத்திருக்கிறாள். பாஸ்டரைப் பார்க்கும் பொழுது ரோஸி சொல்லிய வார்த்தை ஞாபகத்திற்கு வரும். அவளது காதில் அவ்வார்த்தை ஒலிக்கும். ரோஸி அழகானவள். அவளை விட அழகான பெண் வேறெங்காவது இருப்பாளா என்று தெரியவில்லை.

பாஸ்டர் நீங்கள் யோசித்துப் பார்த்து அவளை மணமுடித்திருக்கக்கூடாதா?. உங்களது இயலாமை உண்மையிலேயே உங்களுக்குத் தெரியாதா? திருமணம் முடிந்து ரோஸியிடம் அவமானமடைய வேண்டுமா? அவளை ஏமாற்றத்தான் திருமணம் செய்துகொண்டீர்களா? திருமணத்திற்கு முன்பாக நீங்கள் உங்களைப் பற்றித் தெரிந்து கொள்ளவில்லையா? ரோஸி சொல்வது உண்மையா? ஓரிரவில் உங்களை அவள் தவறாக மதிப்பிட்டுவிட்டாளா? எதை நம்புவது. யாரைக் குறை சொல்வது? ரோஸி அதன் பிறகு திருமணம் செய்து கொள்ளாமல் தனியாகத்தான் இருக்கிறாள். திருமணம் வேண்டாமென்று பள்ளிக்கூடத்திற்கு வேலைக்குப் போகிறாள். கர்த்தர் அவளுக்குத் துன்பத்தைத் தந்துவிட்டார் என்றுதான் சொல்லவேண்டும். உங்கள் மூலமாக அவளது வாழ்வை கர்த்தர் சூன்யமாக்கிவிட்டார் என்று சொல்லவேண்டும் பாஸ்டர்.

பாஸ்டருக்குப் பின்பாக ஞானம் நடந்து வந்தாள். அவளுக்குக் கண்ணீர் கசிந்தது. ரோஸி தன் கஷ்டத்தை யாரிடம் மனம் திறந்து சொல்வாள். பாஸ்டர் முகத்தில் காறித்துப்பும் அளவுக்கு அவள் கசந்துவிட்டாள். ஏமாற்றத்தின் கசப்பு. பாஸ்டருக்கு ஆண்மை இல்லாதபோது ஏன் திருமணத்திற்கு ஒப்புதல் தந்தார். எந்த சர்ச்சிற்குப் போய் எந்தப் பேராலயத்திற்குப் போய் மண்டியிட்டு பிரார்த்தனை செய்வார். பாவமன்னிப்பு அவருக்கு உண்டா? அவரை எந்தப் பெண்ணாவது மன்னிப்பாளா? ஒவ்வொரு பெண்ணும் ஆசையுடன்

தனது கற்பனை உலகத்திற்குள் அடியெடுத்து வைக்கும் நேரத்தில் அந்த உலகம் கண் முன்பாகச் சரியும்போது அவர்களால் என்ன செய்யமுடியும். காறித்துப்புவதுதான் பெண்ணால் முடிந்த காரியம். அதைத்தான் ரோஸியும் செய்திருக்கிறாள். அவளால் அதுதான் முடிந்திருக்கிறது. பெண்ணிற்குக் குழந்தைப்பேறு இல்லையென்றதும் ஆவேசத்துடன் மறுகல்யாணத்திற்கு பெண் தேடுகிற ஆண்களின் உலகம் இது. இந்த உலகத்தில் அவர்களுக்கு எதிராக ஏன் ரோஸி செயல்படவில்லை. ஏன் மறுதிருமணம் செய்து கொண்டு வாழவில்லை. இன்னொரு ஆணும் பாஸ்டரைப் போல இருப்பான் என்று முடிவு செய்துவிட்டாளா? ஞானம் சிறிது நாட்கள் ரோஸியை மறந்திருந்தாள். இது சம்பந்தமாக எதையும் அவள் நினைத்துப் பார்ப்பதில்லை. நினைக்க நினைக்க அவளுக்குக் கோபம் வருகிறது. நினைக்க நினைக்க செபஸ்டியானின் ஞாபகம் வருகிறது. பாஸ்டர் நீங்கள் தெரிந்தே ரோஸியின் வாழ்வைச் சீரழித்துவிட்டீர்கள். உங்களை யாரும் மன்னிக்கக்கூடாது. மன்னிக்கவும் முடியாது. நீங்கள் பாவி. பாவத்தை விலை கொடுத்து வாங்கிவிட்டீர்கள் என்று பாஸ்டரை மனதுள் திட்டினாள். அவளால் அதுதான் முடிந்தது.

பாஸ்டர் ஜெயலெட்சுமியின் வீட்டிற்கு முன்பாக நின்றார். வீட்டுத் திண்ணையில் கோழிகள் திரிந்தன. மரத்தூண்கள் கொண்ட திண்ணை. ஒவ்வொரு திண்ணையிலும் நான்கு தூண்கள். பாஸ்டர் தூண் ஒன்றில் சாய்ந்து கால்களை நீட்டிக் கொண்டார். ஞானம் அவருக்கு எதிரே இருந்த தூணில் சாய்ந்து உட்கார்ந்தாள். அவள் பாஸ்டரின் முகத்தைப் பார்க்க விரும்பவில்லை. வேறொரு பக்கமாகத் தனது முகத்தை வைத்துக் கொண்டாள். பாஸ்டரின் மேல் அவளுக்குக் கோபம் வந்தது. தன்னை அவள் ரோஸியைப் போல உணர்ந்தாள். ரோஸியைப் போல பாஸ்டரின் முகத்தில் காறி உமிழவேண்டுமென நினைத்தாள்.

ஜெயலெட்சுமி வீட்டிற்குள்ளிருந்து தயக்கத்துடன் வெளியே வந்து வாசலில் நின்றாள். ஜெயலெட்சுமியைப் பார்த்ததும் ஞானம் எழுந்து கொண்டாள். அவளறியாது கைகூப்பி வணக்கம் சொன்னாள். ஜெயலெட்சுமியின் முகம் விரிந்த நெற்றி நடுவகிட்டு நேர்கோடு இரண்டு பக்கமும் எடுத்து விட்ட கூந்தல் அவளுக்கு யாரையோ ஞாபகப்படுத்தியது. ஜெயலெட்சுமி உயரமானவள். அவளது உயரம் பார்ப்பதற்கு அழகாகயிருந்தது. ஞானம் அவளைப் பார்த்துக் கொண்டிருந்தாள். அழகான பெண்களுக்கு நிரந்தரமாக ஆண்களுடன்

வாழ்வதற்குக் கொடுப்பினை இல்லை என்று ஞானத்திற்குத் தோன்றியது. ரோஸி செபஸ்டியான் இறந்த பிறகு மறுமணம் செய்ய இயலவில்லை. ஜெயலெட்சுமி இத்தனை நாட்களும் திருமணம் செய்து கொள்ளாமல் தனியாக வாழ்ந்திருக்கிறாள். எதற்காக அவள் தன்னைத் தனிமைப்படுத்திக் கொண்டாள்? நான் ஏன் திருமணம் செய்து கொள்ளாமல் இத்தனை நாட்களும் தனியாக இருக்கிறேன். தொண்டு ஊழியம் செய்கிறேன் என்று யாரை ஏமாற்றிக் கொண்டிருக்கிறேன். என்னையே நான் ஏமாற்றிக் கொள்வதற்கு ஒரு வழி இது என்று எனக்குத் தெரியும். அதை வெளியே யாருக்கும் தெரியாமல் மறைத்து வைத்திருக்கிறேன். யாரும் கண்டுபிடித்துவிடக்கூடாது. கர்த்தரே யாரிடமும் என்னைக் காட்டிக்கொடுத்துவிடாதே என்று ஞானம் மனதிற்குள் தவித்தாள்.

“நீங்க ஜெபக்கூட்டப் பிரார்த்தனைக்கு வரணும். இன்னைக்கு சாயங்காலம் கூட்டமிருக்குது வாங்க” என்று பாஸ்டர் அவசர அவசரமாக அழைத்தார்.

ஞானத்திற்கு ஜெயலெட்சுமியிடம் நிறைய பேசவேண்டுமென்று அவளைப் பார்த்தவுடன் தோன்றியது. எதற்கென்று தெரியவில்லை. எதைப் பேச வேண்டும். எப்படிப் பேச வேண்டும் என்று தெரியவில்லை. நீண்ட நாட்களுக்குப் பிறகு தனது தாயைப் பார்ப்பதுபோல, நீண்ட நாட்களுக்குப் பிறகு தனது சகோதரியைப் பார்ப்பதுபோல, தனது நெருங்கிய தோழியைப் பார்ப்பதுபோல ஜெயலெட்சுமியைப் பார்த்தவுடன் அவளது மனதில் எண்ணம் தோன்றியது.

“உங்களை வெளியே எங்கேயும் பார்க்க முடியல. நீங்க வீட்டை விட்டு வெளியிலே வரமாட்டீங்களா?” என்று ஞானம் அவளிடம் கேட்டாள். ஜெயலெட்சுமி சிரித்துக் கொண்டாள்.

"நானும் உங்களை மாதிரிதான். புருஷனை இழந்துட்டு தனியா இருந்தேன். எனக்குன்னு யாருமே இல்லை. அழுகிறதைத் துடைச்சுவிடுறதுக்கு ஆள் இல்லை. ஏன் அழுறேன்னு கேட்க நாதியத்துப் போய் கிடந்தேன். ஒரு நாள் ராத்திரியிலே எல்லாமே தலைகீழா மாறிப்போயிருச்சு. கர்த்தர் எனக்குக் காட்சி தந்தாருன்னு சொன்னா யாரும் நம்பமாட்டாங்க. ஆனா அதே வேளை என்னோட வாழ்க்கையில கர்த்தர் துயரத்தை மட்டுந்தான் கொடுத்தாருன்னு சொன்னாலும் யாரும் நம்பமாட்டாங்க. பத்து வயசு புள்ளே ஒருத்தி

தனியா ஹாஸ்டலில் தங்கி அதுவா குளிச்சு துவச்சு சீவி ஸ்கூலுக்குப் போறதை நான் பார்த்தேன். அம்மா இல்லை. அப்பா மட்டுந்தான். மலைக்காட்டில எஸ்டேட்டிலே வேலை. வருஷத்தில இரண்டு தடவையோ மூணு தடவையோ வந்து பார்த்துட்டுப் போவாரு. அதுவும் ஹாஸ்டலுக்குப் பணம் கட்டுறதுக்கு. அந்தச் சின்னப் பிள்ளை ரூபத்திலதான் எனக்குக் கர்த்தர் காட்சி தந்தாரு. அவள் தான் எனக்கு தைரியத்தைக் கொடுத்தவள். இந்த உலகத்தை எதித்து நிற்கிறதுக்கு துணிச்சலைக் கொடுத்தவள். வீட்டு மூலையில இருந்து வெளியே வந்துட்டேன். இந்த உலகத்தை தைரியமா பாக்கிறதுக்கு அவதான் எனக்குச் சொல்லிக்கொடுத்தது.

என் புருஷனைக் கர்த்தர் என்கிட்டே இருந்து பறிச்சிக்கிட்ட கதையைக் கேளுங்க ஜெயலெட்சுமி. நாங்க அப்போ பாளையத்தில இருந்தோம். ராயப்பன்பட்டிதான் எங்க சொந்த ஊர். எனக்கும் செபஸ்டியானுக்குக் கல்யாணம் முடிஞ்சு மூணு மாதந்தான். செபஸ்டியானுக்கு போலீஸ் கான்ஸ்டபிள் வேலை. பாளையம் ரவுண்டனாவிலே டூட்டி போட்டிருந்தாங்க. டூட்டி முடிஞ்சு வந்ததும் இரண்டு பேரும் மோட்டார் பைக்கில சாயங்காலமானா ஊர் சுத்துவோம். சினிமாவுக்குப் போவோம். சர்ச்சுக்குப் போவோம். ராயப்பன்பட்டியில இருக்கிற எங்க அப்பாவையும் அம்மாவையும் ஞாயிற்றுக்கிழமை போய் பார்த்துட்டு வருவோம். வழியில ஒவ்வொரு ஆலமரமா நின்னு நின்னு பேசிட்டுப் போவோம். அப்படியொரு பாசம். அன்பு. அத்தனையையும் கர்த்தர் ஒரே ராத்திரியில களவாடிட்டுப் போயிட்டாரு. ரவுண்டனாவில ஒரு கொலை. ஆட்டுக் கிடாச் சண்டை முடிஞ்சி ஊருக்குத் திரும்பிட்டு இருக்கிற கோஷ்டிக்கும் இன்னொரு கோஷ்டிக்கும் தகராறு. ஒருத்தரை ஒருத்தர் அடிச்சுக்கிட்டாங்க. ஒருத்தனைக் கத்தியால குத்திட்டாங்க. குத்துப்பட்டவன் குடல் வெளியே வந்து சாகக்கிடக்கான். கத்தியாலே குத்தியவனை விரட்டிப்பிடிக்க செபஸ்டியான் ஓடினான். கோம்பை ரோட்டில ராத்திரி வேளையில ஓடியிருக்காங்க. குத்தினவன் ரோட்டைத் தாண்டி ஓடை பாதையில புகுந்துட்டான். அவனை விரட்டிட்டு செபஸ்டியானும் ஓடுறாரு. இரண்டு பேரும் உள்காட்டுப் பாதையில வேகமா ஓடுறாங்க. இருட்டு. காட்டுப் பாதை தோட்டத்திலே கிணறு ஒண்ணு இருந்துருக்கு. கிணத்தைச் சுத்தி முள்ளு செடியும் குத்து செடியுமா ஆள் உசரத்துக்கு வளர்ந்து நின்னுட்டு இருந்துருக்கு. முன்னாடி ஓடுனவனும் பார்க்கல. பின்னாடி விரட்டிட்டுப் போன செபஸ்டியானும் கவனிக்கல.

செபஸ்டியான் முன்னாடி ஓடுனவனோட சட்டையை எட்டிப் பிடிச்சு இழுத்துருக்கான். தவறி இரண்டு பேரும் கிணத்துக்குள்ளே விழுந்துட்டாங்க. கர்த்தரோட கிருபை என்னா தெரியுமா? செபஸ்டியான் முதலில விழுந்திருக்கிறான். அவன் மேலேதான் கத்தியாலே குத்தினவன் விழுந்திருக்கிறான். அவனோட சுமை விழுந்ததாலே முகம் நொறுங்கி கை கால் எலும்பு எல்லாம் நொறுங்கி நெஞ்சு எலும்பு உடைஞ்சு அந்த இடத்தில செபஸ்டியான் செத்துப் போயிட்டான். கத்தியால குத்துனவனுக்கு ஆண்டவன் எந்த சோதனையையும் கொடுக்கல. ஒரு கீறலைக் கூடத் தரலை. ஏன் என் செபஸ்டியானுக்கு இப்படியாச்சுன்னு சொல்லமுடியும்? யாருக்காவது இதுக்குப் பதில் தெரியுமா? நீங்க சொல்லுங்க ஜெயலெட்சுமி. இதைத்தானே நீங்க தலை எழுத்துன்னு சொல்றீங்க" என்று தனது கண்களைத் துடைத்துக் கொண்டாள் ஞானம்.

ஞானம் தன் முன்பாக நின்றிருந்த ஜெயலெட்சுமியைப் பார்த்தாள். ஜெயலெட்சுமியின் கண்களிலிருந்து கண்ணீர் கசிந்து கொண்டிருந்தது. சிறு குழந்தையைப் போல தேம்பி அழத்தொடங்கியவள் திடீரென ஆங்காரம் வந்து வாய் விட்டுக் கதறினாள். ஞானத்திற்கு அவளது அழுகையைப் பார்க்க பயமாக இருந்தது. சற்று முன்பாகத் தான் பார்த்த அவளது அமைதியான முகத்தில் வெறியும் கோபமும் நெருப்பு போல எரிந்து கொண்டிருப்பதை அவள் பார்த்தாள். அவளுக்கு ஆச்சரியமாக இருந்தது.

"எதுக்கு அழுறீங்க? அழாதீங்க."

ஜெயலெட்சுமி அழுவதை நிறுத்தவில்லை. சாமி வந்து இறங்கியவளைப் போல ஆங்காரமாக அழுதாள்.

"ஜெயலெட்சுமி அழாதீங்க. எதுக்கு அழுறீங்க?"

ஜெயலெட்சுமி தன்னை மறந்து தன் முன் நிற்பவர்களை மறந்து எதையோ நினைத்து அழுதாள். கண்களிலிருந்து வடிந்த நீர் கன்னங்களில் நின்றது. தாடையில் சொட்டியது கண்ணீர். மாரில் ஈரமாகி நீர் தடம் தெரிந்தது. ஞானம் அவளை உலுக்கிவிட்டாள். ஜெயலெட்சுமி உறக்கத்திலிருந்து விழித்துக்கொண்டவள் போல தன்னையும் தனது வீட்டையும் தன் முன் நிற்பவர்களையும் பார்த்தாள். ஞானத்தைக் கட்டிக் கொண்டாள். அவளுக்கு ஆறுதலாக இருந்தது. ஞானம் அவளை ஆறுதலாக அணைத்துக் கொண்டாள். இருவருமே நீண்ட நாட்கள் சுமந்து கொண்டிருந்த

தங்களது சுமையைத் தோள் மாற்றிக் கொள்ள அருகில் ஒருவர் இருக்கிறார் என்பதை உணர்ந்தார்கள். அவர்களுக்கு நிம்மதியாக இருந்தது. ஜெயலெட்சுமி கண்களைத் துடைத்துக் கொண்டாள்.

“பாளையத்திலே கிடா முட்டுச் சண்டையில செத்துப்போனது ஏம்புருஷந்தான். அவரைத்தான் அல்லிநகரத்துக்காரங்க குத்திக் கொன்னாங்க. அந்த கேசுக்கு நானு இரண்டு தடவை பாளையம் கோர்ட்டுக்குப் போயிட்டு வந்தேன். அங்கே ஒன்னைய பாத்திருக்கேன். நீ பெஞ்சில முக்காடு போட்டு உட்கார்ந்துட்டு இருந்தே. உன் பக்கத்திலே கைப் பிள்ளையை வைச்சிட்டு ஒருத்தி உட்கார்ந்து இருந்தா. நீ தலையைக் குனிஞ்சு அழுதுட்டே இருந்ததை நான் பாத்திருக்கிறேன்.”

"கோர்ட்டிலே கேசு நடந்துட்டு இருக்கிறப்போ நானும் வந்திருந்தேன். என் பக்கத்திலே உட்காந்து இருந்தது என்னோட அக்கா. அவள் பிள்ளை அது.”

அவர்கள் ஒருவரின் முகத்தை ஒருவர் பார்த்துக் கொண்டார்கள். திரை விலகி வெளிச்சம் பரவியது போல அவர்களது முகத்தில் தெளிச்சி உண்டானது. அவர்கள் இருவரின் கண்களும் குளிர்ந்து கருணை பொங்கியது.

"ஜெயலெட்சுமி கண்டிப்பா ஜெபக்கூட்டத்திற்கு வரணும். கர்த்தருகிட்டே பிரார்த்தனை செய்யணும். செபஸ்டியானோட ஆவியும் உன்னோட புருஷங்காரனோட ஆவியும் அற்பாயுசில பிரிஞ்சிருக்கு. அவங்ளோட ஆன்மா அமைதியடையணும். அதுக்காக நீ ஜெபக்கூட்டத்திற்கு வரணும். பிரார்த்திக்கணும்.”

ஜெயலெட்சுமி அமைதியாக இருந்தாள். அவளுக்கு கொண்டலுவின் நினைவு முள் செடியின் மேல் சிக்கி காற்றில் பறந்து கொண்டிருக்கும் காகிதத்தைப் போல மனதில் படபடத்துக் கொண்டிருந்தது. அவள் ஞானத்தின் கரங்களைப் பிடித்துக் கொண்டாள்.

“என்னை மன்னிருச்சு ஞானம். ஏம்புருஷனாலதானே உனக்கு இப்படியாகிருச்சு. என்னையையும் ஏம்புருஷனையும் நீதான் மன்னிக்கணும். நீதான் எனக்கு கர்த்தர். நீதான் எனக்கு சாமி. நீதான் எனக்கு அமைதியைத் தரணும். நீதான் எங்களை மன்னிக்கணும்.”

ஜெயலெட்சுமி சொல்லியதைக் கேட்டதும் ஞானம் அழத் தொடங்கினாள். அவள் குற்றமற்றவள். தனது கணவனுக்காகத்

தன்னிடம் மன்னிப்பு கேட்கிறாள். எவ்வளவு உண்மையான வார்த்தை தன்னால் ஒருத்திக்கு இப்படியான கதி ஏற்பட்டிருந்தால் தான் மன்னிப்பு கேட்டிருப்போமா? மன்னிப்பு கேட்கும் தைரியமும் மனமும் தன்னிடம் இருக்கிறதா? ஜெயலெட்சுமிக்கு எல்லாம் தெரிந்திருக்கிறது. அவளது மனதில் இப்போதிருந்து தன்னைப் பற்றியும் செபஸ்டியானைப் பற்றியுமான எண்ணம் ஓடிக் கொண்டிருக்கும். அந்த எண்ணம் அவளைக் குற்றவாளியாகக் கருதச் செய்திருக்கிறது. அதனால்தான் தன்னிடம் மன்னிப்பு கேட்கிறாள் என்று ஞானம் நினைத்தாள். ஞானம் அவளை ஆதரவுடன் தழுவிக் கொண்டாள்.

"யாரும் தப்பும் தவறும் செய்யல. அவங்க பாதையில போயிட்டு இருந்தாங்க. அவங்களோட பயணம் முடிஞ்சுபோச்சு. நாமே நம்ம பாதையில போகணும். பிரயாணம் செய்யணும். எத்தனை காலம் வரைக்கும் பிரயாணம் செய்யமுடிமோ அத்தனை காலம் வரைக்கும் பிரயாணம் செய்யலாம்" என்று ஞானம் சொன்னாள். ஞானம் சொல்லியது ஜெயலெட்சுமிக்குப் புரியவில்லை.

“இரண்டு பேரும் காப்பி குடிக்கிறீங்களா. காப்பி போட்டுத் தர்றேன்” என்று ஜெயலெட்சுமி அங்கிருந்து உள்ளே சென்றாள்.

ஞானம் சரி என்று சொன்னாள். ஜெயலெட்சுமியுடன் அவள் சமையலறைக்குள் சென்றாள். ஜெயலெட்சுமி அடுப்பைப் பற்ற வைத்து காப்பி போட ஆரம்பித்தாள். ஞானம் அவளிடம் “உன்னோட புருஷன் போட்டோ ஏதாவது இருக்கா ஜெயலெட்சமி. நான் பார்க்கணும்” என்றாள்.

“எங்க கல்யாணத்தில எடுத்துக்கிட்டே போட்டோ இருந்துச்சு. அந்த போட்டோ அவங்க ஊரில இருக்கும். மனசுக்குள்ளே அந்த ஆளோட முகம் பதிஞ்சு போச்சு. மனுஷனை உசிரு இருக்கிற வரைக்கும் மறந்திடமுடியுமா?”

அவர்கள் மூவரும் காப்பி குடித்தார்கள். சூடான காப்பி ஞானத்திற்குத் தெம்பாக இருந்தது. அவள் குடித்து முடித்ததும் வீட்டின் பின் பக்கத்திலிருக்கும் தோட்டத்திற்குச் சென்றாள். கோழிகள் கூண்டுகளின் மேலும் கூண்டுகளுக்குள்ளுமாக பாதி உறக்கத்தில் இருந்தன. காற்று ஈரத்துடன் வீசியது. தோட்டத்தில் பூத்திருந்த செடிகளை அவள் பார்த்தபடி நின்றாள்.

“இங்கே பூக்கிற பூவையெல்லாம் கோழிகதான் கொத்தித் திங்குது. தலைக்கு வைச்சுக்க யாரு இருக்கா” என்று ஜெயலெட்சுமி கேட்டாள்.

“பாளையத்திலிருந்து ராயப்பன்பட்டிக்கு மோட்டார் பைக்கில போறப்போ செபஸ்டியான் மல்லிகைப் பூ வாங்கித்தருவாரு. தலை நெறய வைச்சுப்பேன். என்னையை பார்க்கிறவங்களுக்கு கிறித்துவப்புள்ளை மாதிரி தெரியாது. பூவை வைச்சிட்டு புருஷங்காரன் முன்னாடி நிக்கிறதுக்குக் கொடுப்பினை வேணும்” என்று ஞானம் பரிதாபமாகச் சொன்னாள்.

ஞானம் தோட்டத்தை விட்டு வெளியே வந்தாள். வாசலில் அமர்ந்திருந்த பாஸ்டரைப் பார்த்ததும் “கண் முன்னால பொண்டாட்டி பூவை வைச்சிட்டு நிக்குறதைப் பார்க்கிறதுக்கு ஆம்பிளைகளுக்குக் கொடுப்பினை வேணும்” என்று கோபத்துடன் சொன்னாள். பிறகு பாஸ்டரைக் கடந்து தெருவுக்குப் போய் ஜெபவீட்டை நோக்கி நடந்தாள். பாஸ்டர் அவளுக்குப் பின் நடந்து சென்றார். ஜெயலெட்சுமி இருவரும் தெருவைக் கடந்து செல்லும் வரை அவர்களைப் பார்த்துக் கொண்டு நின்றிருந்தாள். அவளுக்கு ஞானம் தன் பக்கத்தில் எப்போதும் இருக்கவேண்டும் என்று தோன்றியது.

(14)

தேவாரம் சந்தையில் கடலை மூடைகளுக்குப் பின்பாக ஆட்டுக்கிடாய்களை நிறுத்தி வைத்திருந்தனர். ஜனங்கள் பலரும் வரிசையாக நிறுத்தி வைத்திருந்த ஆட்டுக்கிடாய்களை வேடிக்கை பார்த்தனர். மொத்தம் இருநூறு ஆடுகள். பத்துப் பதினைந்து பேர் ஆடுகளுக்கு சுற்று காவல் இருந்தனர். அவர்கள் சிவப்புத் துண்டில் உருமாக்கட்டியிருந்தனர். பீடி குடித்துப் புகையை பஸ்ஸ்டாண்டு பக்கமாக ஊதிவிட்டு ஆட்களைத் தேடிக்கொண்டிருந்தனர். ஆடு வாங்குவதற்கு யாரும் வரவில்லை. செம்மறி ஆடுகளை வாங்குவதற்கு யாருமில்லை. ஆடுகள் ஒரேமாதிரி செய்து வைத்ததுபோல அசையாமல் நின்றிருந்தன.

கிராமத்து சம்சாரிகள் வெண்டைக்காய் மூடைகளை மாட்டுவண்டியிலிருந்து இறக்கினார்கள். உரமூடைகளில் வெண்டைக்காய் பச்சைப்பசேலென இருந்தது. பிசுபிசுப்பான வாடையும் உரமூடையில் கட்டிவைத்திருந்த வெக்கையும் முகத்தில் அடித்தது. ஆடுகள் நின்றிருந்த இடத்தைக் கடந்து தோட்டத்துக்காரர்கள் மூடைகளைத் தூக்கிக்கொண்டு போனார்கள். அவர்கள் ஆட்டை வேடிக்கையாகப் பார்த்தனர்.

[1] “ஆத்துரு ஏலித்தீயே எம்புட்டு பெலை.”

“ஆயிரத்தை ஐநூறு ரூபாய் அண்ணாரு.”

[2] “செம்புறிமேக்கேனே இம்புட்டு பெலை கொட்டா தெக்கபேக்கு. பாயினே முச்சேன்டுபா தொட்டப்பா.”

“வெள்ளாட்டம் குட்டி என்னா விலையின்னு போடி சந்தையில கேட்டுப்பாருங்கப்பா.”

"தெரியும் தெரியும் எங்களுக்கு." அவர்கள் சந்தைக்குள்ளாகச் சென்றார்கள். அவர்கள் சென்றதும் டீக்கடையிலிருந்து கடலை வியாபாரிகள் வந்தார்கள். கடலை மூடையின் மேலிருந்த ஆட்டுப்புழுக்கைகளைத் தட்டிவிட்டு மூடைகளைத் தூக்கி வேறுபக்கமாக வைத்தனர். கம்பெனிக் கடலை ஒவ்வொன்றும் நீளநீளமாக மண்ணும் வேருமாக இருந்தது. படிக்கணக்கிலும் மூடைக்கணக்கிலுமாக கடலை விற்றுத் தீருகிற நேரம். அவர்களுக்கு விலை சகாயமாக கிடைத்தால் ஆட்டை வாங்கிக்கொள்வதாக கொடாப்புக்காரர்களிடம் விலை கேட்டனர்.

"பாஸ்டருகிட்ட இருந்து இலவசமாக வாங்கின ஆடுதானே. ஐநூறு ரூபாய் போதாதா?" கடலை வியாபாரி ஒருவர் ஆத்திரப்பட்டுக் கேட்டார்.

"கடலையை வித்துட்டு சாக்கையும் கிரயம் பேசி விக்கிற ஆளு நீ. இலவசமா ஆடு கிடைச்சா உனக்கென்ன. வெலைக்கு வாங்கினதா இருந்தா உனக்கென்ன. ஆயிரத்து ஐநூறு ரூபாய். முடிவான விலை. காசைக் கொடுத்துட்டு தூக்கிக்கிட்டுப் போங்க. இல்லையா வேடிக்கை பார்த்துட்டுப் போங்க" என்று பீடிப் புகையை ஊதியபடி ஆட்டுக்காரர் சொன்னார். அவர்கள் அனைவரும் ஒன்றுகூடிப் பேசி வைத்திருந்தனர். விலை படியவில்லையென்றால் கடைசியில் ஹோட்டல்காரனுக்குப் பேசி முடிக்கலாமென போடிக்கும் தேனிக்கும் இரண்டு பேரை அனுப்பியிருந்தனர்.

"கறி சூடுண்ணே. ஆனால் திங்கத் திங்க ருசியாத்தான் இருக்கும். வெள்ளாட்டம் ருசி தனி. செம்புலி ஆட்டுக் கறி ருசி வேற. நீ தின்னுருக்கியா மாசாணம்" மூடையைப் புரட்டிப் போட்டுக் கொண்டு வியாபாரி தன்னுடன் வந்த மற்றொருவனிடம் கேட்டான். மாசாணம் இல்லையென்று சொன்னான். "கிளப்புக் கடையில செம்புலி ஆட்டுக்கறிதான் போடுவாங்கன்னு சொல்லுறாங்க. கிளப்பு கடைக்காரன் கண்ணிலே பட்டுச்சுன்னா கேட்கிற விலையை கொடுத்து வாங்கிட்டுப் போயிருவான். டவுனுக்குப் போனவங்க வரட்டும்" என்று அவன் சொன்னான்.

பரமசிவம் பஸ்ஸை விட்டு இறங்கி சந்தைக்குப் போகும் வழியிலிருக்கும் டீக்கடைக்குச் சென்றார். ஆடுகளைக் கைமாற்றிவிடும் தரகுக்காரர்கள் கண்ணுக்குத் தட்டுப்படுவார்கள் என்று உட்கார்ந்து கொண்டார். டீ குடித்து முடிக்கிற வேளைக்குள்ளாகத் துப்பு

கிடைத்து தரகர்கள் வந்துவிட்டார்கள். தரகுக்காரன் ஒருவன் [3]"வெள்ளைக்கு வெள்ளையின்னு நூறு ஆடுகளை வாங்கிப் போடு பரமு. பெட்டி புரத்திலே வக்கப்புல்லா தின்னு வளந்தது" என்று சொன்னான்.

[4] "தங்காவெள்ளைக்கு வந்தா சொல்லு ஐம்பது ஆடு வாங்குறதுக்கு ரெடியா வந்திருக்கேன்" என்று பரமசிவம் சொன்னார்.

[5] "ஆமா ஒனக்கு வெறும் வெள்ளைக்கும் சவுட்டைக்கும் தட்டைக்கும் வெள்ளாடு வரும். போப்பா விவரமான ஆளு நீ. விக்கிற விலைவாசிக்குத் தகுந்தமாதிரி பேசு. விலை கேளு. புரோக்கர் நாங்களே பேசிட்டு இருந்தா எப்படி வா வந்து ஆட்டைப் பாரப்பா."

பரமசிவத்தைச் சுற்றி வளைத்துக் கொண்டார்கள். ஒவ்வொருவரும் ஒவ்வொரு இடத்திற்கு அழைத்தார்கள். காளிமுத்துவும் சென்னையனும் வந்த பிறகு ஆட்டைப் பார்க்கப் போகலாமா இல்லை இப்போது பார்த்து வைக்கலாமா என்று யோசனையாக நின்றார். அவர் யோசிப்பதைக் கவனித்த தரகன் ஒருவன் அவருக்குப் பின்பாக நின்று மற்ற தரகுக்காரர்களுக்கு ஜாடையில் பேசினான்.

[6] "மேக்கலு தீசதானிக்கு நக்கபாடு ராவலைரோ" என்று சொன்னான்.

தரகன் பேசியது அவருக்குத் தெரிந்தது. காளிமுத்துவைத்தான் அவர்கள் நரிப்பயல் என்று சொல்கிறார்கள். காளிமுத்து ஆட்டைத் தூரத்திலிருந்து பார்க்கும் போதே கணித்துச் சொல்லிவிடுவான். ஒருவாரத்தில் அறுத்துக் கூறு போடவேண்டுமென்றால் கொளுப்பு கூடி உடம்பு பருசாகத் தெரியவேண்டும். அதே நேரம் கறி முத்தலாகவும் போய்விடக் கூடாது. பட்டியில் அடைத்து வளர்க்க வேண்டுமென்றால் குட்டி உருப்படிகளாகப் பார்க்கவேண்டும்.

தரகன் ஒருவன் சந்தைக்குப் பக்கத்திலிருக்கிற அரசமரத்திற்கு அழைத்துக்கொண்டு சென்றான். "டேய் பரமசிவம் ஏங்கையீ. விலை பேசி திகையறமட்டும் யாரும் குறுக்கே புகுந்து குட்டி கலாட்டா செய்யக் கூடாது. சொல்லிட்டேன். திகையாத பட்சத்திலே அவுத்துவிட்டேன்னு நானே சொல்லிருவேன்" என்று கத்திச் சொன்னான். வேட்டைக்கருப்பு கோவிலுக்குப் பக்கத்தில் வெள்ளாடு பட்டி போட்டிருந்தார்கள். ஒரே ஊர்க்காரர்கள். ஒரே இனத்துக்காரர்கள். யாரும் யாருக்கும் துரோகம் செய்யமாட்டார்கள். பெட்டிப்புரத்து நாயக்கமார்கள் பரமசிவத்தைப் பார்த்ததும் சந்தோஷமாக அழைத்தார்கள். பரமசிவத்திற்கு வெற்றிலை பாக்கு

தந்தார்கள். அவரும் வாங்கிக்கொண்டார். குட்டியாக எதுவும் இல்லை. தனது கண் மதிப்பில் எடை போட்டுக்கொண்டார். வளர்த்தெடுக்கவேண்டியதில்லை. ஒருமாதம் இரண்டு மாதத்தில் விற்றுவிடவேண்டும். இல்லையென்றால் கறி முத்திவிடுமளவிற்குக் கொழுப்பு கூடியிருப்பது முகத்திலும் பின்னங்கால் சதையிலும் தெரிந்தது. இடுப்புக்கும் முதுகுக்கும் இடையில் கூடியிருக்கும் எலும்பில் இரண்டு பக்கமும் பள்ளம் விழுந்திருக்கவேண்டும். பள்ளம் வெளியே தெரியாத அளவுக்கு சதை பெருத்துப்போயிருந்தது.

வேட்டைக்கருப்பு கோவில் திண்ணையில் வெற்றிலை போடுவதற்கு ஆட்கள் உட்கார்ந்து கொண்டார்கள். மண் பானையில் குடி தண்ணீர் இருந்தது. பரமசிவமும் அவரை அழைத்து வந்த புரோக்கரும் திண்ணையில் உட்கார்ந்து கொண்டார்கள். மொத்தம் இருநூறு ஆடுகளுக்கும் மேலிருக்கும். யாருடைய ஆடு எது என்று தெரியாது மொத்தமாக நின்றிருந்தன. தேவாரம் சந்தையிலும் சின்னமனூர் சந்தையிலும் விற்றுவிட்டு ராவில் ஊருக்குப் போய் பங்கு போட்டுக்கொள்வார்கள். பங்காளிகளும் மாப்பிள்ளைமார் களுமாக ஆடுகளை ஓட்டிக்கொண்டு வந்திருந்தார்கள்.

“தம்பி வரட்டும். கூடவே சென்னப்பனும் வர்றான்” என்று பரமசிவம் சொன்னார். பட்டிக்காரர்கள் சரி என்று சொன்னார்கள். கோவில் திண்ணையில் உட்கார்ந்திருப்பது சௌகரியமாக இருந்தது. சந்தைக்கு வரும் கூட்டத்தை வேடிக்கை பார்க்கலாம். காய்கறி வாங்குவதற்குத்தான் ஜனங்கள் அலைமோதினார்கள். கோழிகள் விற்பவர்கள் சைக்கிள் பின்கேரியரில் பஞ்சாரத்தைக் கட்டிக்கொண்டு சந்தைக்கு குறுக்கும் நெடுக்குமாக அலைந்தார்கள். க்வக் க்வக் சத்தம் வேட்டைக்கருப்பு கோவில் வரை கேட்டது. தற்செயலாகத்தான் பரமசிவம் வெற்றிலைப் பாக்குக் கடையைப் பார்த்தார்.

வெற்றிலைக்கடைக்கு முன்பாகப் பெரிய கொட்டகை போட்டிருந்தார்கள். இரண்டு மூன்று பெஞ்சுகள் இருந்தன. அமர்ந்திருக்கிற ஆட்களை விட நின்று கொண்டிருந்த ஆட்கள் நிறைய பேர் இருந்தனர். கடையின் முன்பாக துரை நின்றிருந்ததை பரமசிவம் பார்த்தார். அவன் குடித்திருப்பது நின்று கொண்டிருந்த தினுசிலிருந்து அவரால் புரிந்து கொள்ள முடிந்தது. வேட்டியை முழங்காலுக்கு மேலாகத் தூக்கிக்கட்டியிருந்தான். அவன் உடுத்தியிருந்த டிராயர் வெளியே தெரிந்தது. சவரம் செய்யாத முகமும் வாயில் புகைந்து கொண்டிருக்கும் சிகரெட்டும் வேறுமாதிரியாக

அடையாளம் காட்டியது. சத்தமாக சிரித்துக்கொண்டான். அவனது காலுக்குக் கீழே மூன்று சேவல்கள் கால்கள் கட்டிக்கிடந்தன. அவன் சிரித்ததும் சேவல் தனது இறக்கையை உதறிக்கொண்டு எழுந்து கொள்ள முயன்றது.

மாட்டு வண்டிகள் ஒன்றன் பின் ஒன்றாக மேற்குப் பக்கமிருந்து வந்து கொண்டிருந்தன. எளசையிலிருந்து இன்னமும் காளிமுத்து வண்டி ஓட்டிக்கொண்டு வரவில்லை. அவன் இரட்டை மாட்டு வண்டியில்தான் வருவான். கூடவே சென்னப்பனும் அவன் பக்கத்தில் உட்கார்ந்திருப்பான். மேற்கிலிருந்து வருகிற வண்டிகள் முழுதும் ஒற்றைமாட்டு டயர் வண்டிகள். தேனியிலிருந்து பருப்பு அரிசி கருப்பட்டி ஏற்றிக்கொண்டு வருகிறது.

பரமசிவம் ஊரிலிருந்து தம்பி வருவதற்குள்ளாக மாப்பிள்ளை பார்த்துவிட்டு வரலாமென நினைத்தார். திண்ணையை விட்டு எழுந்து கொண்டார். அவருக்கு சங்கோஜமாக இருந்தது. துரை முகங்கொடுத்துப் பேசமாட்டான் என்று அவருக்குத் தெரியும்.

“என்னா பரமசிவம் எந்திரிச்சிட்டே.”

“சின்னப்புள்ளே மாப்பிள்ளை பொட்டிக்கடையில நிக்குறாரு. ஒரு எட்டு போய் பார்த்துட்டு வந்துர்றேன்” என்று சொன்னார். அவர்கள் சரி என்று சொல்லி அனுப்பி வைத்தார்கள். அவர் பெட்டிக் கடைக்குச் சென்றார். அவர் நினைத்தது போலவே துரை அவரைப் பார்த்து முகத்தை திருப்பிக்கொண்டான். அவரைப் பார்த்ததும் அவனுக்குக் கோபம் தலைக்கு ஏறியது. கோபத்தை யாரிடமாவது காட்டவேண்டுமென நினைத்தான். பெஞ்சில் உட்கார்ந்து கொண்டான்.

“டேய் மாப்பிள்ளை, உங்க மாமா வர்றாருடா. மருவாதியா உட்காரு. பேச்சைக்குறை” என்று அவனுடன் வந்தவர்கள் அவனை அதட்டினார்கள். அவன் தலையைக் குனிந்து கொண்டான். தனது கையிலிருந்த சிகரெட்டைத் தூர எறிந்தான். துரையுடன் வந்திருந்த மற்றொருவன் "ஒரு பேச்சுக்கு வாங்க மாமான்னு பேசிரு" என்று அவனை உஷார்ப்படுத்தினான். அவன் யார் பேச்சையும் கேட்கவில்லை. அமைதியாக இருந்தான்.

பரமசிவம் அவனது பக்கத்தில் நின்று கொண்டார். அவன் அவரைப் பார்க்கவில்லை. பெட்டிக்கடையில் உட்கார்ந்து கொள்ள இடமில்லை.

துரையைப் பார்த்து "வாங்க மாப்பிள்ளை" என்று பேச்சுக் கொடுத்தார். துரை அவருடன் எதுவும் பேசிக்கொள்ளவில்லை. நிமிர்ந்து பார்க்கவில்லை. பரமசிவம் திரும்பவும் சத்தமாக "வாங்க மாப்பிள்ளை, நல்லா இருக்கீங்களா?" என்று பேசினார். அவர் பேசியதைக் கேட்டு துரையின் அருகில் அமர்ந்திருந்தவன் "டேய் மாப்பிள்ளை உங்க மாமா வந்திருக்காருடா" என்று சொன்னான். அவன் சொல்லிய பிறகு துரை "வாங்க" என்று மெதுவாக முணங்கிக்கொண்டான். அவன் பேசியது அவனுக்கே கேட்டுக்கொள்ளவில்லை. பிறகு என்ன நினைத்தானோ எழுந்து சந்தையை நோக்கி நடக்க ஆரம்பித்தான். அவனுடன் வந்தவர்களும் சேவலையும் வாங்கி வைத்திருந்த மற்ற பொருட்களையும் எடுத்துக் கொண்டு நடக்க ஆரம்பித்தனர்.

துரை கூட்டத்தை விலக்கிக் கொண்டு வேகமாக நடந்து கொண்டிருந்தான். அவனுடன் வந்தவர்களால் அவனைத் தொடர்ந்து செல்லமுடியவில்லை. துரை சேவல் சண்டை நடந்து கொண்டிருந்த இடத்திற்குச் சென்றான். அங்கு அமர்ந்திருந்தவர்களுடன் அமர்ந்து வேடிக்கை பார்த்தான். சேவல் சண்டையை வேடிக்கை பார்த்தால் செல்வியின் ஞாபகத்திலிருந்து தப்பித்துக் கொள்ளலாமென நினைத்தான். சிகரெட் புகைத்து ஊதினான். ஜனங்களோடு ஜனங்களாக கத்தினான். விசிலடித்தான். அப்படியிருந்தும் அவனால் செல்வியை மறக்கமுடியவில்லை. அவளது ஞாபகம் அவன் முன் விழுந்துகிடக்கும் அவனது நிழலைப் போல நின்றிருந்தது. கண் முன்பாகத் தெரியும் நிழல். அவனறியாமல் கண் கலங்கினான். சேவல் சண்டையில் அவன் மனம் ஒன்றவில்லை. இறக்கை அடித்து ஒரு காலில் கத்தியுடன் மேலெழுந்து கொண்ட சேவலைப் பார்த்தபடி செல்வியை நினைத்துக் கொண்டான். சேவற்கொண்டையின் நிறத்தைப் போன்றிருந்த அவளது முகம் அவனைக் கீறியது. சுக்கு நூறாகக் கிழித்துப் போட்டது.

கூட்டத்தை விட்டு எழுந்து போக அவனுக்கு மனம் வரவில்லை. சேவற்சண்டையில் கண்ணிருந்தது, ஆனால் மனமில்லை. குத்தவைத்து அமர்ந்திருந்தவனைத் தாண்டிப் போகும்போது யாரோ தள்ளிவிட்டார்கள். துரை தடுமாறி விழுந்தான். தன்னை தள்ளிவிட்டது யாரென்று நிமிர்ந்து பார்த்தான். அவனைத் தாண்டிக் கொண்டு இரண்டு மூன்று பேர் கடந்து போவது தெரிந்தது. முகம் தெரியவில்லை. சட்டையின் நிறத்தை அடையாளம் பார்த்துக்

கொண்டான். அவர்கள் எங்கு போய் உட்கார்கிறார்கள் என்று பார்த்தான். அவர்கள் சேவற்சண்டைக்குப் பந்தயம் கட்ட வந்தவர்கள்.

துரை கூட்டத்தை விலக்கி விட்டு அவர்களை நோக்கி நடந்தான். துரை அவர்களது முகத்தைப் பார்த்தான். சந்தையில் இதற்கு முன்பாக அவர்களைப் பார்த்தது இல்லை. கிடாச் சண்டையிலும் பார்த்ததில்லை. அசலூர்க்காரர்களைப் போலத் தெரிந்தது. அவர்களது பற்கள் வெற்றிலைக் கறையால் அசிங்கமாகத் தெரிந்தது. அவர்கள் பேசுவது புரிபடவில்லை . அவர்கள் அருகில் அமர்ந்து கொண்டான். அவர்கள் நாட்டுச் சாராயம் குடித்திருந்தார்கள். வீச்சம் மூக்கைத் துளைத்தது. துரை வேண்டுமென்றே அவர்களிடம் “தீப்பெட்டி இருக்கா” என்று கேட்டான். அவர்களில் நீலச் சட்டை அணிந்திருந்தவன் தீப்பெட்டியை எடுத்துத் தந்தான். துரை சிகரெட்டைப் பொருத்தினான். பிறகு தீப்பெட்டியின் குச்சியை ஒவ்வொன்றாக உரசிப்போட்டு சிறு பிள்ளையைப் போல விளையாடினான். அதைப் பார்த்த நீலச் சட்டைக்காரன் “டேய் வத்திப்பெட்டியைக் கொடுறா. உனக்கு இதுக்குத்தான் நான் கொடுத்தனா” என்று சத்தமாகக் கேட்டான்.

துரை தீப்பெட்டியை அவனது முகத்தில் விட்டெறிந்தான். நீலச் சட்டைக்காரனின் முகத்தில் பட்ட பெட்டி தெறித்து விழுந்தது. அவன் எதுவும் யோசிக்காமல் துரையின் முகத்தில் அறைந்தான். துரை இதற்காகத்தான் காத்திருந்தது போல எழுந்து நின்று கொண்டு அவனது முகத்திலும் முதுகிலும் எத்தினான். வலி தாங்காமல் அவன் கத்தினான். அவனுடன் வந்தவர்கள் அசிங்கமாகத் திட்டிக் கொண்டு எழுந்தார்கள். யாரைத் திட்டுகிறார்கள் என்று தெரியவில்லை. மூன்று பேர் ஒன்றாக துரையை அடித்தார்கள். சேவற்சண்டை நடந்த இடத்தில் அவர்களது சண்டையை விலக்கி விடுவதற்கு யாருமில்லை. அசலூர்க்காரர்கள் மூன்று பேர். துரை அவர்களுடன் சரிக்குச் சரியாக மல்லுக்கட்டினான். தனது வெறியைத் தனது ஆங்காரத்தை எல்லாம் அவர்கள் மேல் காட்டினான். அவர்கள் அடி பொறுக்காமல் தங்களுடன் வந்த மற்றவர்களைப் பெயர் சொல்லி அழைத்தார்கள். கூட்டம் கூடியது.

துரையைத் தேடி அவனுடன் வந்திருந்த தங்கராசுவும் உப்புக்கோட்டைக்காரர்களும் சிந்தலைச்சேரிக்காரர்களும் சண்டையைப் பார்த்து விலக்கிவிடப் பார்த்தார்கள். துரைக்கு

சட்டை கிழிந்திருந்தது. அவனது இடுப்பில் வேட்டி இல்லை. அசலூர்க்காரர்களில் இரண்டு பேருக்கு முகத்தில் ரத்தம் வடிந்து கொண்டிருந்தது. ஒருவன் அடிவயிற்றைப் பிடித்து சுருண்டு படுத்திருந்தான். துரை தனது முகத்தில் வடிந்து கொண்டிருந்த ரத்தத்தைத் துடைத்தபடி கூட்டத்தை வேடிக்கை பார்த்தான். அவனது மனதில் இன்னமும் ஆங்காரம் இருந்தது. எதன்பொருட்டு அது குறையுமெனத் தெரியவில்லை. கூட்டத்தைப் பார்த்துக் கொண்டான். திரும்பத் திரும்பக் கூட்டத்தைப் பார்த்தான்.

பரமசிவம் கூட்டத்தை விலக்கிக் கொண்டு எட்டிப்பார்த்தார். மாப்பிள்ளை அடிபட்டுக் கிடப்பதைப் பார்த்ததும் அவருக்கு ஆத்திரம் வந்தது. வேட்டியைத் தூக்கிக் கட்டிக்கொண்டார். தனது இடுப்பில் சொருகி வைத்திருந்த கத்தியை எடுத்து அசலூர்க்காரனைக் குத்தப்போனார். அசலூர்க்காரன் ஒதுங்கிக் கொண்டான். கட்டாந்தரையில் பரமசிவம் விழுந்தார். கத்திக் குத்து தரையில் விழுந்தது. அவனது வலது தோள்பட்டையில் விழுந்திருந்தால் கத்தியைப் பிடுங்கி எடுப்பதற்கு இரண்டு பேர் வேண்டும். தரையில் குத்தி நின்ற கத்தியை ஓடிப்போய் ஒருவன் எம்பி எடுத்தான். அவனால் முடியவில்லை. கைப்பிடி மட்டுந்தான் தெரிந்தது. கத்தி மண்ணில் பதிந்திருந்தது.

சென்னப்பனும் காளிமுத்துவும் அந்நேரத்தில் வந்து சேர்ந்தார்கள். அவர்கள் வந்தது பரமசிவத்திற்கும் துரைக்கும்தான் ஏதோ சண்டை என்று நினைத்துக்கொண்டார்கள். சென்னப்பன் கூட்டத்தை விரட்டிவிட்டார். அவர் பேச்சுக்கு யாரும் அங்கிருந்து நகரவில்லை. துரையைத் தூக்கி நிறுத்தி தரையில் கிடந்த வேட்டியை எடுத்துக் கட்டிவிட்டார்கள். அவன் ஒருநிலையில் இல்லை. பிரமை பிடித்தவன் போல நின்றிருந்தான். ஹே ஹேவென்று கத்தினான். அவனது கைகள் நடுங்கிக் கொண்டிருப்பதை தங்கராசு பார்த்தான். அங்கிருந்தவர் குடிப்பதற்குத் தண்ணீர் கொடுத்தார். துரை வாங்கிக் குடித்துக்கொண்டான். தங்கராசு "போங்கப்பா போங்கப்பா, எங்க வந்து சண்டை போட்டுக்கிட்டு இருக்கீங்க" என்று சத்தம் கொடுத்தார். பிறகு துரையை அழைத்துக்கொண்டு நடந்தனர். துரை கால்களை இழுத்து இழுத்து நடந்தான். அவனது இடுப்பில் அடி விழுந்திருந்தது. பரமசிவமும் காளிமுத்துவும் சென்னப்பனும் அவனுக்குப் பின்பாக நடந்தார்கள். துரை தொடை தெரிகிற அளவிற்கு வேட்டி கட்டியிருந்தான். மேலுடம்பில் எதுவுமில்லை. கிழிந்த சட்டையைக் கழற்றி தூர வீசியிருந்தார்கள். உடம்பு முழுக்க

மண்ணும் தூசியும் அப்பியிருந்தது.

“மாப்பிள்ளையை ஒரு இடத்தில உட்கார வைச்சி முகத்தைக் கழுவி விடுங்கப்பா” என்று பரமசிவம் சொன்னார். தங்கராசு அவர் சொன்னதைக் கேட்டுக்கொள்ளவில்லை. பரமசிவம் திரும்பவும் “வேட்டியையாவது நல்லா கட்டிக் கூட்டிட்டுப் போங்கப்பா” என்று கலக்கத்துடன் சொன்னார். அவர் சொன்னதைக் கேட்டுக் கொண்டதாகத் தெரியவில்லை. நடந்தபடி இருந்தனர். பரமசிவம் அதற்கு மேல் அவர்களுக்குப் பின்பாக நடந்து செல்வதற்கு மனமில்லாதவராக நின்று கொண்டார். துரையும் அவனுடன் வந்தவர்களும் சந்தையை விட்டு வெளியேறி பஸ் ஸ்டாண்டை நோக்கிச் செல்வதை அவர் பார்த்தார்.

பரமசிவம் அருகில் குடை சாய்ந்து கிடந்த கட்டை வண்டியின் ஏறுகாலில் உட்கார்ந்து கொண்டார். வெயில் கண்களைக் கூச வைத்தது. ஜனங்கள் முக்காடு போட்டுக் கொண்டு அலைந்தார்கள். பரமசிவம் தனது டவுசர் ஜோப்பில் பணமிருக்கிறதா என்று தொட்டுப் பார்த்துக்கொண்டார். அசலூர்க்காரர்கள் மூவரும் கட்டை வண்டியைக் கடந்து சென்றனர். அதில் ஒருவன் கத்தியைக் கையில் பிடித்திருந்தான். பரமசிவத்திற்கு நெஞ்சடைத்துக்கொண்டு வந்தது. சண்டை நின்று விட்டது என்று நினைத்தால் திரும்பவும் முட்டிக்கொண்டு வருகிறதே என்று அவர்கள் பின்பாக நடந்தார்.

"ஏய் நில்லுங்கப்பா, எங்க போறீங்க? ஏய் நில்லுங்கப்பா. சொல்லுறதை கேளுங்கப்பா” என்று பரமசிவம் கத்தியபடி அவர்கள் பின்னால் லொங்கு லொங்கு என்று நடந்தார். அவர்கள் மூவரும் இப்போது நடையை வேகமாக எடுத்து வைத்திருந்தனர். சந்தையை விட்டு வெளியேறி நேராக துரை உட்கார்ந்திருந்த டீக்கடைக்குச் சென்றனர். அவர்கள் பின்பாக பரமசிவமும் காளிமுத்துவும் சென்னப்பனும் ஓடி வந்தார்கள். "டேய் நில்லுங்கடா டேய் நில்லுங்கடா” என்று பரமசிவம் கத்தினார்.

துரை பஸ் ஸ்டாண்டு டீக்கடையின் முன்பாக உட்கார்ந்திருந்தான். தலையைக் கீழே தொங்கப்போட்டு உட்கார்ந்திருந்தவன் தன் முன்பாக ஆட்கள் வந்து நிற்பதைக் கவனிக்கவில்லை. துரை அசந்திருந்த நேரம் பார்த்து அவனைப் பிடித்துக் கீழே தள்ளினார்கள். அவன் பெஞ்சிலிருந்து கீழே விழுந்தான். அவன் கீழே விழுந்த சத்தம் கேட்டு தங்கராசு வந்தான். வேட்டியைத் தூக்கிக்கட்டிக் கொண்டு அங்கிருந்த சோடா பாட்டிலை எடுத்து உடைத்தான்.

"உங்களை அங்கேயே மண்டையை உடைச்சிருக்கணும். எந்த ஊர்க்காரங்கடா நீங்க" என்று பாட்டிலைக் காட்டியபடி முன்னே சென்றான். இதற்காகத்தான் காத்திருந்தது போல ஒருவன் கத்தியைக்காட்டி தங்கராசுவைக் குத்த வந்தான். அதற்குள்ளாக டீக்கடையில் கூட்டம் கூடிவிட்டது. டீக்கடைக்காரர் "அங்குட்டுப் போய் மல்லுக்கட்டுங்கப்பா. வியாபாரம் நடக்கிற நேரத்தில" என்று விரட்டினார். பரமசிவமும் காளிமுத்துவும் அதற்குள் டீக்கடைக்கு வந்து நின்றார்கள்.

துரை எழுந்து நின்று தன்னை தள்ளிவிட்டவனைப் பார்த்து முறைத்தான். பிறகு தான் அமர்ந்திருந்த பெஞ்சைத் தூக்கி அவன் மேலே எறிந்தான். அவன் மேல் பட்டுக் கீழே விழுந்தது. மற்றொருவன் முன்னே வந்து துரையின் வயிற்றில் முட்டித்தூக்கினான். அவன் கீழே விழுந்தான். கத்தியைப் பிடித்திருந்தவன் குனிந்து துரையின் அடிவயிற்றில் குத்தினான். துரை "அய்யோ அம்மா" என்று கத்தியபடி வயிற்றைப் பிடித்துக் கொண்டான். அவனது கூச்சலைக் கேட்ட காளிமுத்துவும் பரமசிவமும் அவனருகே வந்தார்கள்.

"டேய் காளிமுத்து, மாப்பிள்ளையைக் குத்திட்டான்டா. அவங்களைப் பிடிறா. பிடிச்சிக் கட்டிவையிடா" என்று சத்தம் கொடுத்தார் பரமசிவம். காளிமுத்துவும் சென்னப்பனும் அவர்களைப் பிடிப்பதற்காகச் சென்றனர். ஆனால் அவர்கள் மூவரும் சேர்ந்து கொண்டு அவர்களைக் கீழே தள்ளிவிட்டனர். தங்கராசு கத்தியைப் பார்த்தான். சான் அளவு நீளந்தான். குடலைக் கிழித்திருக்காது. ஆஸ்பத்திரிக்கு அழைத்துப்போய் காப்பாற்றிவிடலாமென சோடா பாட்டிலைக் காட்டியபடி"டேய் டேய்" என்று கத்திக்கொண்டு வந்தான். அவர்கள் அவனை வளைத்துப் பிடித்துக்கொண்டனர்.

"சோடா பாட்டிலை உடைச்சா நீ என்னா பெரிய இவனா" என்று அவனது கையை முறுக்கி முதுகில் அடித்தனர். தொம்மென்று அடி விழுந்தது. சோடா பாட்டில் தரையில் விழுந்து உடைந்தது. பின் தலையில் ஒருவன் ஓங்கி அடித்தான். தங்கராசுவுக்குக் கண் கலங்கி மண்டை முழுவதும் வலியெடுத்தது. உட்கார்ந்து கொண்டால் அடிவிழாது என்று உட்கார்ந்து கொள்வதற்கு முயன்றான். மற்றொருவன் முழங்காலை மடக்கி வைத்துக்கொண்டு அவனது இடுப்பில் எத்தினான். அடி உயிர் தளம் வரை போய் நின்றது. வலியில் அவன் கத்தினான்.

துரை எழுந்து நின்றிருந்தான். அவனது வயிற்றிலிருந்து ரத்தம்

கசிந்தது. பரமசிவம் தன்னிடமிருந்த துண்டைக் கொடுத்தார். அவன் வாங்கிக்கொள்ளவில்லை. பெஞ்சைத் தூக்கிக்கொண்டு வேகமாக வந்தான். மூவரும் விலக்கிக் கொண்டனர். சற்றுத் தள்ளி நின்று வேடிக்கை பார்த்துக் கொண்டிருந்தவன் யாருக்கும் தெரியாமல் மறைந்து வைத்திருந்த வெட்டருவாளை எடுத்து "டேய் குருவா, இந்தாடா பிடிடா" என்று தூக்கிப்போட்டான். மூவரில் நீல சட்டை உடுத்தியிருந்தவன் அரிவாளை லாவகமாகப் பிடித்துக் கொண்டான். துரையை இருவர் வளைத்துப் பிடித்துக்கொண்டார்கள். துரையின் தொடையிலும் முதுகிலும் மாரிலும் வெட்டருவாள் விழுந்தது. அவனது மணிக்கட்டில் அடி விழுந்ததும் மயங்கிச் சரிந்தான்.

டீக்கடையின் முன்பாக நின்றிருந்தவர்கள் துரையைச் சூழ்ந்து நின்று கொண்டனர். கூட்டம் கூடியதும் அவர்கள் நால்வரும் கண் மூடித் திறப்பதற்குள்ளாக ஓடி மறைந்தனர். பரமசிவமும் காளிமுத்துவும் அவர்களைப் பிடிப்பதற்குத் தேடினார்கள். "டேய் அவங்களைப் பிடிங்கடா. பிடிங்கடா" என்று சத்தம் கொடுத்தார். ஆள் கண்களில் அகப்படவில்லை. பஸ் ஸ்டாண்டு பக்கமாக ஓடியதாகப் பார்த்தவர்கள் சொன்னார்கள். டீக்கடைக்காரர் ஆம்புலன்சுக்கு போன் செய்திருந்தார். துரை கண்கள் மூடி இரண்டு கைகளையும் விரித்து ரத்தம் வடியப் படுத்துக்கிடந்தான். உடம்பிலிருந்து வடிந்து தரையில் கிடந்த ரத்தத்தை ஈக்கள் மொய்க்கத் தொடங்கின. பரமசிவம் தலையில் அடித்துக்கொண்டு அழுதார். அவரைச் சமாதானப்படுத்த யாருமில்லை. ஆம்புலன்ஸ் வண்டி வருவதற்குள் துரையின் உயிர் பிரிந்திருந்துவிட்டது.

---

1. ஆத்துரு ஏலித்தீயே எம்புட்டு பெலை= என்னா சொல்லுறே என்ன விலை.
2. செம்புறிமேக்கேனே இம்புட்டு பெலை கொட்டா தெக்கபேக்கு. பாயினே முச்சேன்டுபா தொட்டப்பா= செம்புறி ஆட்டே இவ்வளவு விலை கொடுத்து வாங்கணுமா. வாயை மூடிட்டு வா பெரியப்பா.
3. வெள்ளைக்கு வெள்ளை = 1000 ரூபாய்.
4. தங்கா வெள்ளை = 500 ரூபாய்.
5. வெள்ளை = 50 ரூபாய், சவுட்டை =2 ரூபாய், தவுட்டை = 20 ரூபாய், 200 ரூபாய்.
6. மேக்கலு தீசதானிக்கு நக்கபாடு ராவலைரோ=ஆடு வாங்குறதுக்கு நரிப்பயல் வரணும்டா.

(15)

ஜெயலெட்சுமி தனது தலைமுடியை வாரிக் கட்டிக் கொண்டு எழுந்தாள். அவளது மனம் முன் எப்போதுமில்லாதபடி தெளிந்திருந்தது. அவள் முடிவாக இருந்தாள். வீட்டின் மூலையில் கிடந்த குடையை எடுத்துக் கொண்டாள். ஜெபவீட்டிற்குச் செல்லவேண்டுமென அவள் நினைத்தாள். ஞானம் சொல்லியது போல கர்த்தரிடம் அழுது மன்றாடுவதைத் தவிர வேறுவழியில்லை. கண்ணீர் விட்டு அழவேண்டும். தனது வலியைக் கண்ணீராக மாற்றவேண்டும். தனது மனச்சுமையை அழுது இறக்கி வைக்க வேண்டும் என்று அவள் நினைத்தாள். கர்த்தரைத் தவிர வேறுயாரும் இனி தன்னைக் காப்பாற்ற முடியாது என்று நினைத்தாள்.

தன்னுடைய கண்ணீரும் வேதனையும் தனக்கானது அல்லவென்று அவளுக்குத் தெரியும். தன்னுடைய வலியை வேதனையை அவள் என்றோ அழுது தீர்த்திருந்தாள். தனக்காக அவள் அழவில்லை. செல்விக்காக அவள் அழுதாள். நேற்றிரவு முழுக்க அழுதாள். அவளுக்காகத்தான் பிரார்த்தனைக் கூட்டத்திற்குப் புறப்பட்டாள். அவளும் தன்னைப் போல பட்டுப்போய் நிற்கிறாள் என்பதற்காக அழுதாள். துரை இறந்துபோன விஷயம் தெரிந்ததும் வண்டி கட்டிக்கொண்டு உப்புக்கோட்டைக்குப் போனாள். யார் வீட்டுக்குப் போகாதவள் துரையின் வீட்டுக்குச் சென்றாள். சாவு வீட்டில் செல்வியைக் கட்டிக்கொண்டு அழுதாள். செல்வி அத்தே அத்தே என்று நெஞ்சில் அடித்துக்கொண்டு அழுவதை அவளால் பார்க்கமுடியவில்லை. யார் சாபம் தங்களை இப்படியாகச் செய்தது? யார் வாக்கு இப்படியான வாழ்க்கையைக் கொடுத்தது?

துரையை ஆம்புலன்ஸ் வண்டியில் வைத்துக் கொண்டு போனார்கள். போலீஸ்காரர்கள் செல்வியிடமும் அவனது அம்மாவிடமும் ஊர்க்காரர்களிடமும் கையெழுத்து வாங்கிக்கொண்டார்கள். பிரேதத்தை மயானக்கரைக்குக் கொண்டு போகும் வரை அவள் அங்கிருந்தாள். அதன்பிறகு அவள் எளசைக்குத் திரும்பிவிட்டாள். எளசைக்கு வந்ததிலிருந்து அவளுக்கு ஞானம் சொன்னதுதான் ஞாபகத்திற்கு வந்தது. கர்த்தர் முன்பாகச் சென்று தன் கவலைகளையும் வேதனைகளையும் சொல்லித் தீர்க்கவேண்டுமென அவள் முடிவு செய்துவிட்டாள்.

ஜெயலெட்சுமி வீட்டைப் பூட்டி விட்டு ரோட்டிற்கு வந்தாள். தன் கையிலிருந்த குடையை விரித்து தலைக்கு மேல் உயர்த்திப் பிடித்துக் கொண்டாள். அழுத்தி சீவிய தலைமுடியும் இறுக்கமாக அணிந்திருந்த உடையும் கைப்பிடித்திருந்த குடையும் அவளது உருவத்தை வேறுமாதிரியாக மாற்றிக் காட்டியது. தெருவில் இறங்கி ஜெபவீடிருக்கும் திக்கைப் பார்த்தாள். ஒற்றையடிப்பாதையைப் பார்த்தாள். டீக்கடையைப் பார்த்தாள். இத்தனை நாட்களும் தான் பார்க்கத் தவறிய காட்சிகளையும் வீடுகளையும் தெருக்களையும் பாதைகளையும் பார்த்தாள். அவளுக்குப் புதிதாக இருந்தது. அவள் தெருவில் நடந்து செல்வதை ஊர் ஜனங்கள் வேடிக்கை பார்த்தார்கள். தெருவிலிருந்த கடைகளில் ஒவ்வொரு டிவி பெட்டி இருந்தது. ஜனங்கள் தங்களது கவலைகளை மறந்து பாட்டுக்கேட்பதும் படம் பார்ப்பதுமாக இருந்தார்கள்.

ஜெயலெட்சுமி மாரியம்மன் கோவிலில் திருவிழா நடக்கும் போது ஊருக்குள் சென்று வருவாள். பிறகு எதற்கும் ஊருக்குள் போவதில்லை. தெருவுக்குள் இறங்குவதில்லை. வாசல் தெளிப்புக்கு அதிகாலையில் தெருவுக்கு வருவதோடு சரி. சென்னப்பன் வரும் போது வீட்டுத் திண்ணையில் உட்கார்ந்து அவனோடு பேசுவாள். சாதிக்காரர்கள் யாராவது இறந்து போன தாக்கல் வந்தால் கூட அவள் வீட்டை விட்டு வெளியேறியது கிடையாது. சென்னப்பனின் வீட்டிற்கு பிள்ளைகளைப் பார்க்கவென எப்போதாவது சென்று வருவாள். அதுவும் பிள்ளைகள் வளர்ந்து பெரியவர்களானதும் நின்றது. பிள்ளைகள் அவளைத் தேடி வீட்டிற்கு வந்து போகிறார்கள். ஜெயலெட்சுமி அத்தை ஜெயலெட்சுமி அத்தை என்று நாள் முழுக்க அவர்கள் வீட்டிலிருந்து விட்டுச் செல்கிறார்கள்.

கறவைக்காரர்கள் இரண்டு பேர் டீக்கடையின் முன்பாக

நின்றிருந்தார்கள். அவர்கள் பால்கேனைக் கழுவி ரோட்டில் ஊற்றும் போது ஜெயலெட்சுமி நடந்து போவதைப் பார்த்தார்கள். கறவைக்காரர்களில் ஒருவன் அவளைப் பார்த்து "ஏனு தாயீ ஈப்பக்கம்" என்று கேட்டான். அவள் பதில் பேசாமல் ஜெபவீட்டைப் பார்த்தபடி நடந்து சென்றாள். டீக்கடைப் பாண்டி கடையை விட்டு வெளியே வந்து அவள் நடந்து செல்வதைப் பார்த்தான்.

[1] "அத்தியே எல்லி ஒகுத்தாதன்னு துலுசலவே" என்று அவனாகப் பேசிக்கொண்டான்.

ஜெயலெட்சுமி ரோட்டிலிருந்து விலகி ஜெபவீட்டிற்குச் செல்லும் பாதையில் நடந்தாள். சரளைக்கல்லும் ஆற்றுமணலுமாகப் பாதை சுத்தமாக இருந்தது. ஊர் பெண்கள் குப்பைகளோடு குப்பைகளாக முட்டுத்துணிகளை சுருட்டிப் போடுகிற இடம் சுத்தமாக மாறியிருந்தது அவளுக்கு ஆச்சரியத்தைத் தந்தது. அவள் ஜெபவீட்டிற்குள் நுழைவதற்கு முன்பாகத் தனது காலணியைக் கழற்றி வைத்தாள். கோம்பை கன்னி நாய் மண் தரையை முகர்ந்து பார்த்து நிமிர்ந்தது. ஜெயலெட்சுமியின் முகத்தைப் பார்த்தது. நீண்ட நாட்கள் பழகியது போல ஜெயலெட்சுமியின் பின்னால் வாலாட்டிக் கொண்டு வந்து அவளை ஒருதடவை சுற்றி வந்து நின்றது. ஜெயலெட்சுமி தைரியமாகக் கட்டிடத்திற்குள் சென்றாள். இரண்டு பாய் விரித்திருந்தார்கள். பாஸ்டரின் தந்தை மண்டியிட்டு பிரார்த்தித்துக் கொண்டிருந்தார்.

பாஸ்டர் அவளைப் பார்த்ததும் தனது கொட்டகைக்குள்ளிருந்து வெளியே வந்தார். அவர் அப்போதுதான் சவரம் செய்து முடித்திருந்தார். முகத்தில் சோப்பு நுரை ஒட்டியிருந்தது. முகத்தைத் துடைத்தபடி அவர் வேகமாக ஜெபவீட்டிற்குள் நுழைந்தார்.

"நான் இங்கே சாமி கும்புடுறதுக்காக வந்திருக்கேன்" என்று ஜெயலெட்சுமி சொன்னாள். அவளது குரலில் தெளிவும் தைரியமும் இருந்ததை பாஸ்டர் கவனிக்கத்தான் செய்தார். பாஸ்டருக்குத் தெரியும். செல்வியின் கணவன் இறந்தவுடன் ஊருக்கு விஷயம் தெரிந்துவிட்டது. எளசையிலிருந்தவர்கள் கடைகளையும் வீட்டையும் பூட்டிவிட்டு தேனி கானாவிலக்கு பெரிய ஆஸ்பத்திரிக்குச் சென்று பிரேதத்தை வாங்கிக் கொண்டு வந்தார்கள். பாஸ்டர் உப்புக்கோட்டைக்குச் சென்றிருந்தார். துரையின் முகத்தில் பன்னீரைத் தெளித்து அவனுடைய ஆத்மா சாந்தியடையட்டும்,

கர்த்தரிடம் அனைவரும் பிரார்த்திப்போம் என்று பிரேயர் செய்தார். உப்புக்கோட்டைக்காரர்கள் பாஸ்டரை வீட்டுக்குள் விடவில்லை. டீக்கடைப் பாண்டியும் வைரமணியும் சண்டை போட்டு அவரை வீட்டிற்குள் அனுப்பினார்கள்.

பாஸ்டர், "நீங்க பிரார்த்தனை செய்யுங்க. கர்த்தர் உங்களது குறையை சொஸ்தம் செய்யுறதுக்குத் தயாராக இருக்கிறாரு. உங்களோட கஷ்டத்தை மனம் விட்டுச் சொல்லுங்க சகோதரி" என்று ஜெயலெட்சுமியிடம் சொன்னார்.

பாஸ்டரின் தந்தை பிரார்த்தனை முடிந்து எழுந்து கொண்டார். அவர் "என் பெயர் ஆரோக்கியம். பாஸ்டரோட அப்பா. மெட்ராஸிலே இருந்து வந்திருக்கேன்." என்று தன்னை அறிமுகம் செய்து கொண்டார். ஜெயலெட்சுமி அவரது முகத்திலிருந்த வெட்டுக் காயத்தைப் பார்த்தாள். ஆரோக்கியம் தனது முகத்தை வேறு பக்கமாகத் திருப்பிக் கொண்டவராக "இங்கே இயேசு குழந்தையாக இருக்கிறதா என் மனசிலேபடுது. ஆடு மேய்க்கிற சிறுவனாக இந்த இடத்தில ஜீவிக்கிறதாக நான் நினைக்கிறேன். இந்த ஊரில இருக்கிற ஒவ்வொரு ஆட்டுக்குட்டியிலும் கர்த்தரோட திருநாமம் எழுதியிருக்கணும். இல்லைன்னா ஆட்டு மந்தைகள் இந்த ஜெபக்கூட்டத்தைக் கடந்து போகுமா? மகளே, நீ உன் கவலையெல்லாம் சொல்லி மன்றாடு அழு கதறு. இயேசு கைவிடமாட்டாரம்மா" என்று கண்ணீருடன் சொன்னார்.

ஜெயலெட்சுமி நின்றபடி கைகூப்பி வணங்கினாள். அவளுக்கு என்ன சொல்லிப் பிரார்த்திப்பது என்று தெரியவில்லை. ஆனால் நீண்ட நேரம் கைகூப்பி வணங்கியபடி நின்றிருந்தாள். பாஸ்டர் குளித்துவிட்டு வேறு உடை உடுத்தி வரும்போதும் அவள் கைகூப்பி வணங்கியபடி நின்றிருந்தாள். பாஸ்டருக்கு அவள் நின்றிருந்தது வேதனை தந்திருக்க வேண்டும். கண் கலங்கினார். அவரால் தாங்கிக் கொள்ளமுடியவில்லை.

காலையில் தோட்டத்து வேலைக்குச் செல்கிறவர்கள் ஜெபவீட்டைக் கடந்து சென்றனர். ஆடுகளை மேய்த்துக் கொண்டு போகிறவர்களின் சத்தமும் அதைத் தொடர்ந்து பீடிப் புகையும் பேச்சரவமும் கேட்டது. வயதானவர்கள் சிலர் ஏர் தூக்கிக் கொண்டு மாட்டிற்குப் பின்பாக நடந்து சென்றனர். ஏர்க்கால் தரையில் கோடு போட்டுக் கொண்டு நகர்ந்தது. கோம்பை கன்னி நாய் கண்களை மூடுவதும் திறப்பதுமாக

இருந்தது. தன்னைக் கடந்து செல்பவர்களை நிமிர்ந்து பார்ப்பதும் மண் தரையை முகர்வதுமாக இருந்தது.

"சகோதரியோட குறைகள் அனைத்தும் நீங்கட்டும். திரேகம் ஆரோக்கியமடையட்டும்" என்று தனது கழுத்தில் தொங்கிக் கொண்டிருந்த சிலுவையை எடுத்து நெற்றியில் வைத்துக் கொண்டு பிரார்த்தித்தார். அவருடைய பிரார்த்தனையை அவள் பொருட்படுத்திக் கொள்ளவில்லை. அவர் சொல்லுகிற யாவும் அவளுக்கு வேண்டியதாகவும் இல்லை. பாஸ்டர் அவளின் தயக்கத்தைப் புரிந்து கொண்டவராக, "கடவுள்கிட்ட எல்லாரும் சமம். கடவுளுக்கு ஆயிரம் காதுகள் இருக்குன்னு நம்புறவங்கதான் பிரார்த்தனைக்கு வரமுடியும். மண்டியிட்டு தலையில முக்காடுப் போட்டு அவரோட திருநாமத்தை வாய் விட்டுச் சொல்லு சகோதரி" என்று அவளைப் பிரார்த்தனைக்கு தயார்படுத்தினார்.

ஜெயலெட்சுமியும் அவர் சொல்லியது போல கர்த்தரின் படத்திற்கு முன்பாக மண்டியிட்டு அமர்ந்து கொண்டாள். அவளால் முக்காடிட்டுக் கொள்ள முடியவில்லை. ஆனாலும் முயற்சித்தாள். முக்காடிட்டுக் கொண்டாலும் சேலை முந்தி தலையிலிருந்து நழுவி விழுந்தது. அதோடுதான் அவள் பிரார்த்தனை செய்யத் தொடங்கினாள். ஜெயலெட்சுமி கண்களை இறுக்கமாக மூடிக்கொண்டாள். அவளறியாமல் அவளது உதடுகள் மட்டும் முணுமுணுக்க ஆரம்பித்தன. பாஸ்டரினால் அவளது சத்தத்தை மட்டும் கேட்க முடிந்தது. என்ன சொல்லிப் பிரார்த்திக்கிறாள் என்று புரிந்துகொள்ள முடியவில்லை. பிறகு அவள் எழுந்து நின்று கொண்டாள். அவளது கண்கள் கலங்கியிருந்தன. யாரிடமும் சொல்லிக் கொள்ளாமல் ஜெபவீட்டை விட்டுப் புறப்பட்டாள். அதன் பிறகு அவள் தினமும் வீட்டில் அமர்ந்து இயேசுவை நினைத்துப் பிரார்த்தனை செய்தாள். மெழுகுவர்த்தி ஏற்றினாள்.

“எங்க இரண்டு பேருக்கும் இப்படி நடந்துபோச்சே? நானும் செல்வியும் தாலியறுத்து வீட்டு மூலையில் இருக்கணுமின்னு தலையில எழுதியிருக்கே? நாங்க இரண்டுபேரும் யாருக்கு என்ன பாவம் செஞ்சோமுன்னு சொல்லு கர்த்தரே, சொல்லு கர்த்தரே” என்று அழுதாள். அவள் மண்டியிட்டுப் பிரார்த்தனை செய்வதைப் பார்த்த கோழிகள் பயந்து போய் பஞ்சாரத்திலும் கூண்டிலும் அடைந்து கொண்டன. மெழுகுவர்த்தியின் முன்பாகத் தலையில் சேலை முந்தியை முக்காடிட்டுக் கொண்டு அமர்ந்திருப்பதைப்

பார்க்க பயமாக இருந்தது. அவள் மெழுகுவர்த்தியின் சுடரை ராத்திரி முழுக்கப் பார்த்துக் கொண்டு பிரார்த்தனை செய்தாள். மெழுகுவர்த்தி கரைந்து உருகி திட்டு திட்டாக நின்றது. தானாக அணைகிற வரை அவள் பிரார்த்தனை செய்தாள். சுடர் அணைந்ததும் எழுந்து கொண்டாள். அவள் மற்றொரு மெழுகுவர்த்தியை ஏற்றிப் பிரார்த்தனைக்கு அமர்ந்து கொண்ட போது விடிந்திருந்தது.

***

ஜெயலெட்சுமி ஜெபவீட்டிற்குச் சென்று வந்தது ஊரில் அனைவருக்கும் தெரிந்துவிட்டது. ஊர் ஜனங்கள் ரகசியமாக அவளது கழுத்தைப் பார்த்துக் கொண்டார்கள். அவள் வழக்கமான நேரத்தில் எழுந்து வாசல் தெளித்துக் கோலமிட்டாள். பால் வாங்கி காப்பி போட்டுக் குடித்தாள். வீட்டுக்குப் பின்பாகச் சென்று கிணற்றில் நீர் இறைத்துக் குளித்தாள். கோழிகளுக்குத் தீவணம் தந்தாள். பூச்செடிகளுக்குத் தண்ணீர் விட்டாள். இருந்தபோதிலும் அவள் தன்னிடம் ஏதோ மாற்றம் நிகழ்ந்திருப்பதாக உணர்ந்தாள். என்ன என்பதை அவளால் தெரிந்துகொள்ள முடியவில்லை. ஜெபவீட்டிற்குச் சென்று வந்ததிலிருந்து அவள் மெதுவாக நடக்க ஆரம்பித்தாள். அவள் மெதுவாக நடப்பது ஏதோ தண்ணீரின் மேல் நடப்பது போலிருந்தது. அவளிடம் ஊர்க்காரர்கள் பலரும் நேரிடையாகக் கேட்க ஆரம்பித்தார்கள்.

“நீ பாஸ்டர் கிட்டே எவ்வளவு பணம் வாங்கிட்டு ஜெபவீட்டுக்குப் போறே?”

“இனிமேற்பட்டு இயேசு சாமி கும்பிடுறதுக்கு நீ போகக்கூடாது.”

“நாளைக்கு உனக்கு ஒன்னுன்னா நாங்க வரணுங்கிறதை மறந்திராதே. செத்துப் போனா ஊர்க்காரங்க வரணும் செயலெட்சுமி.”

ஊர்க்காரர்கள் அவளைப் பயமுறுத்திவிட்டுச் சென்றார்கள். ஊர்க்காரர்கள் வாசலில் நின்று தன்னைத் திட்டிவிட்டுச் சென்ற பிறகு அவள் எளசை ஊருக்குள் இருக்க விரும்பவில்லை. ஜெயலெட்சுமி தன்னிடமிருக்கும் ஆடுகளையும் கோழிகளையும் விற்றுவிட்டு போடிக்குப் போய் குடியிருக்கலாமென முடிவு செய்தாள். ஊர்க்காரர்கள் இனிமேற்பட்டு நிம்மதியாக வாழவிடமாட்டார்கள் என்று அவளுக்குத் தெரியும். எப்படி வாழவிடுவார்கள்? பொய்யாகத் தேவடியா பட்டம் கட்டி நடமாடவேண்டும். உண்மையிலே

தேவடியாத்தனம் செய்து ஒவ்வொரு ஆம்பிளைகளுக்கும் தொடையைக் காட்டிப் படுக்கவேண்டும். இரண்டில் ஒன்றைச் செய்தால்தான் ஊர் ஜனங்கள் எதுவும் பேசமாட்டார்கள். வாயை மூடிக்கொள்வார்கள். ஊர் வாயை மூடிக்கொண்டிருக்கும்போது என்ன வேண்டுமென்றாலும் செய்யலாம். யாரை வேண்டுமென்றால் திருப்பி பதிலுக்குத் தேவடியா பட்டம் கட்டிவிடலாம். அவளுக்கு நெஞ்சு படபடப்பு கூடியது. வியர்த்துக் கொட்டத் தொடங்கியது. மூச்சு வாங்கியது. தனது உடம்புக்கு ஏதோ கோளாறு உண்டாகிவிட்டது என்று நினைத்தாள்.

ஞாயிற்றுக்கிழமை காலையில் அவள் ஜெபவீட்டிற்குச் சென்றாள். தன்னுடைய பெயரை ஜெயமேரி என்று மாற்றும்படி பாஸ்டரிடம் கேட்டுக்கொண்டாள். பாஸ்டரும் அவளுடைய பெயரை ஜெயமேரி என்று மைக்கில் சொல்லி அங்கு கூடியிருந்த விசுவாசிகளுக்கு அறிமுகம் செய்து வைத்தார். ஜெயமேரி தனது சேலையைக் கச்சிதமாக முக்காடிட்டு கர்த்தரின் திருவுருவத்திற்கு முன்பாக மண்டியிட்டு வாய்விட்டுப் பிரார்த்தனை செய்தாள்.

“இயேசு பிதாவே பரிசுத்த ஆவியின் பெயரால் உன்னிடம் வேண்டிக்கொள்கிறேன். செல்விக்கு நல்வாழ்க்கை ஒன்றை தாருமய்யா. மன்றாடிக் கேட்டுக்கொள்கிறேன். உன்னிடம் வேண்டிக் கொள்கிறேன். நீ ஒரு ஆட்டிடையனாக இருந்தது உண்மையென்றால் நீ ஆடு மேய்த்தது உண்மையென்றால் செல்விக்கு நல்வழி தாரும்” என்று வாய்விட்டுப் பிரார்த்தனை செய்தாள்.

“ஜெயமேரி இன்று முதல் நீ கிறிஸ்துவப் பெண். ஞாயிற்றுக்கிழமை தோறும் நடக்கும் சிறப்பு பிரார்த்தனைக் கூட்டத்திற்கு நீ கண்டிப்பாக வரவேண்டும். அடுத்த மாதம் சகோதரி ஞானம் இங்கு வந்து தங்கியிருக்கப் போகிறாள். நீ அவளுக்கு உதவ வேண்டும். அவள் உன்னுடன் தங்கியிருக்க உனக்குச் சம்மதம்தானே. உன் வீட்டில் தங்கிக்கொள்ளலாமா ஜெயமேரி” என்று பாஸ்டர் கேட்டார். பாஸ்டரிடம் அவள் சம்மதம் என்று சொன்னாள். அவள் தன்னை ஒரு கிறிஸ்துவப் பெண்ணாக மாற்றிக் கொள்ள என்னென்ன செய்யவேண்டுமோ அவை அனைத்தையும் செய்யத் தயாராக இருந்தாள். அவளுக்குத் தனது வீட்டை ஜெயமேரி இல்லம் என்று பலகையில் எழுதி வீட்டிற்கு முன்பாக வைத்துக்கொள்ள வேண்டும். ஜெபவீட்டைப் போல சிலுவை ஒன்றைத் தொங்கவிடவேண்டுமென்று ஆசைப்பட்டாள்.

"பாஸ்டர் எப்போ வேணுமின்னாலும் ஞானம் வரட்டும். எத்தனை நாளு வேணுமின்னாலும் என் வீட்டில தங்கட்டும். எனக்கு ஞானத்தைப் பார்க்கணுமின்னு ஆசை" என்று சொன்னாள். பாஸ்டர் சிரித்துக் கொண்டார். ஜெயலெட்சுமி கர்த்தரின் விசுவாசியாக மாறிவிட்டதற்காக அவர் பரிசுத்த ஆவிக்கு நன்றி தெரிவித்துக் கொண்டார்.

"பாஸ்டர், எனக்கொரு ஆசை. நீங்க அதை நிறைவேத்தித் தரணும்."

"சொல்லு ஜெயமேரி."

"பாஸ்டர், நான் இறந்த பிறகு ஊர்க்காரர்கள் யாரும் வரக்கூடாது பாஸ்டர். கர்த்தர் மேலே சத்தியமா யாரும் வரக்கூடாது பாஸ்டர். நான் அவங்களை வெறுக்கிறேன். என் சாவுக்கு யாரும் வரக்கூடாது. கிறிஸ்துவப் பொண்ணுக்கு எப்படி அடக்கம் நடக்குமோ அப்படி எனக்கு நடக்கணும் பாஸ்டர்" என்று அழுதபடி சொன்னாள்.

"உன்னைய மாதிரிதான் ஞானமும் எதுக்கெடுத்தாலும் உடனே அழுதிருவாள். நீ அவளுக்குப் போட்டியா வந்திருக்கேன்னு நினைக்கிறேன். அவளுக்குக் குடியிருக்க வீடு இல்லை. போலீஸ் குடியிருப்பைக் காலி செய்யச் சொல்லிட்டாங்க. மனு கொடுத்துப் பார்த்தாச்சு. ஒன்னும் நடக்கல. ஒவ்வொரு நாளும் ஒவ்வொரு வீடு. இருக்கிறதுக்கு மனுஷனுக்கு இடமில்லைன்னா என்ன செய்ய முடியும். தூக்கம் வராது. பசிக்காது. நிம்மதி போயிடும்."

"இப்போ அவங்க எங்கே தங்கியிருக்காங்க பாஸ்டர்?"

"மதுரையில ஒரு ஹாஸ்டலிலே தங்கியிருக்கா."

"என் கூடயே தங்கிக்கட்டும் பாஸ்டர். எனக்குத் துணைக்கு யாராவது இருந்தா நல்லா இருக்குமின்னு நினைக்கிறேன்."

"ஞானத்திற்கு போன் போட்டுப் பேசுறேன் ஜெயமேரி."

"பாஸ்டர் இந்த ஊர்க்காரங்க பேசுறதை என்னாலே தாங்கிக்க முடியல. நான் இப்போ என்ன செய்யுறது பாஸ்டர்?"

"கர்த்தர் எல்லாத்தையும் பார்த்துட்டுத்தான் இருக்காரு. அவர் ஏதாவது ரூபத்தில வந்து உனக்கு உதவுவாருன்னு கண்டிப்பா நீ நம்பு."

"பாஸ்டர், நான் போயிட்டு வர்றேன். ஆசீர்வாதம் செய்யுங்க

பாஸ்டர்."

"நீ உண்மையானவள். உனக்குக் கெடுதல் எதுவும் நடக்காது."

ஜெயலெட்சுமி சிரித்துக்கொண்டாள். அவளுக்கு சந்தோஷமாக இருந்தது. ஜெபவீட்டிலிருந்து வீட்டை நோக்கி நடக்க ஆரம்பித்தாள். வீட்டிலிருந்து வரும்போதிருந்த கவலையும் பயமும் இப்போது தன்னிடம் இல்லையென்பதை அவள் புரிந்து கொண்டாள். ஊர்க்காரர்கள் தன்னைப் பற்றி என்ன வேண்டுமென்றாலும் பேசட்டும் என்று தைரியமாக நடந்தாள்.

---

1. அத்தியே எல்லி ஓகுத்தாதன்னு துலுசலவே = அத்தை எங்கே போகுதுன்னு தெரியலையே.

(16)

அதிகாலையில் ஈரமான காற்று நிறைந்திருந்தது. தென்னம் ஓலைகள் காற்றில் அசைகிற சத்தம் தொடர்ந்து கேட்டுக் கொண்டிருந்தது. மாட்டுவண்டி பாதையில் நகர்ந்து போகிற சத்தமும் அதைத் தொடர்ந்து சேவக்கோழிகளின் குரலும் கேட்டது. பாஸ்டர் வீட்டுக் கோம்பை நாயின் குரைச்சல் சரளைக்கல் வெளியெங்கும் கேட்டது. சத்தம் கேட்டு பாஸ்டர் எழுந்து கொண்டார். தனது இடுப்பில் நிற்காமல் நழுவிய வேட்டியை இறுக்கிக் கட்டிக்கொண்டார். அவரது கண்களுக்கு முதலில் தெரிந்தது வீட்டு வாசல் கதவு திறந்திருந்ததுதான். அதற்குப் பின்பாக படுத்துக் கிடக்கும் நாயைத் தேடினார். நாய் படுத்துக் கிடக்கும் இடத்தில் ஈயத்தட்டு மட்டும் இருந்தது.

பாஸ்டர் அறையை விட்டு வெளியே வந்து நின்றார். மூன்று தினங்களுக்கு முன்பாக பண்ணைக்காட்டிலிருந்து பாஸ்டரைப் பார்க்க வந்த விசுவாசிகள் சிலர் பிளாஸ்டிக் பையில் செடிகளை கொண்டு வந்து நட்டு வைத்துவிட்டுச் சென்றிருந்தனர். அதில் வாடாமல்லிச் செடி துளிர்த்து நின்றன. ஈரக்காற்றோடு கொழுந்து இலைகளின் வாசமும் மாட்டுவண்டி கிளப்பிய புழுதியின் வாசமும் சேர்ந்து கொண்டது. பாஸ்டர் தனது தந்தையைத் தேடினார். அவர் இரவெல்லாம் இருமிக்கொண்டிருந்தது இப்போது ஞாபகத்திற்கு வந்தது. பாஸ்டர் அவருக்கு இருமல் மருந்து வாங்கிக் கொடுத்திருந்தார். இரண்டு ஸ்பூன் குடித்து விட்டுத் தொண்டையைத் தடவிக் கொண்டவர் தனது ஜெபமாலையை உருட்டியபடி கண்களை மூடிக்கொண்டார். அவருக்குச் சில தினங்களாக உடல் அசாத்தியமாக இருந்தது.

"சளியும் இருமலுமாக இருக்கிறப்போ ஏன் காலையில சீக்கிரத்தில எழுந்து குளிச்சுட்டு ஜெபக்கூட்டத்திற்குப் போகணும்?" என்று டீக்கடை பாண்டியிடம் புகார் சொன்னார் பாஸ்டர்.

தனது தந்தை யார் பேச்சையும் கேட்கமாட்டார் என்பது பாஸ்டருக்குத் தெரியும். போர்வையைப் போர்த்திக்கொண்டு ஜெபவீட்டிற்குள் இருப்பார் என்று ஜெபக்கூட்டத்தை நோக்கிச் சென்றார். கோம்பை நாயின் குரைச்சல் ஓயவில்லை. அதுவும் ஜெபக்கூட்டத்தின் முன்பாக நின்று கொண்டு குரைத்துக் கொண்டிருந்தது. பாஸ்டர் நடக்க நடக்க ஈரக்காற்று அவரின் முகத்தில் விழுந்து சென்றது. தலைமுடியும் மேல் சட்டையும் அசைந்தாடியது. அவரது உடல் சிறிது நடுக்கமெடுத்தது. பாஸ்டருக்கு அந்தச் சந்தேகம் சிறிது உண்டானது. ஏற்கனவே தனது தந்தை ஒருமுறை தற்கொலைக்கு முயற்சி செய்திருக்கிறார்.

மதுரையில் வேலை பார்த்துக் கொண்டிருந்த நாட்களில் அவர் பாஸ்டரைப் பார்க்க வருவார். அவர் அறையில் சில நாட்கள் தங்கியிருந்து விட்டுச் செல்வார். அப்படியொரு முறை தங்கியிருந்த போது தற்கொலை செய்து கொள்ள முயற்சி செய்திருக்கிறார். அங்கிருந்தவர்கள் அவரைக் காப்பாற்றினார்கள். மருத்துவமனைக்கு அழைத்துச் சென்று முதலுதவி தந்தனர். அந்தச் சம்பவம் பாஸ்டருக்கு இப்போதும் நினைவிலிருக்கிறது. தனது தந்தைக்குத் தனியாக இருப்பது ஒரு பிரச்சினையாக மாறிவிட்டதோடு தான் மனைவியைப் பிரிந்திருப்பது வேதனையாக மாறிவிட்டது என்பதையும் அவர் உணர்ந்திருந்தார்.

"நான் கிரேஸிகிட்டே பேசுறேன்" என்று ஆரோக்கியம் ஒருதடவை பாஸ்டரிடம் சொன்னார்.

"வேண்டாம். வேண்டவே வேண்டாம். அவள் உங்களைக் காறித்துப்பி அனுப்புவா."

"சரி வேறே பெண் பார்த்துப் பேசட்டா. உனக்கு விருப்பமா?"

"அப்பா விடுங்க. கொஞ்ச நாள் நான் தனியா இருந்துட்டுப்போறேன். உங்களுக்குக் கவலையே வேணாம்."

பாஸ்டரின் பேச்சை அவர் கேட்பதாக இல்லை. தனது மகனுக்குத் திருமணம் செய்து வைத்துவிட்டுத் தான் நிம்மதியாக பரலோகம் சென்றடைய வேண்டுமென்பதில் அவர் முடிவாக இருந்தார்.

அதன் பிறகு கிரேஸியைப் பார்க்கச் சென்றார். அவர் சென்றது பாஸ்டருக்குத் தெரியாது. பாஸ்டர் சொன்னது போல கிரேஸி அவரது முகத்தில் எச்சியைத் துப்பாத குறைதான். என்ன பேசினாள் என்பதை ஆரோக்கியம் தனது மகனிடம் சொல்லவில்லை. ஆனால் அதற்குப் பிறகு தனது மகனுடன் அவர் பேசுவதை நிறுத்திக் கொண்டார். திருமணம் செய்து கொள் என்று வற்புறுத்துவதில்லை. அவர்கள் ஏதோ முகம் தெரியாதவர்களைப் போல ஒரு அறையில் வாழ்ந்தார்கள். கேட்பதற்குப் பதிலும் பதிலுக்குப் பேச்சுமாக அவர்களது உரையாடல் குறைந்துவிட்டது.

ஞானத்தின் பழக்கம் ஏற்பட்ட பிறகு தனது தந்தையிடம் அவளைப் பேச வைத்து சத்தியம் வாங்கிக்கொள்ளச் சொன்னார். அவர் அழுத கண்ணீரோடு “நான் யாருக்கும் சத்தியம் செய்து தர்றதில்லை. ஆரோக்கியம் பெயர் உள்ளவங்க சத்தியத்தை மீறக்கூடாதுங்கிறது கிறிஸ்துவனுக்குத் தெரியணும்” என்றார். தனது தந்தை இன்னொரு முறை தற்கொலை செய்து கொள்ளமாட்டார் என்று பாஸ்டர் நம்பினார்.

ஞானத்திடம் அவர் ஒருமுறை கேட்டிருக்கிறார். “நீ அவனைத் திருமணம் செய்து கொள்கிறாயா?”

“நான் யாரையும் திருமணம் செய்து கொள்ளமாட்டேன்.” ஞானம் உறுதியான குரலில் சொல்லிவிட்டாள். அதன் பிறகு அவர் மதுரையிலிருந்து சென்னைக்குச் சென்று விட்டார். இந்த ஊருக்கு வந்து சேர்ந்த போது பாஸ்டர் அவருக்கு போன் செய்து தகவல் சொன்னார். இரண்டு மூன்று நாட்கள் வந்து தங்கிவிட்டுச் செல்லும்படி சொன்னார்.

பாஸ்டர் ஜெபக்கூட்டத்தின் கட்டிடத்திற்கு முன்பாக நின்றார். கோம்பை நாய் வாலைச் சுருட்டிக் கொண்டு அவர் முன்பாக வந்து நின்றது. அதன் கண்களில் மிரட்சி தெரிந்தது. நீர் கசிந்திருந்தது. இமைகளின் ஓரங்களில் பீழை கட்டி நின்றது. நாவிலிருந்து ஒழுகிய எச்சில் தரையில் வடிந்தது. பாஸ்டர் அச்சத்துடன் கட்டிடத்தின் உள்ளே எட்டிப் பார்த்தார். அவரது நெஞ்சு அடித்துக் கொண்டது. இருட்டுக்குள் தனது தந்தையைத் தேடினார். பாஸ்டர் நம்பிக்கையுடன் இருந்தார். தனது தந்தை தற்கொலை செய்துகொள்ளமாட்டார். இப்போது கூட தனக்காகப் பிரார்த்தனைக் கூடத்தில் மண்டியிட்டு ஜெபம் செய்து கொண்டிருப்பார் என்று நினைத்துக் கொண்டார்.

பாஸ்டர் ஜெபக்கூட்டத்திற்குள் சென்றார். நாய் அவரைத் தொடர்ந்து சென்றது. நாய் குரைப்பதை நிறுத்தி மூச்சு வாங்கிக்கொண்டிருந்தது. கூடத்திற்குள் சென்றதும் அதன் கால்கள் நிலைகொள்ளவில்லை. அங்குமிங்குமாக அலைந்தது. பாஸ்டர் ஏதேச்சையாக தலைநிமிர்ந்து பார்த்தார். ஆரோக்கியம் தூக்கிட்டுத் தொங்கிக் கொண்டிருந்தது தெரிந்தது.

நாய் அவரைப் பார்த்ததும் குரைக்கத் தொடங்கியது. தரையில் சிறுநீர் தெறித்து காய்ந்திருந்த தடம் தெரிந்தது. அவரை நெருங்க நெருங்க மலத்தின் வாடையும் மூத்திரவாடையும் குப்பென்று முகத்தில் அடித்தது. பாஸ்டர் நிமிர்ந்து பார்க்கவில்லை. மண்டியிட்டு அழத்தொடங்கினார். அவரது அழுகை பெருங்குரலாக இருந்தது. தலையில் அடித்துக் கொண்டார். தரையில் தலையை மோதினார். தரையை அறைந்தார். ஆனால் நிமிர்ந்து தனது தந்தையின் முகத்தைப் பார்க்கவேயில்லை. பயத்தில் அவருக்கு சிறுநீர் கசிந்தது. உடல் நடுக்கமெடுக்கத் தொடங்கியது. தரையிலிருந்து எழுந்து கொண்டவர் சுற்றிலும் பார்த்தார். அவருக்கு என்ன செய்வது என்று தெரியவில்லை. ஜெபக்கூட்டத்தை விட்டு வெளியே வந்து நின்றார். அவரது அழுகை இன்னமும் அடங்கியிருக்கவில்லை. தூரத்தில் டீக்கடையிலிருந்து பாண்டி டீ தம்ளர்களுடன் நடந்து வருவது தெரிந்தது. பாண்டியைப் பார்த்ததும் அவருக்குச் சற்று நிம்மதியாக இருந்தது. ஆனால் அவரால் அழுகையை அடக்கமுடியவில்லை.

பாண்டி அவரருகே வந்து நின்றான். அவரது அழுகையைப் பார்த்ததும் டீ தம்ளரை அருகிலிருந்த பூந்தொட்டியில் வைத்துவிட்டு ஜெபக் கூட்டத்திற்குள் சென்றான். பாண்டி உத்திரத்தில் தொங்கிக்கொண்டிருந்த ஆரோக்கியத்தைப் பார்த்தான். அவரது முகத்தில் கருப்புத்துணி கட்டப்பட்டிருந்தது. அத்துணி முகமூடியைப் போலிருந்தது. எதற்காக அவர் இப்படிச் செய்தார் என்று பாண்டியினால் விளங்கிக்கொள்ள முடியவில்லை. அவனுக்கு அழுகை வந்தது. அழுதபடி ஊரைக் கூட்டினான். டீக்கடையிலிருந்தவர்கள் ஓடிவந்தனர். டீக்கடை பாண்டியும் அவனுடன் இரண்டு மூன்று பேர் சேர்ந்து ஆரோக்கியத்தை இறக்கித் தரையில் கிடத்தினார்கள்.

பாண்டி வேதனையுடன் கட்டிடத்தை விட்டு வெளியே வந்து நின்றான். அவருடன் நாயும் வந்து நின்றது. பாண்டிக்கு இப்போது என்ன செய்வது என்று புரிந்துவிட்டது. முதலில்

பாஸ்டரைச் சமாதானப்படுத்தினான். அவருக்கு டீயைக் கொடுத்து குடிக்கச் சொன்னான். பாஸ்டரின் தொண்டைக்குள் சூடான டீ சென்றது சற்று நிம்மதியாக இருந்திருக்க வேண்டும். அவர் பூந்தொட்டியின் அருகில் அமர்ந்து கொண்டார். சிறிது நேரத்தில் டீக்கடையிலிருந்தவர்கள் ஜெபக்கூட்டத்திற்குள் வந்தார்கள். ஊருக்குள் விஷயம் பரவத்தொடங்கியது. ஊருக்குள்ளிருந்து முதலில் வந்தது ஜெயலெட்சுமிதான். அவள் தலையில் முக்காடு போட்டிருந்தது கிறிஸ்தவப் பெண்ணைப் போலிருந்தது. அவள் கையில் பைபிள் புத்தகம் வைத்துக் கொண்டாள். குடையுடன் நடந்து ஜெபவீட்டிற்குச் செல்வதை ஊர்க்காரர்கள் பார்த்தார்கள்.

ஜெயலெட்சுமி கூடத்திற்குள் நுழைந்ததும் ஆரோக்கியத்தின் தலைமாட்டில் அமர்ந்து கொண்டாள். பைபிளைத் திறந்து வைத்து வாசிக்கத் தொடங்கினாள். அவள் யாரைப்பற்றியும் எதைப்பற்றியும் கவலை கொள்ளவில்லை. யாரையும் நிமிர்ந்து பார்க்கவில்லை. அவள் பைபிளை வாசித்தபடி இருந்தாள். அவளுக்கு அதைத்தவிர வேறு எதுவும் தெரியவில்லை. வாசிக்க வாசிக்க பக்கங்கள் நகர்ந்து கொண்டிருந்தன. வார்த்தைகள் அவளிடமிருந்து வெளியேறிக் காற்றில் கரைந்தது. கல் கட்டிடத்தின் மேல் அவளது குரல் ஒலித்தது. பைபிள் வாக்கியங்களை அவள் பிசகாமல் வாசித்தபடி அமர்ந்திருந்தாள்.

சற்றுநேரத்தில் டவுனிலிருந்து ஞானமும் அவளுடன் வேறு சிலரும் வந்து சேர்ந்தார்கள். அவர்கள் ஜெயலெட்சுமியைப் போல கையில் பைபிள் வைத்திருந்தார்கள். அவர்கள் தரையில் அமர்ந்து கொண்டார்கள். ஞானம் பாடல் ஒன்றைப் பாடினாள். அவளது கண்களிலிருந்து கண்ணீர் வடிந்தது. அன்று மாலை ஜெபவீட்டின் முன்பாக ஆரோக்கியத்தின் திருவுடல் அடக்கம் செய்யப்பட்டது. ஆரோக்கியத்தைத் தூக்கிலிருந்து கீழே இறக்கிய பிறகு அவர் முகத்தைப் பார்க்கவில்லை. பெட்டியில் அவரைக் கிடத்தி பைபிள் வாசகத்தை ஞானமும் அவளுடன் வந்தவர்களும் சொல்லிய போதுகூட அவர் தந்தையின் முகத்தைப் பார்க்கவில்லை. ஏனோ அவர் கடைசிவரை தனது தந்தையின் முகத்தைப் பார்க்காமலே இருந்தார்.

தோட்டத்தில் வேலை முடிந்து வீடு திரும்பிக் கொண்டிருந்தவர்கள் சவ அடக்கத்தை நின்று வேடிக்கை பார்த்தனர். வெளியூர்களிலிருந்து வந்திருந்த பாஸ்டர்கள் சவக்குழியைச் சுற்றிலும் நின்று ஜெபம்

செய்தார்கள். அவர்களது குரலும் அவர்கள் வாசித்த பைபிள் புத்தகத்தின் வரிகளும் ஜெயலெட்சுமியை உருக்கின. அவள் தான் இறந்த பின்பாகத் தன்னையும் இப்படியாகத்தான் அடக்கம் செய்யவேண்டுமென்ற முடிவுக்கு வந்தாள். தன்னை அடக்கம் செய்கிற காட்சியை மனதில் நினைத்துப் பார்த்துக் கொண்டாள். அவளுக்கு இதற்காகவே இப்போதே இறந்து போய் விடவேண்டுமென்ற ஆசை வந்தது.

மாலை நேரத்தில் விளக்கேற்றுவதற்குச் சற்று முன்பாக டீக்கடையிலிருந்து அனைவருக்கும் தேநீர் வந்தது. தேநீரைப் பருகிக் கொண்டு ஞானம், "ஜெயமேரியை இன்னைக்குப் பார்த்தேன். முன் ஜென்மத்தில் அவள் கிறிஸ்துவப் பெண்ணாகத்தான் பிறந்திருப்பாள் போல. அவள் நடந்து போனது கூட கிறிஸ்துவப் பெண்ணைப் போல இருந்துச்சு" என்று தன்னுடன் வந்தவர்களிடம் சொல்லிக் கொண்டாள். அவள் பேசுவதை பாஸ்டர் கேட்டுக் கொண்டிருந்தார்.

அவர்கள் தேநீர் குடித்து முடித்தவுடன் தம்ளர்களை எடுத்துச் செல்வதற்கென வந்திருந்த பாண்டி பாஸ்டரிடம் "ஊர்க்காரர்கள் உங்கள் மேல் கோபமாக இருக்குறாங்க. மிலிட்டரிக்காரன் நிலத்தில நீங்க உங்கப்பா பிரேதத்தை அடக்கம் செய்தது அவங்களுக்குப் பிடிக்கலை. மிலிட்டரிக்காரன் சம்சாரம் பிராது தந்துட்டாங்க. இன்னைக்கு ராத்திரி ஊர் கூட்டம் போட்டுப் பேசப்போறதா பேசிட்டாங்க பாஸ்டர்" என்று சொன்னான்.

"ஊர் கூட்டத்தில என்ன பேசி முடிவு செய்வாங்க பாண்டி" ஞானம் தனது முகத்தைத் துடைத்துக் கொண்டு அவரிடம் கேட்டாள்.

"உங்களை ஊரை விட்டுக் காலி செய்யப்போறதா ஒரு பேச்சு இருக்கு. பிரேதத்தை தோண்டி எடுத்து ஊர் சுடுகாட்டில புதைக்கணுமின்னு எல்லாரும் ஒரே முடிவாக இருக்காங்க."

"நிசமா அப்படிச் செய்துடுவாங்களா பாண்டி" பாஸ்டர் கவலையுடன் கேட்டார். அவர் முகத்தில் பயம் தெரிந்தது. எழுந்து வேறு உடைகள் மாற்றிக் கொண்டார். அவருக்கு நிற்கமுடியவில்லை. ஜெபவீட்டைக் காலி செய்துவிட்டால் தான் எங்கு செல்வது என்று யோசித்தார்.

ஞானம் அவரது அச்சத்தைப் புரிந்து கொண்டவளைப் போல "ஒன்னும் பயப்படுறதுக்கு இல்லை பாஸ்டர். போலீஸில ஒரு பெட்டிசன் எழுதிக் கொடுத்துருவோம். பாண்டி இந்த ஊருக்கு

போலீஸ் ஸ்டேஷன் தேவாரமா இல்லை போடியா" என்று கேட்டாள்.

பாண்டி "தேவாரத்திற்குத்தான் போகணும். அங்கிருக்கிற எஸ். ஐயும் இயேசு சாமி கும்பிடுறவர்தான்" என்றான்.

"அப்புறம் என்னா பாஸ்டர். கிளம்புங்க. தேவாரத்திற்குப் போயிட்டு வந்துருவோம்" என்று ஞானம் அவசரப்படுத்தினாள்.

பாஸ்டர், "கொஞ்சம் பொறுமையா இருக்கலாமுன்னு தோணுது. ஏன் நாம் அவசரப்படணும். இன்னும் ஊர்க்காரங்க யாரும் வந்து எதுவும் பேசலையே. வரட்டும். பேசிப் பார்ப்போம். நமக்கு சாதகமாக நடக்கலைன்னா பிறகு ஸ்டேஷனுக்குப் போவோம்" என்று அமைதியாகப் பேசினார்.

பாண்டி டீ கிளாஸை எடுத்துக்கொண்டு வெளியே சென்றான். அவன் சென்ற பிறகு ஞானம் தானும் தன்னுடன் வந்தவர்களும் ஊருக்குப் புறப்படுவதாகச் சொன்னாள். பாஸ்டரும் சரி என்றார். அவர்கள் வந்த வேனில் அவர்கள் புறப்பட்டுச் சென்றார்கள். வண்டி ஊரை விட்டுச் செல்வதை ஜெபவீட்டின் வாசலில் நின்று பார்த்துக் கொண்டிருந்தார் பாஸ்டர். அவர்கள் இருக்கும் வரை சிறிதளவு இருந்த தைரியம் இப்போது முற்றிலுமாகக் குறைந்து விட்டதை அவர் உணர்ந்து கொண்டார். வீட்டிற்குள் சென்றார். சென்றவர் கதவடைத்துக் கொண்டு நாற்காலியில் உட்கார்ந்து கொண்டார். காலையிலிருந்து எதுவும் சாப்பிடாதது அவருக்குக் கிறக்கத்தைத் தந்தது. சற்று முன்பாகப் பருகிய தேநீர் மேலும் பசியை உண்டாக்கியது. வீட்டிற்குள் ஏதாவது சாப்பிடுவதற்கு இருக்கிறதா என்று தேடினார். எதுவுமில்லை.

கண்களை மூடி நாற்காலியில் அமர்ந்து கொண்டார். அவரது மனதில் எண்ணங்கள் பலவாறாக ஓடிக்கொண்டிருந்தன. சிறுவயதில் தனது சகோதரிகளுடன் ஓடி விளையாடிய நாட்களை நினைத்துக் கொண்டார். தனது அப்பா விருப்பப்பட்டது போல டீச்சர் வேலைக்குச் சென்றிருந்தால் தனக்கு இத்தனை அவமானங்களும் நிராகரிப்புகளும் நேர்ந்திருக்காது என்ற எண்ணம் அவருக்கு உண்டானது. ஒருவேளை ரோஸி கூட தன்னைச் சகித்துக் கொண்டு தான் பார்க்கும் வேலைக்காகவாவது தன்னுடன் சேர்ந்து வாழ்ந்திருப்பாள் என்ற எண்ணம் அவருக்கு வந்தது. ரோஸியை ஒருமுறை சந்தித்துவிட்டு வரலாமா என்று யோசித்தார். இங்கிருந்து

பாளையங்கோட்டை சென்று வரவேண்டும். ஒரு தடவை அவளைப் பார்த்துவிட்டால் போதும் என்று அவர் நினைத்தார்.

ரோஸி தனது அப்பாவின் அடக்கத்திற்கு வருவாள் என்று நினைத்தார். அவளுக்குத் தகவல் சொல்லியனுப்பியிருந்தார். அவளது அம்மாதான் போனை எடுத்துப் பேசியது. அவள் நல்லவிதமாகத்தான் பேசினாள். சவ அடக்கத்திற்கு வருவதாகச் சொன்னாள். ஊருக்கு எப்படி வரவேண்டுமென்று பேருந்து தடத்தை எல்லாம் விசாரித்தாள். கடைசி வரை அவர்கள் யாரும் வரவில்லை. பாஸ்டர் அவர்களுக்காகச் சிறிது நேரம் ஜெபக்கூட்டத்தைத் தள்ளி வைத்திருந்தார். அடக்கத்தை தாமதப்படுத்தினார். ஆனாலும் அவர்கள் யாரும் வரவில்லை. பாஸ்டருக்கு ஏமாற்றமாக இருந்தது. நாற்காலியில் அவரால் நீண்ட நேரமாக அமர்ந்திருக்க முடியவில்லை. காலையிலிருந்து அமர்ந்திருந்தது கால்களை விட பாதம் இரண்டும் முட்கள் குத்தியது போல வலித்தது. தைலம் தேய்த்துக் கொண்டால் சரியாகப் போய்விடுமென மருந்தைத் தேடினார். மருந்து பாட்டில் ஜன்னலோரம் இருந்தது. எடுத்துக் கொண்டு திரும்பும் போதுதான் கவனித்தார். ஊர்க்காரர்கள் அரிக்கேன் விளக்குகளுடன் நடந்து வந்து கொண்டிருந்தார்கள்.

பாஸ்டரின் கண்களுக்கு முதலில் தெரிந்தது இரண்டு விளக்குகள்தான். விளக்கு வெளிச்சத்தின் பின்பாக கருநிறத்திலான உருவங்களை அவரால் பார்க்கமுடிந்தது. அவ்வுருவத்தின் பின்பாக மேலும் மூன்று விளக்குகள் அசைந்து வருவதைப் பார்த்தார். அவரால் நிற்கமுடியவில்லை. நாற்காலியில் உட்கார்ந்து கொண்டார். தனது பாதத்தை எடுத்து தொடையில் வைத்துக் கொண்டார். குதிகாலில் மருந்தைத் தேய்த்துக்கொண்டார். தன்னை ஊரைவிட்டுப் போகும்படி சொன்னால் எங்கு போவது? யாரைப் போய்ப் பார்ப்பது? மதுரைக்குச் சென்று தனது நண்பர்களுடன் தங்கிவிடலாமா? என்று யோசித்தபடி மருந்தைத் தடவிக்கொண்டார். மற்றொரு காலை மடியில் வைத்துத் தேய்க்கத் தொடங்கியபோது, ஜெபவீட்டின் கதவு தட்டப்படும் சத்தம் கேட்டது.

பாஸ்டர் வீட்டின் கதவைத் திறந்தார். வாசலுக்கு முன்பாக இருபது பேர் அரிக்கேன் விளக்குகளுடன் நின்றிருந்தனர். பாஸ்டர் தன்னிடமிருந்த டார்ச்லைட்டை எடுத்துக் கொண்டார். அதற்குள்ளாக யாரோ கோம்பை நாயை அவிழ்த்து தூரத்திற்கு அழைத்துச் சென்றிருந்தனர். பாஸ்டர் ஏற்கனவே மனதில்

திட்டமிட்டிருந்தபடி நடந்து கொண்டார். கூட்டத்தைப் பார்த்ததும் பயத்தைக் காட்டிக் கொள்ளாமல் இருந்தார். தனக்கு முன்பாக நின்றிருந்தவர்கள் பேசுவதற்காக அவர் காத்திருந்தார்.

"யாரைக் கேட்டு பிரேதத்தை இங்கே புதைச்சீங்க. ஏற்கனவே செத்துப் போன ஆடுகளைப் புதைச்சுதான் ஊரே கெட்டு நாசமா போயிருக்கு. இப்போ இந்த வேலையைச் செய்திருக்கீங்க. ஊர்க்காரங்ககிட்டே ஒரு வார்த்தை கேட்கணுமின்னு தோணலையா? மயானக்கரையின்னு ஒன்னு ஊருக்குள்ளார இருக்கிங்கிறது உங்களுக்குத் தெரியாதா?" என்று கூட்டத்தின் பின்பாக நின்றிருந்தவர்களில் ஒருவர் திடீரென பேசத் தொடங்கினார்.

"ஜெபவீட்டுக்குள்ளே புதைக்க யாரைக் கேட்கணும். இது ஜெபவீட்டுக்குச் சொந்தமான இடம். நான் விலை கொடுத்து வாங்கியிருக்கேன்."

"ஐயா இந்த இடத்தை விலைக்கு வாங்கிட்டீங்களா?" என்று இன்னொருத்தர் சத்தமாகக் கேட்டார்.

"கிரயத்திற்கு வாங்கியிருக்கேன். சொந்த இடத்தில புதைக்கக்கூடாதுன்னு இந்த ஊரில ஏதாவது சட்டம் இருக்கா?"

"ஊர் சட்டத்தைப் பத்தி நீங்க பேசாதீங்க. உங்களுக்கும் இந்த ஊருக்கும் என்ன சம்பந்தம் இருக்கு. நீங்க என்னா ஆளுங்க?? நாங்க என்னா ஆளுங்க?. யோசிச்சுப் பேசுங்க பாஸ்டர்."

"ஏப்பா ரொம்பவும் பேசிட்டு இருக்கீங்க. இடத்தைக் காலி செய்யச்சொல்லு."

[1] "ஆத்திரு மாட்டே. சும்மியா மாத்தாடுதீரே. காலி மாடுசாக்க ஏளன்ட நாட்டாமை."

"கடப்பாரை எடுங்கடா. பிரேதத்தைத் தோண்டி சுடுகாட்டில புதைக்கணும்."

"இங்கே பாருங்க. எதுன்னாலும் விடியட்டும் பேசிக்கிடலாம். போலீசுக்குப் போவோம். இடத்துக்காரங்ககிட்டே பேசுவோம். அதை விட்டுப் பிரேதத்தைத் தோண்டுனா என்னால் பார்த்துட்டு சும்மா இருக்க முடியாது. இறந்த மனுஷனோட ஆத்மாவை நீங்க நொம்பலப்படுத்துறீங்க. அதுக்கு மன்னிப்பு எந்த மதத்திலேயேயும் கிடையாது."

“இந்த இடத்திலிருந்து தோண்டி எடுத்து சுடுகாட்டிலதான் புதைக்கப் போறோம். அதுதான் முறை. ஊர் நாட்டாமை இறந்து போனாலும் சுடுகாட்டிற்குப் பின்னாடிதான் புதைக்கணும். நீங்க உங்க சௌகரியத்துக்கு உங்க நடுவீட்டில புதைக்கக்கூடாது. ஊருக்குள்ளே பிணத்தைப் புதைச்சு வைச்சா நடமாடுறது எப்படி?”

பாஸ்டர் அமைதியாக இருந்தார். இனிமேற்பட்டுப் பேசினால் விபரீதமாகிவிடுமென வீட்டிற்குள் சென்றார். சிறுவர்கள் அவர் மேல் காய்ந்த மாட்டுச் சாணத்தையும் கல்லையும் வீசினார்கள். முதுகிலும் மண்டையிலும் பட்டு வலியெடுத்தது. அவர் திரும்பிக்கூடப் பார்க்கவில்லை. கற்களும் எருவும் வீட்டிற்குள் விழுந்தன. வீட்டிற்குள் செல்வதற்கு முன்பாக அவரை யாரோ இரண்டு பேர் பிடித்து இழுத்து சரளைக்கற்கள் பக்கமாகக் கொண்டு சென்றார்கள். தனது தந்தையின் பிரேதக்குழியை ஊர்க்காரர்கள் தோண்டிக் கொண்டிருப்பதை அப்போது பார்த்தார். பாஸ்டருக்கு என்ன செய்வது என்று புரியவில்லை. அவர் வேண்டாம் வேண்டாம் என்று பலமுறை கத்தினார். இது பாவம், பாவகாரியத்தில் ஈடுபடவேண்டாம் என்று மன்றாடிக் கேட்டுக்கொண்டார். ஆனால் ஊர்க்காரர்கள் கேட்பதாகத் தெரியவில்லை.

“இப்போதே ஊரைக் காலி செய்துட்டுப் போறது நல்லது உங்களுக்கு. ராத்திரியோட ராத்திரியா பிரேதத்தை சுடுகாட்டில புதைச்சுருவோம். நீங்க இடத்தைக் காலி செய்யுங்க.”

பிரேதக்குழியிலிருந்து சவப்பெட்டி வெளியே வருவதை பாஸ்டர் பார்த்தார். தனது தந்தையின் முகத்தை இப்போது அவரால் நினைத்துப் பார்க்க முடிந்தது. பாஸ்டருக்கு தனது தந்தை பெட்டியிலிருந்து எழுந்து தன்னை நோக்கி நடந்து வருவது போலத் தோன்றியது. அவர் கண்களை இறுக்கமாக மூடிக்கொண்டார். தன் அருகே வந்து நின்றவர் தனது முகத்தில் காறித் துப்புவதுபோல அவருக்கு பிரமை உண்டானது. அவர் அழத்தொடங்கினார். அவரால் அழாமல் இருக்கமுடியவில்லை. விடிவதற்கு நீண்ட நேரம் இருந்தது. அவருக்கு ஊரை விட்டுப்போவதற்கு மனதில்லை.

அதிகாலைக்கு சற்று முன்பாக ஊர்க்காரர்களுக்குத் தெரியாமல் வைரமணியும் டீக்கடைப் பாண்டியும் ஜெபவீட்டை நோக்கிச் சென்றனர். சிறிது நேரத்தில் கருப்பு நிறத்தில் அம்பாசிடர் கார் ஜெபவீட்டின் முன்பாக நின்றது. காரில் பாஸ்டர் ஏறி அமர்ந்து

கொண்டார். டீக்கடை பாண்டியைப் பார்த்துக் கையெடுத்துக் கும்பிட்டுக் கொண்டார். பாஸ்டரின் கண்களிலிருந்து கண்ணீர் கசிவதை அவர் பார்த்தார். "கர்த்தர் உங்களுக்கு அருள்செய்வாருன்னு நம்புங்க" என்று சொன்னார். கார் நகர்ந்தது. இருட்டுக்குள்ளிருந்து ஓடி வந்த கோம்பை கன்னி நாய் காரைத் துரத்திக்கொண்டு ஓடியது. பாஸ்டர் காரை நிறுத்தச் சொல்லி நாயை ஏற்றிக் கொண்டார். நாய் ஊரைப் பார்த்துக் குரைத்துக் கொண்டு சென்றது.

---

1. ஆத்திரு மாட்டே. சும்மியா மாத்தாடுதீரே. காலி மாடுசாக்க ஏளன்ட நாட்டாமை= என்ன பேச்சு. சும்மா பேசிட்டே இருக்கீங்கே. காலி செய்யுறதுக்கு சொல்லுங்க நாட்டாமை.

(17)

“சொத்தில்லாதவங்களுக்குக் கஞ்சி குடிக்கிறதுக்கு கவெர்மெண்டு பணம் காசு தர்றாங்க. உனக்குத்தான் இத்தனை சொத்து பத்து இருக்குல்ல அப்புறம் எதுக்கு டவுனுக்கு இந்த வெயிலில அலையுறே.”

ஆலமரம் பஸ்ஸ்டாப்பில் கருப்பாயி கிழவி நின்றிருந்தாள். அன்னம்மா இறந்து போனதிலிருந்து அவள் தனி ஆளாகிவிட்டாள். துணைக்கு யாருமில்லை. கம்பூன்றி தவங்கித் தவங்கி நடக்க ஆரம்பித்தாள். அவளை கம்பூனிக்கிழவி என்று பெயர் வைத்து அழைக்க ஆரம்பித்துவிட்டனர். தாசில்தார் ஆபீசுக்குப் போய் முதியோர் பென்ஷன் பணம் வாங்கவேண்டுமென கிழவிகளோடு கிழவிகளாக நின்றிருந்தாள். ஊர் கிழவிகளுக்கு இப்போது பென்ஷன் தொகை வழங்குகிறார்கள் என்று தாசில்தார் ஆபீசுக்கு தினமும் வெற்றிலைப் பையோடு காலையில் கிளம்பிவிடுகிறார்கள்.

“கா காசுன்னாலும் கவெர்மெண்ட்டு காசுடீ. அட வெத்திலை வாங்குறதுக்கு சொல்லு. யார் யாரோ தின்னுட்டுப் போறானுங்கன்னு டி.வி.யிலே சொல்லுறாங்க. எனக்குக் கொடுக்கிற நூறு ரூபாயில தான் கஜானா குறையப்போகுது?” தன்னைக் கேலி செய்தவர்களுக்கு அவள் பதில் சொன்னாள்.

"நூறு ரூபாயா? ஆயிரம் ரூபாய் சொலையா ஆயிரம் ரூபாய். கருப்பாயி உனக்குத் தெரியாதா? ரேஷன் கார்டு ஜெராக்ஸ் வச்சிருக்கியா. கலரு போட்டோ இரண்டு வைச்சிருக்கியா?” என்று ஒரு கிழவி கேட்டாள்.

“அதெல்லாம் ரெடியா கரெக்டா வைச்சிருக்கேன். போனதும் கட்டை விரல உருட்டிட்டு பணத்தை வாங்கவேண்டியதுதான்.” கருப்பாயி சிரித்த முகத்துடன் சொன்னாள்.

“அப்படின்னு நினைச்சிட்டு இரு. இரண்டு மாசத்திற்குப் பிறகுதான் போஸ்ட்மேனு வந்து பணம் தருவானாம். அதுவரைக்கும் ஒன்னுமில்லை.”

“இந்த பணத்துக்கு இவ்வளவு கிராக்கியா?. கிழவியா இருக்கிறவங்களுக்கு வீடு தேடி வந்து தந்துட்டு கட்டை விரல மைதடவி உருட்டிட்டுப் போகவேண்டியதுதானே. இதுக்கு இத்தனை பகுமானமா? விளங்காத பயலுகே.”

“அடுத்த தடவை ஓட்டு கேட்டு வர்றப்போ நீதான் முன்னாடி நின்னு பேசணும் கருப்பாயி. கிழவிகளோட பேச்சை யாரு இப்போ கேட்கிறாங்க. எல்லாம் குமரிப்புள்ளைகளைப் பார்த்து ஓட்டு வாங்கப் போறாங்க. குடம் கொடுத்துட்டுப்போறான். புடவை எடுத்துத்தர்றான். கையில ஆயிரம் இரண்டாயிரமுன்னு காசைக் கொடுக்கிறான். என்னைய மாதிரி உன்னை மாதிரி கிழவிகளை ஏமாத்துறதுக்குன்னு இந்த ஊருல ஆளுங்க இருக்காங்க. நம்ம ஜாதிக்காரனே ஏமாத்துறான். ஓட்டுப் போடுற அன்னைக்கு மட்டும் குதிரைவண்டியில இல்லைன்னா ஆட்டோவில ஏத்திக் கூட்டிட்டுப்போறான். ஆட்டைத் தண்ணி தெளிச்சி அறுக்கிறது மாதிரி விசுக்குன்னு விரலில மைதடவி ஓட்டை மிஷினில அமுக்கச் சொல்லுறான். யாருக்குப் போடுறோம், எதுக்குப் போடுறோமுன்னே தெரியமாட்டேங்குது.”

ஆலமரம் பஸ் ஸ்டாப்பில் வயதானவர்கள் கூடி நின்றனர். சிலர் முந்தியை எடுத்து முக்காடு போட்டிருந்தார்கள். மூன்று ஆண்கள் மட்டுந்தான் இருந்தனர். மற்றவர்கள் கிழவிகள். மூன்று ஆண்களுமே பென்ஷன் வாங்குவதற்கு டவுனுக்குப் போகிறவர்கள். ஜெயலெட்சுமி குடையைப் பிடித்துக்கொண்டு நடந்து வருவதை வெள்ளாவி தாத்தாதான் முதலில் பார்த்தார். அவருக்கு சிரிப்பாக இருந்தது. இவள் எதுக்கு இங்கே வர்றா என்று பக்கத்தில் நின்றவர்களிடம் குசுகுசுத்துக்கொண்டார். அவர்கள் அனைவரும் ஜெயலெட்சுமியைப் பார்த்தனர். யாரும் அவளுடன் பேசவில்லை. அவளும் யாருடைய முகத்தையும் பார்க்கவில்லை. டவுனுக்குப் போக பேருந்துக்காக நின்றாள்.

ஜெயலெட்சுமிக்கு உடல் வியர்க்கத் தொடங்கிது. டவுனுக்குப் போய் பாஸ்டரைப் பார்க்கவேண்டும். பாஸ்டர் டாக்டரிடம் அழைத்துச் செல்வதாகச் சொல்லியிருந்தார். ஏற்கனவே ஒருதடவை ஒரு டாக்டரிடம் காட்டினார்கள். அவர் கொடுத்த மருந்து குணமாகவில்லை. இன்னொரு டாக்டரிடம் சென்று பார்க்கலாமென பாஸ்டர் சொன்னார். ஜெயலெட்சுமிக்கு தோள்பட்டை வலியாக இருந்தது. ராத்திரி வலி இல்லாமல் இருக்கிறது. தூங்கியெழுந்ததும் வலி வந்துவிடுகிறது. இடது கையைத் தூக்கமுடியவில்லை. விரல் வீங்கியது போலிருக்கிறது. தன்னை மறந்து உறங்கி எத்தனையோ நாட்களாகிவிட்டது. அவளுக்கு இறந்து போய்விடுவோம் என்கிற பயம் வந்துவிட்டது.

"உங்களுக்கு இருதயம் பலஹீனமாகிப்போச்சு. ஆரோக்கியமான உணவா சாப்பிடுங்க. டாக்டர் கொடுத்த மருந்து மாத்திரைகளை சாப்பிடுங்க. எந்தக் கவலையும் வேண்டாம் உங்களுக்கு கர்த்தரை நினைச்சிட்டு இருங்க" என்று பாஸ்டர் சொன்னார். ஜெயலெட்சுமி கவலையெல்லாம் செல்வியைப் பற்றியதாகத்தான் இருந்தது. அவளுக்காக ராவும் பகலும் பிராத்தனை செய்தாள். அவள் மனம்மாறி மறுகல்யாணம் செய்து கொள்ளவேண்டுமென பிரார்த்தனை செய்தாள். செல்வியிடம் ஆள் விட்டுப் பேசினாள். செல்வியின் நினைவாக இருக்கும் வைரமணியிடம் பேசினாள். செல்விக்கும் வைரமணிக்கும் சீக்கிரத்தில் திருமணம் முடிந்துவிட்டால் போதும். தனக்கு எது என்றாலும் பரவாயில்லை என்று நினைத்தாள்.

வெள்ளாவி தாத்தாவைப் பார்த்து ஒரு கிழவி கேலி செய்தாள். "மாமா இன்னைக்கும் கோமணம்தானா இல்லை அண்டுராயாரு கட்டியிருக்கியா?"

"அடியே அயித்தை மகளே, பக்கத்தில என் தங்கச்சி நிக்குறான்னு பேசாமல் இருக்கேன்."

"இல்லைன்னாலும் நீ அவுத்துக்காட்டிருவே. மொதராத்திரி அன்னைக்கே எங்க அக்காவுக்கு விடியக்காலையில அவித்துக்காட்டுன மனுஷன் நீ. அதுவும் கோமணத்தை அவுக்குறதுக்குப்பதிலா அவ சவுரிமுடியைப் பிடிச்சி இழுத்துட்டயாமே. குருட்டு கபோதி."

"அடியே அதெல்லாம் அந்தக்காலம். இப்போ வந்து பாரு. கோமணத்தை கரெக்கட்டா அவுத்து காட்டுறேன். உனக்கு சந்தேகமுன்னா உன் பக்கத்திலே நிக்கறவளைக் கேளு."

"அதாரு?"

"யோவ் வெள்ளாவி நாந்தான் உன் நக்கலுக்குக் கிடைச்சேனா? என் மருமகள் பக்கத்தில நிக்குறா."

"விடுங்க அத்தை தாத்தாரு பேசிட்டு போகட்டும். வெறும் பேச்சுதானே?"

"என் பேத்திக்கு இருக்கிற ஆசாபாசாமெல்லாம் உனக்கு இல்லை. அதான் இரண்டோட நிறுத்திட்டே. என் பேத்தி நாலு பெத்துப்போட்டிருக்கா." வெள்ளாவி கிழவன் சௌஜன்யமாக எல்லாருடன் பேசிக்கொண்டிருந்தார். ஜெயலெட்சுமிக்கு யாரும் தன்னுடன் பேசாமல் இருக்கிறார்களே என்ற வருத்தம் வந்தது. சிறிது நேரந்தான் அந்த வருத்தம். பிறகு அந்த வருத்தம் மறைந்துவிடும். அவள் தன்னைத்தானே சமாதானப்படுத்திக்கொள்வாள். அவர்கள் வருத்தப்பட்டு என்ன செய்ய? வருத்தப்படுவதால் தன்னுடைய இழந்த வாழ்க்கை முழுவதும் திரும்பி வரப்போகிறதா? இல்லை செல்விக்குத்தான் துரை கிடைத்துவிடப்போகிறானா?

இந்த ஊர்க்காரர்களுடன் அவள் பேசுவதில்லை. அவர்கள் வீட்டுச் சாவுக்கு கட்டைவரி தருவதில்லை. இழவு வீட்டிற்குப் போவதில்லை. பெத்த தாயே இறந்துகிடந்தாள். அவளைப் பார்க்கப் போகவில்லை. ஜாதிக்காரர்களாவது மசுருக்காரர்களாவது. நான் செத்துப்போனால் யாரும் வரக்கூடாது. இறந்துபோனதும் யாரிடமும் கட்டைவரி வாங்கக்கூடாது. உடன்பிறந்தவர்கள் யாரும் வரக்கூடாது. பாஸ்டரும் ஞானமும் அழகுமுத்துவும் செல்வியும் மட்டும் வந்தால் போதும். இந்த நாலுபேர் மட்டும் இருந்தால் போதும் என்று ஜெயலெட்சுமி நினைத்துக்கொண்டாள்.

அழகுமுத்துப்பயலை வரவழைத்து அவனுடன் பேசினாள். தான் இறந்து போனால் என்ன செய்யவேண்டும். பாஸ்டருக்கு போன் செய்யவேண்டியதிலிருந்து தன் சொத்தை எழுதி வைத்திருப்பது வரை எல்லாம் தெளிவாகச் சொல்லிவிட்டாள். அழகுமுத்து கல்யாணம் முடிந்து தன் வீட்டில் இருக்கவேண்டுமென்று பத்திரம் எழுதி வைத்திருந்தாள். அவனுக்குத்தான் சொத்து. செல்வியை அவன் கடைசிவரை காப்பாற்றவேண்டும் என்று அவனிடம் சத்தியம் செய்து வாங்கிக்கொண்டாள்.

மினிபஸ் ஊரைச் சுத்திக்கொண்டு வந்து நின்றது. பஸ்சில் ஐந்தாறு

நபர்கள் அமர்ந்திருந்தனர். பஸ் அவர்களைத் தாண்டிப்போய் நின்றது. ஆலமரத்தில் நின்றவர்கள் பஸ்ஸில் ஏறிக்கொண்டார்கள். கூட்டத்தில் ஜெயலெட்சுமிக்கு இடம் கிடைக்கவில்லை. அவள் நின்றுகொண்டுதான் வந்தாள். டவுனுக்குப் போவதற்கு இன்னும் அரைமணி நேரத்திற்கும் மேலாகிவிடும். அரைமணி நேரமும் நின்று கொண்டுவரவேண்டும். அரைமணி நேரமும் யாருடைய முகத்தையும் பார்க்காமல் ஜன்னல் வழியாக ஊரையும் பொட்டலையும் பொட்டலில் மேயும் ஆடுமாடுகளையும் கோழிகளையும் பார்க்கவேண்டும். பிறகு ஜனங்கள் பேசுவதைக் கேட்காமல் வரவேண்டும். அவர்கள் தன்னைப் பற்றிப் பேசுகிறதை ஊர் வம்புதும்புகளைப் பற்றிப் பேசுவதைக் கேட்காமல் வரவேண்டும். காதைப் பொத்திக்கொள்ள வேண்டும். மனசை வைத்து காதைப் பொத்திக் கொள்ளவேண்டும். கண்டக்டர் கேட்காமலேயே டிக்கெட் கொடுத்துவிடுவான்.

டவுனிலிருக்கிற பாஸ்டருக்கு ஏற்கனவே தகவல் சொல்லியனுப்பியிருந்தாள். ஆரோக்கியத்தின் கல்லறையைத் தோண்டி அவர்கள் வேறு இடத்திற்கு மாற்றியதிலிருந்து அவர் ஊர் பக்கம் வருவதில்லை. ஜெபவீட்டை இடித்துவிட்டுத் தன்னை அடித்தவர்களின் முகத்தில் தான் என்றைக்கும் விழிக்கக்கூடாது என்பதில் அவர் உறுதியாக இருந்தார். பாஸ்டர் அந்தமானுக்குப் போய் அங்கு ஒரு ஜெபவீடு கட்டப்போவதாக அவளிடம் சொல்லியிருந்தார். பாஸ்டர் என்றைக்கு அந்தமானுக்குப் போகிறார் என்று தெரியவில்லை. ஆனால் சீக்கிரமாகப் போய்விடுவார். அவர் போவதற்குள்ளாகத்தான் இறந்துவிடவேண்டுமென கர்த்தரிடம் வேண்டிக்கொண்டாள். ஜெயலெட்சுமிக்கு இப்போதுதான் புருஷன் இல்லாத கவலை வந்தது. புருஷனும் பிள்ளைகளுமாகத் தன்னுடைய வாழ்க்கை இருந்திருந்தால் சுகமாக இருந்திருக்கும் என்று கவலைப்பட்டுக் கொண்டாள். அந்தக் கவலை அவளுக்கு நெஞ்சு வலியை அதிகமாக்கியது. வலியும் பட்டினியும் மனுஷியை உருக்குலைத்தது. மெலிந்து போய் சீக்காளியானாள்.

மினிபஸ் டவுனுக்குள் போய் ரவுண்டானாவில் நின்றது. தாசில்தார் ஆபீசுக்குப் போகிற ஆட்கள் இறங்கிக்கொண்டார்கள். மினிபஸ்ஸில் இப்போது கூட்டம் பாதியளவுக்கும் மேலாகக் குறைந்திருந்தது. ஜெயலெட்சுமி பஸ் ஸ்டாண்டில் இறங்கிக்கொண்டாள். பஸ் ஸ்டாண்டிற்குப் பக்கத்தில்தான் பாஸ்டர் தங்கியிருக்கும்

வீடு இருக்கிறது. அவள் நடந்து சென்றாள். வெயில் அவளது முகத்திலடித்தது. அவளால் நடக்கமுடியவில்லை. அருகிலிருந்த கடையின் வாசலில் 'ஏசப்பா' என்று உட்கார்ந்து கொண்டாள். கடைக்காரனிடம் தண்ணீர் வாங்கிக் குடித்தாள். உதடும் முகமும் நனைந்ததும் அவளுக்குக் கொஞ்சம் பரவாயில்லை என்பதுபோலிருந்தது. எழுந்து கொண்டாள். பாஸ்டரின் வீட்டை நோக்கிச் சென்றாள்.

பாஸ்டரின் வீட்டில் யாருமில்லாதது அவளுக்கு சௌகரியமாகப் போனது. பாஸ்டரிடம் அவள் தனியாகப் பேசவேண்டுமென்றுதான் ஊரிலிருந்து புறப்பட்டு வந்திருந்தாள். பாஸ்டர் அவளுக்கு காப்பி கொடுத்தார். தித்திப்பாக இருந்த காப்பியைக் குடித்ததும் அவளுக்கு சற்றுத் தெம்பாக இருந்தது. "பாஸ்டர் எனக்கொரு ஆசை. உங்கப்பாவுக்கு எப்படி அடக்கம் செய்தீங்களோ, அதேமாதிரி எனக்கும் செய்துருங்க. உங்களுக்குப் புண்ணியமாகப் போகட்டும்" என்று சொன்னாள். பாஸ்டரும் "இப்போ அதுக்கு என்ன அவசரம். நீங்க சௌக்கியமாக இருப்பீங்க. கர்த்தர் உங்களுக்கு எந்தக் குறையும் வைக்கமாட்டாரு" என்று சொன்னார்.

ஜெயலெட்சுமி அழ ஆரம்பித்துவிட்டாள். அவளால் தனது தோள்பட்டை வலியைத் தாங்கிக்கொள்ளமுடியவில்லை. அவளுக்கு வருகிற நெஞ்சுவலி பயத்தைக் கொடுத்தது. "பாஸ்டர், நான் செத்துப்போயிருவேன்னு பயப்படுறேன். வெறும் பயமுன்னு தெரியும். ஆனால் சாகுறது உண்மைதானே பாஸ்டர்" என்று கண்களைத் துடைத்துக்கொண்டு சொன்னாள்.

பாஸ்டர் சிரித்துக்கொண்டார். ஜெபவீட்டில் ஜெபக்கூட்டத்தில் தான் சொன்ன வசனத்தைத் தன்னிடமே இப்பெண் சொல்கிறாள். பெண்கள் தங்களுக்குத் தெரிந்ததை உடனே யாரிடமாவது சொல்லிவிட வேண்டுமென்று நினைக்கிறார்கள் போல. பாஸ்டர் அவள் குடித்து வைத்திருந்த தம்ளரை எடுத்துக் கொண்டு சமையலறைக்குப் போனார். ஒரு நாற்காலியை எடுத்துக்கொண்டு வந்தவர் அவளின் முன்பாக அமர்ந்து கொண்டார்.

"இந்த மாசம் கடைசியில நான் அந்தமானுக்குப் போறேன். கப்பலுக்குத்தான் போகிறதுக்கு வழி கிடைச்சது. அந்தமானிலே ஒரு ஜெபவீடு கட்டி அங்கேயே தங்கியிருக்கலாமுன்னு நினைக்கிறேன்" என்றார்.

"பாஸ்டர், இன்னும் கொஞ்சம் நாள் நீங்க இங்கேயே இருங்க. என் சொத்தெல்லாம் உங்களுக்கும் நீங்க கட்டப்போற ஜெபவீட்டுக்குத்தான் தரணுமின்னு நினைச்சிட்டு இருந்தேன். ஆனா எனக்கொரு ஆசை பாஸ்டர். பிள்ளை இல்லாமல் புருஷன் இல்லாமல் அந்த வீட்டில தனியா இருந்துட்டேன். அந்த வீட்டில புருஷனும் பொண்டாட்டியுமா என் அண்ணன் மகன் அழகுமுத்து வாழ்க்கை நடத்தணும் பாஸ்டர். அவனுக்குத்தான் சொத்தை நான் எழுதி வைச்சிருக்கேன். அவன் கிடா முட்டுச்சண்டைக்குப் போனா சொத்தை சென்னப்பன் பிள்ளைகளுக்குக் கொடுத்துறணுமின்னு கன்டிஷன் எழுதியிருக்கேன். அதுக்கு நீங்கதான் பொறுப்பு. அவன் உங்க பேச்சைக்கேட்பான்னு நினைக்கிறேன். அப்புறம் என் சாவுக்கு ஜாதிக்காரங்க யாரும் வரக்கூடாது பாஸ்டர். நீங்க, ஞானம், செல்வி, அழகுமுத்து நாலு பேரும் போதும் பாஸ்டர்."

பாஸ்டர் அமைதியாக இருந்தார். ஜெயலெட்சுமி இன்னும் சிறிது நாட்களில் உடம்பு தேறிவிடுவாள். பழைய தெம்பும் தைரியமும் வந்துவிட்டால் இப்போதிருக்கிற பயமும் படபடப்பும் போய்விடுமென்று நினைத்தார்.

"பாஸ்டர், எங்கிட்டே ஒரு லெட்ச ரூபாய் இருக்கு. ரொக்கப்பணம். ஆடு வளர்த்து கோழி வளர்த்து சேர்த்து வைச்சது. அந்தப் பணத்தை உங்களுக்குத் தர்றேன். நீங்க அதை மறுக்காமல் வாங்கிக்கிங்க. அந்தப் பணத்தை வைச்சுத்தான் நீங்க அந்தமான் போய் ஜெபவீடு கட்டணும். அந்தப் பணம் உங்களுக்குத்தான். ஆடுகளும் கோழிகளும் சென்னப்பனுக்கு எழுதி வைச்சிட்டேன். கடைசி வரைக்கும் அவன் அதை வைச்சிக்கிட்டு நிம்மதியா இருக்கட்டும். அவனுக்கு ஆடு மேய்க்கிறதிலதான் பாஸ்டர் சந்தோஷம்" என்று சொன்னாள்.

ஜெயலெட்சுமி எழுந்து தான் கொண்டு வந்த லட்ச ரூபாய் பணத்தைக் கொடுத்தாள். பாஸ்டர் தனது கைகளை நீட்டி வாங்கிக்கொண்டார். அவருக்கு அந்தப் பணத்தை வாங்கும் போது இரண்டு கரங்களும் நடுங்கின. கர்த்தரே இயேசுவே பிதாவே என்று யாரோ ஜெபக்கூட்டத்தில் கத்தி அழுவது போல கேட்டது. அவர் கலங்கிய கண்களிலிருந்து ஒரு சொட்டுக் கண்ணீர் ரூபாய் நோட்டின் மேல் விழுந்தது. ஜெயலெட்சுமி வீட்டை விட்டு வெளியேறினாள். பாஸ்டர் அவள் நடந்து செல்வதைப் பார்த்தபடி நின்றிருந்தார்.

ஜெயலெட்சுமி என்ன நினைத்தாளோ திரும்பிப் பார்த்து பாஸ்டரிடம்

“செத்துப்போனா நிம்மதி பாஸ்டர். இந்தச் சாதிக்காரங்களுக்கும் இந்த ஊர்க்காரங்களுக்கும் உறவுக்காரங்களுக்கும் எனக்கும் எந்த சம்பந்தமும் இல்லைன்னு ஆகிப்போகும். கையெடுத்துக் கும்புட்டுட்டு ரொம்பவும் சந்தோஷமாகக் கிளம்பிருவேன். அண்ணன் அக்கா மதினி அத்தை புருஷன் வீடு பொறந்த வீடு எதுவும் இல்லை. செத்த பிறகு எதுவுமில்லை. அதுதான் பாஸ்டர் எனக்கு இப்போ வேணும். எனக்கு ஒரு வருத்தம் இருக்குது பாஸ்டர். செல்விக்குக் கல்யாணம் முடிஞ்சிருச்சுன்னா கவலையில்லை பாஸ்டர். எனக்காக நீங்க கர்த்தர்கிட்டே பிரார்த்தனை செய்வீங்களா பாஸ்டர்?” என்று சொன்னாள்.

“சரி.”

ஜெயலெட்சுமி தெருவில் நடந்து செல்வதை பாஸ்டர் பார்த்தபடி நின்றிருந்தார். அவருக்கு மனதில் இலை உதிர்ந்த காய்ந்த கிளையொன்று மரத்தில் தனித்திருக்கிற காட்சி தோன்றி மறைந்தது. எதற்கு தனக்கு இப்படியாக மனதில் தோன்றுகிறது என்று நினைத்துக்கொண்டார். அதே நேரத்தில் பாஸ்டரின் கையிலிருந்த பணம் நெருப்பு போல சுட்டது. தீயைக் கையில் வைத்திருப்பது போல பணத்தைக் கையில் வைத்திருந்தார். அவரால் அழாமல் இருக்கமுடியவில்லை. தெருவில் அழக்கூடாது என்பதற்காக வீட்டிற்குள் சென்றார்.

(18)

செல்வி படுக்கையிலிருந்து எழுந்து கொண்டதும் வாசலைப் பார்த்தாள். வாசல் கதவு பூட்டியிருந்தது. அவளுக்கு நிம்மதியாகயிருந்தது. துரையை மனதிற்குள் நினைத்துக் கொண்டாள். துரை இறந்த மறுதினம் தூக்குமாட்டிக் கொண்டு இறந்து போக சேலையை முறுக்கி கொண்டியில் மாட்டி ஏறினாள். கதவை உடைத்துக் கொண்டு அழகுமுத்துவும் காளிமுத்துவும் அறைக்குள் நுழைந்து அவளைக் காப்பாற்றிவிட்டார்கள். சம்பவத்திற்குப் பிறகு பரமசிவம் பயந்து போனார். வீட்டிலிருப்பவர்களை ஒருவர் மாற்றி ஒருவர் அவள் உடன் இருக்கவைத்தார். குளத்திற்குப் போகும் போது துணைக்கு ஆள் அனுப்பினார். வீட்டை விட்டுத் தனியாக வெளியே அனுப்புவதில்லை. ஜெயலெட்சுமி வீட்டுக்குப் போகும் போது அழகுமுத்து துணைக்குப் போகிறான்.

ஜெயலெட்சுமி அத்தை அவளுக்குப் புத்திமதி சொல்லுவதைக் காது கொடுத்துக் கேட்பதில்லை. வைரமணியை மறுகல்யாணம் செய்துக்கோ என்று தலையில் அடித்துச் சொல்கிறாள். அவள் கேட்கவில்லை. தான் உயிருடன் இருந்தால் தனக்கும் வைரமணிக்கும் திருமணம் நடந்துவிடுமென்று பயந்து போனாள் செல்வி. நேற்றிரவு அவள் நடுராத்திரிக்குப் பிறகு எழுந்து கொண்டாள். கடலைச் செடிக்கு வைத்திருந்த மருந்தை கலக்கி யாருக்கும் தெரியாமல் கிணற்றுக்குப் பின்பக்கமாக வைத்திருந்தாள். குடித்துவிட வேண்டுமென்று தீர்க்கமாக இருந்தாள். ஆனால் வாசற்படியில் எதற்காகவோ அப்பாவும் சித்தப்பாவும் அமர்ந்திருப்பதைப் பார்த்துவிட்டுத் திரும்பினாள். அவர்கள் உறங்கியதும் கிணற்றுப்பக்கம்

சென்றுவரலாமென நினைத்தாள். அவர்கள் விடிகாலை வரை பேசிக்கொண்டிருந்தது அவளுக்கு சந்தேகமாக இருந்தது. எதற்காகப் பேசிக்கொண்டிருந்தார்கள். எதைப் பற்றிப் பேசிக்கொண்டிருந்தார்கள் என்று செல்விக்குத் தெரியும். செல்வியை காப்பாற்றவேண்டுமென்று பரமசிவமும் காளிமுத்துவும் தவிக்கிறார்கள். வைரமணியைத் திருமணம் செய்து வைத்துவிடவேண்டுமென ஆசைப்படுகிறார்கள்.

வைரமணி அவளிடம் நேரிடையாகப் பேசினான். வீட்டுக்கு வந்தான். கிணற்றுக்குப் பக்கத்தில் துணி துவைத்துக் கொண்டிருந்தவளிடம் “நாம கல்யாணம் செஞ்சுக்குவோம் செல்வி. நீ இப்படி இருக்கிறதை என்னாலே பார்த்துட்டு சும்மா இருக்கமுடியல” என்றான். அவனது கண்கள் கசிந்திருந்தது தெரிந்தது. செல்வி அவனது முகத்தை நேராகப் பார்த்தாள். முதன் முதலாக வைரமணியைப் பார்க்கிறாள். நேருக்குநேராக ஒருவரையொருவர் பார்த்துக்கொண்டனர்.

உன்னைய எனக்குப் பிடிச்சிருக்கு, கல்யாணம் செஞ்சுக்கிறேன் என்று சொல்வதற்கும், தான் இப்படியாக இருப்பதைப் பார்த்துக் கொண்டிருக்க முடியவில்லை அதனால் திருமணம் செய்து கொள்வோம் என்று சொல்வதற்கும் அர்த்தம் வேறுவேறுதான். செல்விக்குத் தெரியும். வைரம் நல்லவன்தான். வைரத்திற்குத் தன்னை கொடுக்க அவளுக்கு விருப்பமில்லை. ஒருவனுக்குக் கொடுத்து ஒருவனோடு வாழ்ந்தும் வாழாமல் முண்டச்சியாகி செத்துப்போவோம் என்று முடிவு செய்துவிட்டாள். செத்துப்போகிறேன் என்று யாரிடம் சொல்லமுடியும்?. ஜெயலெட்சுமி அத்தையிடம் சொல்லலாம். அவள் வேண்டாமென்று தடுப்பாள். வேண்டாமென்று அழுவாள். தன்னைப் போல முண்டச்சியாகிவிட்டதற்கு தாமரைக்குளத்து கன்னிமாரைத் திட்டுவாள். அவளும் வக்கத்துப் போய் இத்தனை நாட்களும் வாழ்ந்து வருகிறாள். இந்த ஊரையும் ஊர் ஆம்பிளைகளையும் நினைத்துக் காறித்துப்பியிருக்கிறாள். அலுத்துப்போயிருக்கும். புளுத்துப்போயிருக்கும். ஆனால் தன்னால் அப்படி இருக்கமுடியாது. துரையின் ஞாபகத்தோடு இனிமேல் உயிரோடு வாழமுடியாது. உயிரோடு வாழவேண்டுமென்றால் வைரமணியைக் கல்யாணம் செய்துகொள்ள வேண்டுமென்று கட்டாயப்படுத்துவார்கள். எதுவும் வேண்டாம். இறந்து போவதை விட நல்லது எதுவுமில்லை.

ராத்திரியில் யாருக்கும் தெரியாமல் எழுந்து வந்தாள். தெரு வாசலைப் பார்த்தாள். தெருவில் பேச்சரவம் கேட்கிறதா என்று கவனித்தாள். சற்று முன்பாக ராத்திரி சினிமா முடிந்து தெருவில்

ஜனங்கள் நடமாடும் சத்தம் அடங்கியிருந்தது. மெதுவாக எழுந்து வாசலுக்கு வந்தாள். வாசல் கதவைத் திறந்து பார்த்தாள். வாசல் திண்ணையில் அழகுமுத்துவும் கருத்தையனும் உறங்கிக்கொண் டிருந்தார்கள். அவர்களுக்கு இடையில் தொரட்டிக் கம்பு கிடந்தது. அவர்களுக்கு மேலாக கூரையில் வெட்டுக்கை மரத்தில் அரிக்கேன் விளக்கு தொங்கிக்கொண்டிருந்தது. அரிக்கேன் விளக்கு அணைந்து எழுந்த புகை வாசம் குப்பென்று வந்தது. அவள் வாசல் கதவைப் பூட்டிவிட்டுத் திரும்பி வந்தாள். தெருவில் கிடந்த கட்டிலில் யாருமில்லை. பரமசிவமும் காளிமுத்துவும் கடலைக்காட்டுக்கு ராத்திரி காவலுக்குச் சென்றிருக்கின்றனர்.

செல்வி கொல்லைப்புறத்திற்குச் சென்று துணி வெளுக்கும் கல்லின்கீழ் அமர்ந்து கொண்டாள். காலையில் குளத்திற்குத் தண்ணீர் எடுக்கப் போகும்போது யாருக்கும் தெரியாமல் அரளிச்செடிகளைப் பறித்து வைத்துக்கொண்டாள். குடத்தில் போட்டுக்கொண்டாள். நீர்க்குடத்துடன் அரளிக்காய்களைப் போட்டு வீட்டிற்கு வந்தாள். ஜெயலெட்சுமி அவளை ஆள் விட்டு வரச்சொன்னாள். அவள் போகவில்லை. போகக்கூடாது என்று பிடிவாதம். அவள் வைரமணியைக் கல்யாணம் செய்து கொள் என்று கட்டாயப்படுத்துவாள். அவள் பேச்சைத் தன்னால் மீறமுடியும். மறுக்கமுடியும். “நீயும் கல்யாணம் செஞ்சுட்டுத்தான் இத்தனை நாளும் இருந்தியா. முண்டச்சியானா ஒருத்தனைக் கல்யாணம் செஞ்சுக்கணுமின்னு என்னா தலையில் எழுதியிருக்கா. போத்தா” என்று அவளை எதிர்த்துப் பேசலாம். ஆனால் அவள் அழுது சாதித்துவிடலாம். அவளிடம் ஜெயிக்கமுடியாது. ஒருநாளில் இல்லையென்றால் இன்னொரு நாளில் தன்னை வைரமணிக்குத் திருமணம் செய்துகொள்ள சம்மதிக்க வைத்துவிடுவாள். ஒரு மனசு சரி என்றுதான் சொல்கிறது. இன்னொரு மனசு வேண்டாமென்று சொல்கிறது. வைரமணி கூடவே இருந்துவிடலாம். பள்ளிக்கூடத்திற்குப் போய் திரும்புகிற வரையில் சைக்கிள் கடையில் காத்திருந்த வைரமணிதான் இப்போது தனக்காகக் காத்திருக்கிறான். அதே வைரம்தான். மாறவே இல்லை. வேண்டாம். அவன் அப்படியே இருக்கட்டும். துரையுடன் வாழ்ந்தது போதும். கடைசி வரை துரையின் மனைவியாகவே இருந்துவிட்டு இறந்து போய்விடுவோம்.

அரளிக்காய்களை மூலை வீட்டில் உட்கார்ந்து பொடியாக நறுக்கி வைத்திருந்ததை எடுத்துக்கொண்டாள். அரைப்பதற்குத்

தோதாகயிருக்கும். சத்தம் கேட்காது. அன்னம்மாகிழவி வெற்றிலை கொளவியை எடுத்துக்கொண்டு வந்திருந்தாள். நறுக்கி வைத்திருந்த ஒவ்வொரு காயையும் எடுத்து கொளவியில் போட்டு இடித்தாள். ஒரு தம்ளர் பால் எடுத்து வைத்திருந்தாள். பிறந்த வீட்டுப்பால். கடைசிப்பால். பாலில் கலக்கிக் குடித்துவிட வேண்டியதுதான். கிணத்துமேட்டு வெளிச்சத்தில் பச்சைக் களிம்பு போல தட்டி வைத்திருந்த அரளிக்காய்களை உருட்டி பால் தம்ளரில் போட்டுக்கொண்டாள். அரளி உருண்டை மூங்கியது. வெள்ளை நிறத்தில் பச்சைக் களிம்பு மூங்கி கலங்கி ஒன்றாவதைப் பார்த்தாள். பார்த்துக்கொண்டே இருந்தாள். அரளிப்பாலைக் குடிப்பதற்கு முன்பாக ஒருதடவை தனது வீட்டையும் கிணற்றுமேட்டையும் தோட்டத்தையும் பார்த்துக்கொண்டாள். படலைத் தாண்டி ரோட்டுப்பக்கத்தையும் பாதை போகும் தோட்டத்துப் பாதையையும் பார்த்தாள். தூரத்தில் தோட்டத்தில் மருந்தடிக்கிற மிஷின் சத்தம் கேட்டது. நாய்கள் குரைக்கிறது. கண்களை மூடிக்கொண்டாள்.

பலத்த ஓசையுடன் கதவு தட்டப்படுவதை அவளால் கேட்க முடிந்தது. இரண்டு மூன்று பேர் ஒன்றாகச் சேர்ந்து தட்டினால் உண்டாகும் சத்தம். அவள் பயந்து போனாள். தான் சாகப்போகிறதைக் கண்டுபிடித்துவிட்டார்கள் என்று நினைத்துக்கொண்டாள். ஒரே மடக்காகக் குடித்துவிடவேண்டுமென தம்ளரைக் கையில் எடுத்தாள். அரிக்கேன் விளக்கு அறையின் முன்பாக அசைவது தெரிந்தது. அவள் பால் தம்ளரை மறைத்து வைத்துக்கொண்டாள். அழகுமுத்துவும் கருத்தையனும் நின்றிருந்தார்கள். அழகுமுத்து அவளிடமிருந்த அரளிப்பால் தம்ளரைப் பார்த்துவிட்டான். அவன் அவளது காலில் விழுந்து சொன்னான்.

"ஜெயலெட்சுமி அத்தை செத்துப்போச்சுக்கா. நீயும் செத்துப்போயிருறாதே. நீ உசிரோட இருக்கா" என்று அழுதபடி சொன்னான்.

பரமசிவமும் பொன்னம்மாவும் தெரு வாசலில் நின்றிருப்பதை அவள் பார்த்தாள். தெருவில் மூன்று பேர் டார்ச்லைட்டுடன் நின்றிருப்பது தெரிந்தது. காளிமுத்துவும் செல்லமும் வந்து சேர்ந்ததும் பெண்கள் இருவரும் அழுதனர். செல்விக்கு அவளறியாமல் கண்களிலிருந்து கண்ணீர் வடியத்தொடங்கியது. ஜெயலெட்சுமி அத்தையைப் பார்க்கவேண்டுமெனத் தோன்றியது. அழகுமுத்து அவளிடமிருந்த பால் தம்ளரைத் தட்டிவிட்டான். பால் தம்ளர் மண் தரையில்

விழுந்து உருண்டது. அவனும் கருத்தையனும் மண்ணை அள்ளிப் போட்டு மறைத்தார்கள். அவள் வாய்விட்டு அழுதாள்.

"அத்தே, எனக்கு யாருயிருக்கா. நீயும் போயிட்டயே." என்று அழுதுகொண்டு ரோட்டுக்கு வந்தாள். அவள் ஜெயலெட்சுமியின் வீட்டை நோக்கி ஓடினாள். அவளுக்குப் பின்பாக கருத்தையனும் அழகுமுத்துவும் ஓடினார்கள். பெட்ரோமாக்ஸ் விளக்கு ஏந்திக்கொண்டு ஊர்க்காரர்களுடன் பரமசிவமும் காளிமுத்துவும் நடந்து சென்றார்கள்.

அவர்கள் ஜெயலெட்சுமியின் வீட்டுக்குச் சென்றபோது அழகுமுத்து செல்போனில் பேசிக்கொண்டிருந்தான். அவன் பேசுவதிலிருந்து பாஸ்டருக்குத்தான் தகவல் சொல்கிறான் என்பது தெரிந்தது. "சீக்கிரம் வாங்க. சீக்கிரம் வாங்க" என்று அவன் கத்தினான். பரமசிவம் அவனது பின்னந்தலையில் ஓங்கி அடித்தார். அவன் திண்ணையிலிருந்து கீழே விழப்போனான். அவனை கருத்தையன் பிடித்துக்கொண்டான்.

"அத்தை என்கிட்டே சொல்லிட்டுத்தான் செத்திருக்கு. ஜெபவீட்டிலிருந்து ஆட்கள் வரட்டும். அதற்குப் பிறகுதான் அடக்கம் செய்யணும். நம்ம ஜாதிக்காரங்க யாரும் வீட்டுக்குள்ளே நுழையக்கூடாது."

"பரமசிவம், வேறே யாரும் வேண்டாம். உன் மகனே இடஞ்சலா இருக்கான்." தலையாரித் துண்டை உதறி தோளில் போட்டுக்கொண்டார்.

"அவன் கிடக்கிறான் போக்கத்தவன். ஜாதிக்குச் சொல்லிவிடுங்க. கட்டைவரி வசூல் செய்யுறதுக்கு இவனையே உட்காரவைப்போம். இவன் என்னா சொல்லுறது." பரமசிவம் வேட்டியைத் தூக்கிக் கட்டிக்கொண்டு அவனை உதைக்கப் போனார்.

"நான் சம்மதிக்கமாட்டேன். ஜாதிக்காரங்க யாரும் வரக்கூடாது. இத்தனை நாளும் எங்க போயிருந்திங்க. இப்போ எதுக்கு வர்றீங்க. எங்க அத்தை என்கிட்டே எல்லா விபரத்தையும் தெளிவா சொல்லிட்டுப் போயிருச்சு. நான் வீட்டுக்குள்ளே யாரையும் விடமாட்டேன்" என்று ஜெயலெட்சுமியின் வாசலை மறித்துக்கொண்டு நின்றான். அவனது வேட்டி அவிழ்ந்தது. கருத்தையன் எடுத்துக் கட்டிவிட்டான்.

"என்னடா தெளிவா சொல்லிட்டுப் போயிருச்சு" என்று பரமசிவம்

கையை ஓங்கியபடி சென்றார். தலையாரியும் ஊர் நாட்டாமையும் அவரை மறித்து நிறுத்தினார்கள்.

"சரி பரமசிவம், மேற்கொண்டு ஆகவேண்டிய காரியத்தைப் பார்க்கணும். பந்தல்காரனுக்குச் சொல்லணும். குழி வெட்டுக்கு ஆள் விடணும். தெம்மண்ணாவைக் கூட்டிட்டு வாங்கப்பா" என்று சொல்லிக் கொண்டு போனார். பரமசிவமும் வீம்பாகத்தான் இருந்தார்.

“வேறெ என்னடா உங்க அத்தை சொல்லுச்சு?”

ஜெயலெட்சுமி தன்னை ஜெபவீட்டுக்காரர்கள் வந்துதான் அடக்கம் செய்யவேண்டும். ஜாதிக்காரர்கள் யாரும் வரக்கூடாது என்று சொல்லியதோடு இனிமேற்பட்டு கிடா முட்டுச்சண்டைக்கு ஆடு வளர்க்கக்கூடாது என்றும் முட்டுச்சண்டைக்குப் போகக் கூடாது என்றும் சத்தியம் வாங்கியிருக்கிறாள். அவள் “இது வெறும் கருப்பு புஸ்தகமில்லை அழகு. இது பைபிள். இதுக்குள்ளே கர்த்தரோட வார்த்தை இருக்கு. நீ அவர் மேல் கை வைச்சு சத்தியம் செய்திருக்கே. செல்விக்காக இதை நீ செய்துதான் ஆகணும். கர்த்தர் எல்லாத்தையும் பார்த்துட்டு இருக்காரு” என்று அழுத கண்களுடன் அவனிடம் சத்தியம் கேட்டாள். அவன் சரி என்று சொல்லி சத்தியம் செய்து கொடுத்தான்.

அழகு அவனது அப்பாவிடம் "அதெல்லாம் ஒன்னும் சொல்லலை. ஜாதிக்காரங்க யாரும் வரக்கூடாதுன்னு சொல்லியிருக்கு. அவ்வளவுதான்” என்று வெறைப்பாகப் பதில் சொன்னான். அவன் ஒரு முடிவோடு இருக்கிறான் என்பது அவனது பேச்சிலிருந்து தெரிந்தது. அழகுமுத்து பாஸ்டருக்காகக் காத்திருந்தான்.

"வீட்டைப்பத்தி ஏதாவது சொல்லுச்சா. கையிலே காசு ஏதாவது ஓங்கிட்டே கொடுத்துச்சாடா?” பரமசிவம் அதட்டலாகக் கேட்டார்.

“அதெல்லாம் உனக்கு எதுக்கு? ஜாதிக்காரங்க யாரும் வீட்டிற்குள்ளே வரக்கூடாது. யாருக்கும் சொல்லவேண்டாம். நான் சத்தியம் செய்து கொடுத்திருக்கேன்” என்று பேசியதையே திரும்பத் திரும்பச் சொல்லிக்கொண்டிருந்தான்.

“என்னடா சும்மா ஜாதிக்காரங்க ஜாதிக்காரங்கன்னு சொல்லிட்டு இருக்கே. நாளைக்கு அவங்க வீட்டிலேதான் உனக்கு பெண்ணு எடுக்கணும். நான் செத்தா அவனுங்க வந்துதான் காரியம்

செய்யணும். ஞாபகம் வச்சுக்கோ."

“அதை அன்னிக்குப் பார்ப்போம். இன்னைக்கு ஆகவேண்டியதைப் பாருங்க. முதலில் நீங்களே இந்த வீட்டிற்குள்ளே வரக்கூடாதுன்னு அத்தை சொல்லியிருக்கு” என்று வேட்டியைத் தூக்கிக் கட்டிக்கொண்டு சொன்னான்.

“அடி செருப்பாலே நாயே. யார் வீட்டுக்கு யார் வரக்கூடாதுன்னு சொல்லுறது. நான் வருவேன்டா. ஜாதிக்காரங்க வந்துதான் மத்த காரியம் செய்வாங்க.”

“நான் வர விடமாட்டேன். நுழைய விடமாட்டேன்.”

“நான் வருவேன்டா.”

“போலீசுக்குச் சொல்லி வரவிடமாட்டேன்.”

அழகுமுத்து இத்தனை தைரியத்துடனும் முடிவுடனும் சொல்லியதை அவரால் தாங்கிக் கொள்ளமுடியவில்லை. அவனை ஏசு சாமி கும்பிடுபவர்கள் கெடுத்து வைத்திருக்கிறார்கள் என்று நினைத்தார். கூட்டம் கூடிவிட்டது. ஊர்க்காரர்களுக்குத் தெரிந்து பலரும் வந்து சேர்ந்து விட்டார்கள். ஜெயலெட்சுமியைப் பார்க்கவேண்டுமென பெண்கள் முண்டிக் கொண்டு நின்றனர்.

“நீங்க ஏசு சாமி கும்புடுறவங்களுக்கு விட்டுக்கொடுத்தீங்கன்னா அப்புறம் ஊரில ஜாதியிலிருந்து உங்களையும் எடுத்து வைச்சிருவாங்க அண்ணே. யோசனை செய்துக்கங்க” என்று தலையாரியும் ஊர் நாட்டாமையும் பரமசிவத்தைத் திட்டினார்கள். பரமசிவத்திற்கு உண்மையில் பயம் வந்துவிட்டது.

“இத்தனை நாளும் ஜாதியிலேயா நாங்க சாப்பிட்டுக்கிட்டு இருந்தோம். எங்க அத்தை ஒத்தை ஆளா இத்தனை நாளும் ஊருக்குள்ளே இருந்துச்சு. கட்டைவரி கொடுத்திருக்குமா, இல்லை தலைக்கட்டு வரி கொடுத்திருக்குமா? வீட்டிற்குள்ளே யாரையும் விடாமல் வைச்சிருந்துச்சு. கடைசி வரைக்கும் அப்படியே இருந்துருச்சு. செத்தபிறகு அப்படித்தான் இருக்கணும். யாரும் வரக்கூடாது” என்று அழகுமுத்து சொன்னான்.

“யாரும் வரக்கூடாதுன்னா அப்புறம் ஜாதி உங்களை ஊரில இருந்து எடுத்து வைச்சிரும் தம்பி.”

“பார்ப்போம் பார்ப்போம். தாசில்தார் ஆபீஸில ரேஷன் கார்டு எல்லாம் எழுதிக் கொடுத்து வாங்கித்தான் வைச்சிருக்கேன். ஓட்டுப்போடுறதுக்கும் தனியா கார்டெல்லாம் வாங்கியாச்சு” என்று சொன்னான். அழகு இப்படிப் பேசியதும் தலையாரியும் நாட்டாமையும் அவனை முறைத்துக் கொண்டார்கள்.

"ஏசு சாமி கும்புடுறவங்க ஊருக்குள்ளே வரட்டும். அப்புறம் பேசிக்குருவோம்” என்று பரமசிவம் அவர்களை சமாதானப்படுத்தினார். ஜாதிக்காரர்கள் சிலர் ஊருக்குள் தாக்கல் சொல்ல புறப்பட்டுச் சென்றனர். பொன்னம்மா கொஞ்ச நேரத்தில் ஊர் சண்டை வந்துவிடுமென்று நினைத்தாள். அழகுமுத்துப்பயல் தங்களை வீட்டிற்குள் நுழையவிடாமல் வைத்திருக்கிறானே என்று அவனைத் திட்டினார்கள். செல்வி மட்டுந்தான் வீட்டிற்குள் இருக்கிறாள். செல்வியின் அழுகைச் சத்தம் ஒருதடவை கேட்டது. அதற்குப்பிறகு வீட்டிற்குள்ளிருந்து எந்தச் சத்தமும் வரவில்லை. பொன்னம்மாவுக்குப் பயம் வந்துவிட்டது. செல்வி ஏதாவது செய்து கொள்வாள். அவளை யாராவது ஒருத்தர் பார்த்துக் கொண்டிருக்கவேண்டுமென நினைத்தாள். விடிந்த பிறகு செல்வி வாசலுக்கு வந்து எட்டிப்பார்த்த போது தான் அவளுக்கு நிம்மதியாக இருந்தது.

பரமசிவத்திற்கு முழு விபரமும் தெரிவதற்குள் பிற்பகல் பொழுதாகிவிட்டது. தனக்குக் கிடைக்கவில்லையென்றாலும் தனது மகனுக்கு சொத்து கிடைத்திருக்கிறது என்று சந்தோஷமாகப்பட்டுக் கொண்டார். ஊருக்குள் பத்து மணி பஸ் வந்தது. பஸ்ஸிலிருந்து ஞானம் இறங்கினாள். அவள் நேராக ஜெயலெட்சுமியின் வீட்டிற்குச் சென்றாள். தான் கொண்டு வந்திருந்த பைபிளை எடுத்து வைத்து வாசித்தாள். பாஸ்டர் ஞானத்திடம் எல்லா விபரத்தையும் சொல்லியனுப்பியிருந்தார். பாஸ்டர் எளசைக்கு வரவில்லை. ஞானம் உரக்க வாசித்த பைபிள் வாசகம் தெருவைத் தாண்டிக் கேட்டது. ஞானமும் செல்வியுமாகச் சேர்ந்து அவளைக் குளிப்பாட்டினார்கள். ஜெயலெட்சுமியை சிங்காரித்தார்கள். ஜெயமேரி என்கிற ஜெயலெட்சுமியின் முகத்தைக் கடைசியாக ஒருதடவை அவர்கள் பார்த்துக் கொண்டார்கள். ஞானம் கர்த்தர் அவளுக்கு மோட்சத்தைத் தரட்டும் மனதார வேண்டிக்கொண்டாள்.

ஞானத்திற்கு அழுகை வரவில்லை. இத்தனை நாட்களும் அழவேண்டுமென்று நினைத்ததும் அழுகை வந்துவிடுவதற்கும்

அழுகையை நிறுத்தவேண்டுமென்று நினைத்ததும் நிறுத்திவிடுவதற்கும் கண்களும் மனமும் பழகியிருந்தது, ஜெயலெட்சுமியின் முன்பாகத் தோற்றுப்போனது அவளுக்கு வருத்தத்தைத் தந்தது. அவளுக்கு ஆச்சரியமாக இருந்தது. ஒருதடவை அழுது பார்த்தாள். சத்தியத்திற்கு வரவில்லை. வாய்விட்டுக் கதறவேண்டுமென நினைத்தாள். முடியவில்லை. யாரோ மந்திரம் போட்டுத் தன்னுடைய அழுகையை நிறுத்தி வைத்திருந்தது போலிருந்தது. ஞானம் எவ்வளவு முயற்சித்தும் அவளால் அழமுடியவில்லை. அவள் மனம் வருத்தத்தில் கிடந்தது.

ஞானம் தான் அமர்ந்திருந்த இடத்தை விட்டு எழுந்து கொண்டாள். வீட்டைச் சுற்றிப் பார்த்தாள். வீட்டின் பின்பாக இருந்த தோட்டத்திற்குச் சென்றாள். அங்கிருந்த கிணற்றைப் பார்த்தாள். தோட்டத்தில் மேய்ந்து கொண்டிருக்கும் கோழிகளையும் சேவல்களையும் பார்த்தாள். பூத்திருந்த பூக்களையும் செடிகளையும் பார்த்தாள். இந்த வீட்டை வைத்துக்கொண்டு அழகுமுத்து என்ன செய்யப்போகிறான்? கல்யாணம் முடிந்து ஐந்தாறு பிள்ளைகளைப் பெற்றுக்கொள்வான். இந்த வீடு முழுக்க பிள்ளைகள் ஓடித்திரியும். வீடு முழுக்க அவர்களது இரைச்சலாக இருக்கும். வீடும் தோட்டமும் அறையும் கிணறும் அடையாளம் தெரியாமல் மாறிப்போகும். ஜெயலெட்சுமி வாழ்ந்ததற்கான அடையாளம் மறைந்துவிடும். ஜெயலெட்சுமியின் வீடு என்றிருந்தது அழகுமுத்துவின் வீடு என்று மாறிவிடும் என்று நினைத்தாள். ஞானத்தினால் அதன் பிறகு அங்கிருக்க முடியவில்லை. அவள் செல்வியிடம், "நான் ஊருக்குப் போறேன் செல்வி. என்னாலே ஜெயமேரி முன்னால் உட்காந்திருக்க முடியலை. மனசுக்குக் கஷ்டமா இருக்கு" என்று சொன்னாள். செல்வி கண்களைத் துடைத்துக் கொண்டாள். வேகமாக வாசலை நோக்கி நடந்தாள். அவள் வாசலில் அழகுமுத்துவைத் தேடினாள். சுடுகாட்டில் பிரேதத்தைப் புதைத்ததும் கல்லறை கட்டவேண்டுமென்று அழகு கொத்தனாரிடம் பேசிக்கொண்டிருந்தான். கருத்தையன் அவனுக்குப் பின்பாக நின்றிருந்தான். ஞானம் யாரிடமும் எதுவும் பேசிக்கொள்ளவில்லை. நேராகப் பேருந்து நின்றிருக்கும் இடத்திற்குச் சென்றாள். தேவாரத்திலிருந்து பத்து மணி பஸ் திரும்பி ஊருக்குள் வந்தது. ஞானம் பஸ்ஸில் ஏறிக்கொண்டாள். பஸ்ஸிற்கு முன்பாக ஆம்புலன்ஸ் வண்டி வருவதை அவள் பார்த்தாள்.

டவுனிலிருந்து வந்த ஆம்புலன்ஸ் வண்டி ஜெயலெட்சுமியின் வீட்டின் முன்பாக நின்றது. ஆம்புலன்ஸ் வண்டிக்காகக் காத்திருந்த

அழகுமுத்துவும் கருத்தையனும் வண்டியை ஓட்டிக்கொண்டு வந்தவர்களுடன் சேர்ந்து பிரேதத்தைத் தூக்கி வைத்தனர். ஜெயலெட்சுமியின் பிரேதத்தை ஊர்ப் பெண்களும் ஆண்களும் ஆம்புலன்ஸ் வண்டியில் ஏற்றும் போதுதான் பார்த்தார்கள். ஜெயலெட்சுமியின் முகம் துணியால் மூடியிருந்தது. அவளது முகத்தை யாராலும் பார்க்கமுடியவில்லை.

ஆசிரியர் குறிப்பு

எஸ்.செந்தில்குமார் (1973) 1999ஆம் வருடத்திலிருந்து எழுதி வருகிறார். மனைவியின் பெயர் மலர்விழி. மகள், மஞ்சுளா காதம்பரி. இவர் தேனி மாவட்டம் போடிநாயக்கனூரில் வசித்து வருகிறார்.

ஆசிரியரின் பிற நூல்கள்

சிறுகதைத் தொகுப்பு

1. வெயில் உலர்த்திய வீடு
2. சித்திரப்புலி
3. விலகிச்செல்லும் பருவம்
4. மழைக்குப்பிறகு புறப்படும் ரயில் வண்டி
5. அலெக்ஸாண்டர் என்கிற கிளி
6. அனார்கலியின் காதலர்கள்
7. சிவப்புக்கூடை திருடர்கள்

நாவல்:

1. ஜீ. சௌந்தரராஜனின் கதை
2. முறிமருந்து
3. நீங்கள் நான் மற்றும் மரணம்
4. காலகண்டம்
5. மருக்கை
6. கழுதைப் பாதை

கவிதைத் தொகுப்பு:

1. குழந்தைகள் இல்லாத வீட்டில் உடையும் ஜாடிகள்
2. சமீபத்திய காதலி
3. முன்சென்ற காலத்தின் சுவை

கட்டுரைத் தொகுப்பு:

1. சிறுகதை

விருதுகள்:

1. 2009ஆம் ஆண்டிற்கான இளம் படைப்பாளிகளுக்கான ‘சுந்தரராமசாமி விருது’
2. 2013ஆம் ஆண்டிற்காக SRV பள்ளி நிறுவனத்திலிருந்து வழங்கிய படைப்பூக்கத்திற்கான தமிழ் விருது.
3. 2016ஆம் ஆண்டிற்கான சுஜாதா அறக்கட்டளையிலிருந்து வழங்கிய சுஜாதா சிறுகதை விருது.
4. 2018ஆம் ஆண்டிற்கான கோவை வாசகர் வட்டமும் விஜயா பதிப்பகமும் இணைந்து வழங்கிய கவிஞர் மீரா விருது.
5. 2018ஆம் ஆண்டிற்கான Sparrow இலக்கிய விருது.

www.ingramcontent.com/pod-product-compliance
Ingram Content Group UK Ltd.
Pitfield, Milton Keynes, MK11 3LW, UK
UKHW040621041026
15589UKWH00012B/802

9 788195 125920